タイ語上級講座

ภาษาไทยขั้นสูง

読解と作文

อ่านเอาเรื่องและเรียงความ

宮本マラシー
มารศรี มิยาโมโต

めこん

はじめに

　私は1986年から大阪外国語大学でタイ語の授業を担当してきましたが、この10年の間にタイ語学習者のレベルは著しく向上し、大学内からも学外の一般の方からも、タイ語の基礎や入門だけではなく、中級以上の読解と作文の学習に対応できるテキストが求められるようになってきました。そこで、私がこれまで授業で使ってきた様々な教材——書籍、新聞、雑誌、および私自身が作成した文章をもとに、「上級」タイ語学習者のための教科書として編集したのが本書です。

　この本は、タイの文化やタイ人のものの考え方について書かれた24の課で構成されています。対象は既にタイ語の基礎知識を持っている学習者で、タイ語独特の様々な表現と言い回しの意味と用法を理解し、それを使ってタイ語の文章が書けるようになることを目的としています。本書が、タイ語の読解と作文の一層のレベルアップに役立ち、同時にタイについての理解を深めることに少しでも役立つなら、著者としてこれ以上の喜びはありません。

　本書は大阪外国語大学の助成により刊行しました。出版の機会を与えてくださった大阪外国語大学教育推進室及び研究推進室、在任中からずっとご助言をいただいてきた元大阪外国語大学学長赤木攻先生、編集・製作に力を入れてくださった、めこん社の桑原晨様、面川ユカ様、そしていつも私を支えてくれる家族に感謝の意を表します。

2007年3月

宮本マラシー

この本の使い方

各課は、「課題文」、【文法＆表現】、【練習問題】の３つのパートから構成され、それぞれのパートに出てくる単語の説明が付いています。

「課題文」は、主にタイの習慣、文化、タイ人のものの考え方、価値観について書かれたものです。文中の重要な表現および言い回しには下線と番号が付けられ、【文法＆表現】の中で解説してあります。これらの表現および言い回しの中には、復習の意味で繰り返し解説されるものもあります。

【文法＆表現】では、重要な表現および言い回しを、①文型、②意味、③要点、という3つの項目に分けて説明しています。①文型は、使用する形式および語順、②意味は、日本語での意味、そして③要点は、使用する条件、および・文型に追加する解説です。最後に、その表現および言い回しを使った短い例文とその日本語訳が載っています。

【練習問題】では、1.読解力チェック、2.各表現や言い回しの理解チェック、3.作文の練習、4.日本語をタイ語に訳する練習、の4つのタイプの練習問題を用意しています。

最初は、できるだけ単語の説明や表現の説明を見ずに「課題文」を最後まで読んでみてください。それから【練習問題】にとりかかり、答えられなければ、単語の説明を見ながら「課題文」をもう1度読んでみます。それでも理解できない場合は、【文法＆表現】の解説を熟読してください。

目次
สารบัญ

目次

はじめに 3
この本の使い方 4

第 1 課　สะอาดหรือสกปรก 9
第 2 課　วันที่ฝนตก 27
第 3 課　ดอกไม้กับความเชื่อ 43
第 4 課　ชัยบวชพระ 53
第 5 課　ชื่อเล่นของคนไทย 69
第 6 課　ชื่อกับขวัญ 81
第 7 課　หัวและเท้า 93
第 8 課　การจราจรในกรุงเทพฯ 103
第 9 課　เข้าตามตรอก ออกตามประตู 119
第 10 課　หมอดู 131
第 11 課　นักศึกษาไทยกับการเรียน 143
第 12 課　น้ำกับคนไทย 153
第 13 課　ผีไทย 165
第 14 課　คนไทยรักสนุก 173
第 15 課　พระสงฆ์กับสตรี 183
第 16 課　การสักบนผิวหนัง 197
第 17 課　เมื่อคนไทยไปงานศพ 209
第 18 課　ขวากับซ้าย 221
第 19 課　กินทิ้งกินขว้าง 229
第 20 課　พยากรณ์อากาศ 245
第 21 課　ผู้หญิงไทยกับความงาม 255

第 22 課	ดวงดาว วัน และ สี	271
第 23 課	เวทีมวย	285
第 24 課	คนไทยกับบุหรี่	297

参考文献	306
索引	307
練習問題解答献	311

第 1 課　สะอาดหรือสกปรก

読解： 中国人、タイ人、日本人は何を清潔だと感じるのか、何を汚いと感じるのか、それぞれの具体的な行動を通して、価値観の違いを理解する。

作文： 自分は何を清潔だと感じるのか、何を汚いと感じるのか、具体的にタイ語で述べ、説明する。

　　　　บ่อยครั้งที่คนเราใช้กติกาทางวัฒนธรรมที่เราคุ้นเคยตัดสินพฤติกรรมของคนในอีกวัฒนธรรมหนึ่ง การตัดสินว่าใครสกปรกใครสะอาดก็เช่นกัน ยกตัวอย่างเช่น การที่คนจีนกินไก่แล้วคายกระดูกออกมาไว้ข้างจาน ①ในขณะที่คนไทยเขี่ยกระดูกไก่ไว้ในจานตัวเองนั้น ②ทั้งคนจีนและคนไทยถึงแม้จะ③ไม่กล้าเอ่ยปากว่าฝ่ายตรงข้ามว่าสกปรก แต่ต่างก็คิดในใจว่าฝ่ายตรงข้ามสกปรก

　　　　ทุกครั้งที่ชัยทานข้าวกับเพื่อนคนจีน ชัยจะเก็บความรู้สึกนี้ไว้ในใจ ④จนกระทั่งวันหนึ่ง เพื่อนคนจีน⑤กลับเป็นฝ่ายเอ่ยปากก่อน

เพื่อนคนจีน – "ขอโทษนะชัย ผมอยากถามอะไรคุณ⑥สักอย่างได้ไหม" เขา⑦ทำท่าเกรงใจ

　　　　"ถามจริง ๆ เถอะ เวลาทานอาหารแล้วเอาเศษอาหารหรือกระดูกไว้ในจาน คุณ⑧ไม่รู้สึกว่าสกปรกบ้างหรือ"

　　　　ชัยฟังแล้วยิ้ม นึกขำในใจ ①ขณะที่เขารู้สึกว่าการคายกระดูกไว้ข้างจานสกปรก เพื่อนคนจีนก็รู้สึกเหมือนกันว่าการทิ้งกระดูกไว้ในจานสกปรก ในจานอาหาร⑨ควรจะมีแต่อาหาร ⑨ไม่ควรมีเศษอาหาร

　　　　"ความสกปรก" ในความรู้สึกของคนแต่ละชาติแต่ละภาษาแตกต่างกัน สมัยก่อนคนไทยตัดสินความสะอาดของคนโดยดูที่ครัวและมุ้ง ถ้าครัวบ้านไหนสะอาด หม้อหุงข้าวไม่ดำด้วยคราบเขม่าไฟ และมุ้งที่ใช้กางนอนขาวสะอาด ก็จะตัดสินว่าแม่บ้านบ้านนั้นเป็นคนสะอาด เป็นแม่บ้านที่ดี

ซากุระ – ⑩ทำไมมะลิต้องอาบน้ำตอนเช้าด้วยล่ะ ก่อนนอนก็อาบแล้วไม่ใช่หรือ

มะลิ – คนไทย⑪จะอาบน้ำก่อนแต่งตัวออกจากบ้านทุกครั้งนะ ⑫ไม่อย่างนั้นจะรู้สึกว่าร่างกายไม่สะอาด ถ้ารู้สึกว่าร่างกายไม่สะอาด⑪จะไม่อยากแต่งตัว ซากุระล่ะ

ซากุระ – เราไม่เคยอาบน้ำตอนเช้านะ อาบ⑬แต่ตอนก่อนนอน

มะลิ – เมืองไทยเป็นเมืองร้อน ⑭อย่าว่าแต่อาบน้ำเลย เสื้อผ้าใส่หน⑮เดียวก็ต้องซัก

ซากุระ – มิน่าเล่า เราเห็นมะลิซักผ้าทุกวัน

มะลิ – ใช่ เรามีชุดนักศึกษา⑯แค่ 2 ชุดเท่านั้น ⑰เลยต้องซักทุกวัน

วัฒนธรรม 文化. กติกา 規則,基準. คุ้นเคย 慣れている. ตัดสิน 決める,判決を下す. พฤติกรรม 行為,行動. สกปรก 汚い. สะอาด 清潔な. ตัวอย่าง 例. คาย 口から出す. กระดูก 骨. ข้าง.....～の横 ,～の側. จาน 皿. เขี่ย 退かす. ฝ่ายตรงข้าม 相手. ความรู้สึก 気持ち,感覚. ในใจ 心の中で. เอ่ยปาก 口を出す. เกรงใจ 気を遣う. เศษอาหาร 残飯. ยิ้ม ほほえむ. ขำ おかしい,こっけい,こっけいだと思う. ทิ้ง 捨てる,ほったらかす. ชาติ 国. ครัว 台所. มุ้ง 蚊帳. หม้อหุงข้าว 炊飯器. คราบ 跡. เขม่าไฟ 煤. กาง 張る. อาบน้ำ 水浴びをする. แต่งตัว 服を着る,着替える,着飾る. หน 回,度. มิน่าเล่า 道理で,なるほど. ชุดนักศึกษา 学生の制服. ชุด ［スーツやドレスの類別詞］～着.

文法&表現

①(ใน)ขณะที่....

❶ **文型：**　「A ในขณะที่ B」

❷ **意味：**　「Aは～。それに対し、Bは～。」

❸ **要点：**　対比となっている事柄又は行動を説明する節を繋ぐ。AとBは

第1課　สะอาดหรือสกปรก

事柄または行動を表す文である。

1. พี่ชายเป็นคนขยัน ในขณะที่น้องชายเป็นคนขี้เกียจ

　兄は勤勉な人です。それに対し、弟は怠け者です。

2. นโยบายเศรษฐกิจแบบนี้ คนรวยจะยิ่งรวยขึ้น ในขณะที่คนจนจะยิ่งจนลง

　この経済政策では金持ちはますます金持ちになる。それに対し、貧しい人はますます貧しくなる。

3. ฝรั่งใช้นมทำขนม ในขณะที่คนไทยใช้กะทิ

　西洋人は牛乳を使ってお菓子を作る。それに対し、タイ人はココナッツミルクを使う。

....

พี่ชาย 兄. ขยัน 勤勉である. น้องชาย 弟. ขี้เกียจ 怠ける. นโยบาย 政策. เศรษฐกิจ 経済. คนรวย 金持ち. รวย 金持ちである. คนจน 貧乏人. จน 貧しい. นม ミルク,牛乳. ขนม お菓子. กะทิ ココナッツミルク.

② ทั้ง....และ....

❶ 文型：　　「ทั้ง A และ B」

❷ 意味：　　「AもBも」

❸ 要点：　　タイ語の「ทั้ง A และ B」は主語としても目的語としても、また行動や状態を表す述語としても用いられる。AとBは名詞（句）または動詞（句）どちらでもいいが、同品詞の言葉でなければならない。書き言葉として使う。

1. ดอกไม้ชนิดนี้ทั้งสวยและหอมเหมือนดอกกุหลาบ

　この種の花はバラと同じように美しくていい香りがする。

2.ทั้งพ่อและแม่ไม่มีเวลาดูแลลูก

父親も母親も子供の面倒を見る時間がない。

3.ฉันอยากทำงานที่ต้องใช้ทั้งภาษาอังกฤษและภาษาไทย

英語もタイ語も使う仕事に就きたい。

ดูแล 面倒を見る ,世話をする.

③(ไม่)กล้า....

❶ 文型：　「(ไม่)กล้า ＋動詞（句）」

❷ 意味：　「～する勇気がある（ない）」

❸ 要点：　逆説的に、そして批判的に「よくも～する」（「とてもできない」）」という意味合いでも用いられる。

1.เสื้อผ้าแบบนี้แพงมาก ฉันไม่กล้าซื้อ

このような洋服は非常に高いので、私にはとても買えない。

2.ทาโรไม่ได้รักฮานาโกะแล้ว แต่เขายังไม่กล้าหย่ากับฮานาโกะ

タロウはもうハナコのことが好きではなくなったが、まだ彼女と離婚する勇気がない。

3.คุณกล้าขึ้นรถแท็กซี่คนเดียวในกรุงเทพฯไหม

バンコクで１人でタクシーに乗る勇気がありますか。

4.ทาคาชิกล้าขับรถทั้ง ๆ ที่ไม่มีใบขับขี่

タカシは免許証を持っていないのに、よく運転できるよ。

เสื้อผ้า 服. หย่า 離婚する.

第1課 สะอาดหรือสกปรก

④จนกระทั่ง....

❶ **文型**：　　「A จนกระทั่ง B」

❷ **意味**：　　「BになるまでAをする」

❸ **要点**：　　新しく変化が起こる時点までの忍耐、我慢、努力といった意味合いを持った継続的な行動または状態を表現する。Aはそれまでの継続的な行動または状態を表す動詞（句）または文であり、Bは変化が起こった時点を表す語句または文である。さらに、例の1.と2.のようにแล้วจึง、จึง、ถึงで接続し、新しい変化の内容を表す動詞（句）または文が後続することが多い。

1. ต้องเคี่ยวเนื้อจนกระทั่งเปื่อย แล้วจึงใส่ผัก

　肉を柔らかくなるまで煮つめて、それから野菜を入れる。

2. รองเท้าคู่นี้ฉันไม่ค่อยชอบเท่าไร แต่ก็ทนใส่อยู่จนกระทั่งมันขาด ถึงซื้อใหม่

　この靴は私はあまり好きではなかったが、破れるまで我慢して履いて、それから新しいのを買った。

3. นักการเมืองคนนี้ถูกจำคุกอยู่หลายปี จนกระทั่งเปลี่ยนรัฐบาลใหม่

　この政治家は、新しい政府に替わるまで何年も刑務所に入れられた。

4. ผมสอนอยู่ที่โรงเรียนนั้นจนกระทั่งปี 1990 ซึ่งเป็นปีที่โรงเรียนถูกยุบ

　僕はその学校が廃校になった1990年までずっと教えていた。

เคี่ยว 煮つめる．เนื้อ 肉．เปื่อย 柔らかい．ใส่ 入れる．ผัก 野菜．รองเท้า 靴．คู่ ［靴の類別詞］～足．ขาด 破れる．นักการเมือง 政治家．จำคุก 刑務所に入る．เปลี่ยน 交代する．โรงเรียน 学校．ยุบ 廃止する．

⑤ กลับ....

- ❶ 文型： 「กลับ＋動詞（句）」
- ❷ 意味： 「（期待に反して）～する」「（～するどころか）かえって～」
- ❸ 要点： 期待、予想、予測に反する出来事または結果を表す。

1. ฉันพยายามออกกำลังกายลดความอ้วน แต่กลับอ้วนขึ้นกว่าเดิม เพราะทานมาก

   私は減量するために一所懸命運動をしていたが、たくさん食べたので、かえって前より太った。

2. หน้าหนาวปีนี้นึกว่าอากาศจะอุ่น แต่กลับหนาวกว่าทุกปี

   今年の冬は暖かいと思っていたが、逆に例年より寒い。

3. เมื่อวานนี้ไม่ได้เอาร่มมา ฝนตก วันนี้เอามา ฝนกลับไม่ตก

   昨日は傘を持ってこなかったが、雨が降っていた。今日は持ってきているのに、降らない。

....

ออกกำลังกาย 運動する. ลดความอ้วน 減量する. เดิม 元の,前の.

⑥ สัก....

- ❶ 文型： 「สัก＋類別詞」
- ❷ 意味： 「せめて～でも」
- ❸ 要点： 希望、願望をその最小単位で表す場合に用いられる。

1. เหนื่อยเหลือเกิน อยากพักสัก 10 นาที

   とても疲れています。せめて10分でも休みたいです。

2. ขอเวลาคิดสัก 2 วันได้ไหมคะ

第1課　สะอาดหรือสกปรก

　　2日でも考える時間をいただけないでしょうか。
3. หนาวจังนะ อยากทานน้ำชาร้อน ๆ สักถ้วย
　　とても寒いです。せめて1杯でも暖かいお茶を飲みたいですね。

เหนื่อย 疲れる. พัก 休む. ถ้วย コップ，［コップに入っているものの類別詞］〜杯.

⑦ ทำท่า....

❶ 文型：　　「ทำท่า＋動詞（句）」
❷ 意味：　　「〜のように見える」「〜の態度をとる」
❸ 要点：　　動作主の意図的な行動の場合も、不本意な行動の場合も用いられ、動詞（句）の前に付ける。

1. ทาโรทำท่าสำนึกผิดที่ทำให้เพื่อน ๆ เดือดร้อน
　　タロウは友達に迷惑をかけたので、反省しているように見える。
2. ฮานาโกะทำท่าเบื่อเมื่อรู้ว่าต้องกินข้าวแกงกะหรี่อีกเป็นวันที่สาม
　　今日でカレーライスを食べるのも3日目になることがわかり、ハナコはウンザリした顔をしていた。
3. พอเริ่มทำการบ้าน ลูกก็ทำท่าง่วงนอน
　　宿題をし始めた途端、子供は眠たそうになった。

สำนึกผิด 反省する. ทำให้....เดือดร้อน 〜に迷惑をかける. เบื่อ 退屈な,飽きる. การบ้าน 宿題. ง่วงนอน 眠たい.

15

⑧ ไม่....บ้างหรือ

- ❶ 文型： 「ไม่ A บ้างหรือ」
- ❷ 意味： 「少しも～しないの？」「たまには～しないの？」「全然～しないの？」
- ❸ 要点： 不思議で、納得できない気持ちを表す。Aは納得できない事柄を表す動詞（句）である。

1. คุณไม่อยากดูรายการนี้บ้างหรือ
    あなたはたまにはこの番組を見たくないの？
2. จะสอบอยู่แล้ว ไม่ดูหนังสือบ้างเลยหรือ
    もうすぐ試験ですが、全然勉強していないの？
3. เขาไม่มีเวลาทำความสะอาดบ้านบ้างเลยหรือ
    彼は家を掃除する時間は全然ないの？

รายการ 番組. ดูหนังสือ 勉強する. เวลา 時間. ทำความสะอาด 掃除する.

⑨ ควร(จะ)....

- ❶ 文型： 「ควรจะ＋動詞（句）」
- ❷ 意味： 「～をすべきだ」
- ❸ 要点： 一般常識、または専門的知識に基づいた助言や勧告をする。「ไม่ควร....」は「～をすべきではない」。

1. คนขายควรใช้คำสุภาพพูดกับลูกค้า
    店員はお客さんに対し、丁寧なしゃべり方をすべきだ。
2. คนที่เป็นโรคภูมิแพ้ไม่ควรทานอาหารที่มีสารกันบูดหรือผงชูรส

第1課 สะอาดหรือสกปรก

アレルギーの人は防腐剤または化学調味料が入っている料理を食べるべきではない。

3.ผักควรล้างก่อนหั่น

野菜は洗ってから切るべきです。

คนขาย 店員. คำสุภาพ 丁寧な言葉. ลูกค้า 客. โรคภูมิแพ้ アレルギー. สารกันบูด 防腐剤. ผงชูรส 化学調味料. ผัก 野菜. ล้าง 洗う. หั่น 切る.

⑩ทำไมต้อง....ด้วยล่ะ

❶ 文型： 「ทำไม（主語）+ต้อง+動詞（句）+ด้วยล่ะ」
❷ 意味： 「なぜ～する必要があるの？」
❸ 要点： 納得できない気持ちを表す。

1.ร้านอยู่ใกล้แค่นี้ ทำไมต้องขับรถไปซื้อด้วยล่ะ

お店はすぐ近くにあるのに、なぜ車で買いに行かなければならないの？

2.ไม่ร้อนสักหน่อย ทำไมต้องเปิดแอร์ด้วยล่ะ

ちっとも暑くないのに、なぜ冷房をつけなければならないの？

3.ผมไม่ผิด ทำไมต้องขอโทษเขาด้วยล่ะ

僕は間違っていないのに、なぜ彼に謝らなければならないの？

แอร์ 冷房. ผิด 間違う. ขอโทษ 謝る.

⑪ จะ....

❶ 文型： 「จะ＋動詞（句）」
❷ 意味： 「いつも（とかく）～する」
❸ 要点： 習慣、癖、好み、傾向を表す場合に用いる。

1. เวลาชาวบ้านต้องการคำแนะนำ จะไปปรึกษาพระที่วัด
   村民は助言が欲しいときはお寺に行って僧侶と相談する。
2. เวลาอาจารย์ยามาดะเมา จะร้องเพลง
   ヤマダ先生は酔っぱらったとき、いつも歌を歌う。
3. เมื่อก่อน ช่วงวันหยุดปีใหม่ ร้านต่าง ๆ จะปิดกันหมด
   昔は、お正月の間、お店は全部閉まります。

....

ชาวบ้าน 市民,村民． แนะนำ 助言をする． ปรึกษา 相談する． ร้องเพลง 歌を歌う． เมื่อก่อน 昔．
ปีใหม่ お正月．

⑫ ....ไม่อย่างนั้น....

❶ 文型： 「A ไม่อย่างนั้น B」
❷ 意味： 「Aをしなければならない、そうしないとBになる」「普通はA
をする。そうしないとBになる」
❸ 要点： Aという条件に従わないとBという結果になってしまうことを表
す。AとBは動詞（句）または文である。口語では「Aไม่งั้นB」
となる。

1. ก่อนนอนเขาต้องตั้งนาฬิกาปลุก ไม่อย่างนั้น ตอนเช้าไม่ตื่น
   寝る前に彼は目覚まし時計をセットしなければならない。そうしないと朝

第1課 สะอาดหรือสกปรก

　　起きれない。
2.นักศึกษาต้องได้หน่วยกิตครบ 140 หน่วยกิต ไม่ยังงั้นไม่จบ
　　学生は140単位を全部とらないといけない。そうしないと卒業できない。
3.คุณควรจะเอากล้องส่องทางไกลไปด้วย ไม่ยังงั้นมองไม่เห็นหรอก
　　双眼鏡を持っていくべきです。そうしないと見えないですよ。

นาฬิกาปลุก 目覚まし時計. ตั้งนาฬิกาปลุก 目覚まし時計をセットする. หน่วยกิต 授業の単位. ครบ 揃う. กล้องส่องทางไกล 双眼鏡. มองไม่เห็น 見えない.

⑬ แต่....

❶ 文型： 「動詞（句）＋แต่＋名詞（句）または動詞（句）」
❷ 意味： 「～しかしない」「～ばかりする」
❸ 要点： 後続する語句が示す人、動物、物事に行為や状態が限定されていることを強調する。

1.เวลาฉันดูทีวี ฉันดูแต่ข่าว รายการอื่นไม่เคยดู
　　私はテレビを見るとき、ニュースしか見ない。他の番組は見たことがない。
2.ตอนผมอยู่อเมริกา ทานแต่แฮมเบอเกอร์ทุกวัน
　　アメリカにいたとき、毎日ハンバーガーしか食べなかった。
3.ในร้านมีแต่ลูกค้าคนญี่ปุ่น
　　お店には日本人のお客さんしかいなかった。

ข่าว ニュース. รายการ 番組. ลูกค้า 商売上の客.

⑭ อย่าว่าแต่....เลย

- ❶ 文型： 「อย่าว่าแต่ A เลย, (B ก็....) 」
- ❷ 意味： 「Aだけではなく、（Bも〜）」
- ❸ 要点： AとBは動詞（句）または名詞（句）である。口語表現である。

1. อย่าว่าแต่คนญี่ปุ่นเลย คนไทยบางคนก็ทานทุเรียนไม่ได้
   日本人だけではなく、タイ人にもドリアンを食べられない人がいる。
2. อย่าว่าแต่นั่งรถเมล์เลย นั่งรถไฟก็เมา
   バスだけではなく、電車に乗っても酔う。
3. เด็กบางคนอย่าว่าแต่เข็มฉีดยาเลย แค่เห็นหมอก็ร้องไห้แล้ว
   子供には、注射の針だけではなく、医者を見るだけで泣いてしまう子もいる。

....

เมา 酔う．เข็ม 針．ฉีดยา 注射する．ร้องไห้ 泣く．

⑮ ....เดียว

- ❶ 文型： 「少ないことを表す語句＋เดียว」「単位＋เดียว」
- ❷ 意味： 「〜だけ」「わずか〜」
- ❸ 要点： 少なさを強調する。後続する文の動詞（句）の前にはก็を付ける。

1. นั่งเครื่องบินไปชั่วโมงเดียวก็ถึง
   飛行機ならわずか1時間で着く。
2. เป็นแผลนิดเดียวก็ต้องฆ่าเชื้อโรค
   ほんの少しだけ怪我をしても、消毒しないといけない。

第1課　สะอาดหรือสกปรก

3.รอไม่นานหรอก แป๊บเดียวก็เสร็จ

　　待つのは長くないよ。すぐ終わるよ。

เป็นแผล 怪我をする. ฆ่าเชื้อโรค 消毒する. แป๊บ すぐ,一瞬.

⑯ แค่....

❶ 文型：　　「แค่＋A」
❷ 意味：　　「Aだけで」「Aしかない」
❸ 要点：　　Aは少ない程度、低い程度を表す単位、または動詞(句）である。

1.ฉันแค่พูดเล่นเท่านั้น

　　私はただ冗談を言っただけです。

2.มีเวลาอีกแค่ 10 วันก็จะถึงวันกำหนดส่งแล้ว

　　提出の締め切りの日まであと10日間しかない。

3.ปีหน้าบริษัทประกาศรับสมัครพนักงานใหม่แค่ 2 คน

　　来年、会社は新入社員を2人しか公募しない。

วันกำหนดส่ง 提出の締め切り.ประกาศรับสมัคร 公募する.พนักงานใหม่ 新入社員.

⑰....เลย(จึง)....

❶ 文型：　　「主語＋เลย(จึง)＋動詞（句）」
❷ 意味：　　「〜だから、〜」「そのため〜」
❸ 要点：　　「AだからB」のような因果関係の文を作るのに、結果(B)の文の
　　　　　　動詞（句）の前に付ける。จึงは書き言葉的な表現であり、เลยは

口語的表現である。

1. วันนั้นเขาขับรถเร็วมาก เลยโดนตำรวจจับ

　その日、彼はスピードを出しすぎたので、警察に捕まった。

2. ปีที่แล้วฝนไม่ตกเลย เกษตรกรจึงเดือดร้อนมาก

　昨年は雨が全然降らなかったので、農家はとても困っていた。

3. วันนี้ผมขับรถมา เลยทานเหล้าไม่ได้

　今日僕は車で来たので、お酒を飲めません。

4. สองคนได้คะแนนเท่ากัน จึงต้องลงคะแนนเสียงใหม่

　2人の得票は同数です。そのため、再投票をする必要があります。

เกษตรกร　農民. เดือดร้อน　困る. ได้คะแนน　得点をとる. คะแนนเสียง　票. ลงคะแนนเสียง　投票する.

練習問題

練習 I　下記の質問に答えなさい。

1. พฤติกรรมของคนจีนกับคนไทยในการทานอาหารต่างกันอย่างไร
2. คนไทยสมัยก่อนตัดสินความสะอาดหรือสกปรกของคนอย่างไร
3. เกี่ยวกับเรื่องอาบน้ำ ซากุระกับมะลิไม่เหมือนกันตรงไหน
4. ถ้าไม่อาบน้ำตอนเช้า มะลิจะรู้สึกอย่างไร

第1課 สะอาดหรือสกปรก

練習 II

1 (a)～(q) の表現の中から5つ以上選んでタイ語で作文をしなさい。

2 1～18の単文のそれぞれの意味が通じるように、(a)～(q)の中の表現を1つ選んで下線の部分に入れなさい。

(a) (ใน)ขณะที่.... (b) ทั้ง....และ.... (c) (ไม่)กล้า....
(d) จนกระทั่ง.... (e) กลับ.... (f) สัก....
(g) ทำท่า.... (h) ไม่....บ้างหรือ (i) (ไม่)ควรจะ....
(j) ทำไมต้อง....ด้วยล่ะ (k) จะ.... (l) ....ไม่อย่างนั้น....
(m) แต่.... (n) อย่าว่าแต่....เลย (o) ....เดียว
(p) แค่.... (q) ....เลย....

1. ผักพวกนี้ใส่ยาฆ่าแมลงมาก ฉัน_____กิน
2. ใคร ๆ ก็รู้ว่า_____ใส่เสื้อสีแดงไปงานศพ
3. ทาโรชอบอากาศเย็นและชอบหน้าหนาว_____จิโร ชอบอากาศอุ่น และชอบหน้าร้อน
4. ฉันเตือนเขาแล้ว เขาไม่เชื่อ_____ เชื่อคนขายเลยถูกหลอก
5. กินข้าวผัดทุกวัน _____ เบื่อ____
6. ฮานาโกะรอ_____ฝนหยุด จึงขับรถกลับบ้าน
7. ถ้าไข้ขึ้นสูง_____ พาไปหาหมอ ดีกว่าซื้อยามาทานเอง
8. จิโร_____เลียนแบบนักร้องคนนั้นได้เหมือนมาก
9. เสื้อผ้าแบบนี้ใส่ได้ _____ผู้หญิง_____ ผู้ชาย
10. ขอถุงกระดาษใหญ่ ๆ _____ ใบได้ไหม
11. เมื่อวานนี้ฝนตก การแข่งขัน _____ งด

12.ถ้าหิมะตก ถนน_____ลื่น
13.ผมต้องใส่แว่นตา_____อ่านหนังสือไม่ได้
14.ฉันไปสาย ทุกคนทานเสร็จแล้ว เหลือ_____ไก่ทอดอยู่ชิ้น__
15.ระยะทาง_____200 เมตร คนไทยก็ไม่ยอมเดิน
16.เขาเป็นลูกคน_____ของพ่อแม่ เลยถูกตามใจมาแต่เด็ก
17.การ์ตูนเรื่องนี้_____เด็ก_____ผู้ใหญ่ก็ดูสนุก
18.เรื่องแค่นี้_____ปิดเป็นความลับ_____

ยาฆ่าแมลง 農薬,殺虫剤. งานศพ 葬式. อากาศอุ่น 暖かい気候. เตือน 注意する,警告する. เชื่อ 信じる. หลอก 騙す. ข้าวผัด 焼きめし. เบื่อ 飽きる. ไข้ 熱. เลียนแบบ 真似る. นักร้อง 歌手. ถุงกระดาษ 紙袋. ใบ [紙袋の類別詞] ~つ. การแข่งขัน 試合. หิมะ 雪. หิมะตก 雪が降る. ลื่น 滑る. แว่นตา 眼鏡. ไปสาย 遅刻する. เสร็จ 終わる. เหลือ 残る. ไก่ทอด フライドチキン. ชิ้น [フライドチキンの類別詞] ~個. ระยะทาง 距離. เมตร メートル. ตามใจ 甘やかす. การ์ตูน 漫画,アニメ. ผู้ใหญ่ 大人. ปิดเป็นความลับ 秘密にする.

練習Ⅲ タイ語に訳しなさい。

1. 女性は外で働く。それに対し、男性は家にいてお酒を飲んだり闘鶏を楽しんだりしている。
2. 普通、この辺は夜、人通りがないので、夜私は1人で歩く勇気がない。
3. 私は彼が帰ってくるまでずっと待っていた。
4. 僕が1ヶ月休みを取ると言ったら、上司は不満そうだった。
5. あなたは全然遅刻したことがないの?
6. あなたが悪いのだから、彼女に謝るべきだ。
7. 電車の中で携帯電話を使うべきではない。

第1課 สะอาดหรือสกปรก

8. 渋滞の時、車より歩いた方がかえって早く着く。
9. 姉も弟も頭がいいです。2人とも有名な大学に入った。
10. この本はせめて1週間でも貸してもらえないでしょうか。
11. コートはなぜ2枚も持っていかなければならないのですか。
12. 私は分からないことがあると、いつも彼女に聞きました。
13. 私はご飯を2杯食べなければならない。そうしないと満腹にならない。
14. アメリカに留学したとき、ステーキばかり食べていた。
15. 走るだけではなく、歩くのも好きではない。
16. お正月の間、私は1日しか休めなかった。
17. 今年のボーナスは1万円しかもらわなかった。
18. 台風が来たから、飛行機が欠航した。

....

外で働く ทำงานนอกบ้าน . 闘鶏を楽しむ เล่นชนไก่ . 人通りがない ไม่มีคนเดิน . 休みを取る ลาหยุด . 謝る ขอโทษ . 携帯電話 โทรศัพท์มือถือ . 渋滞 รถติด . 姉 พี่สาว . 弟 น้องชาย . 頭がいい หัวดี . 有名な มีชื่อ . ～週間 .... อาทิตย์ . 貸してくれる ขอยืม . コート โค้ท . 枚 [衣類の類別詞] ตัว . ～杯 ..... ถ้วย . 満腹になる รู้สึกอิ่ม . 留学する ไปเรียน . ステーキ สเต๊ก . 走る วิ่ง . お正月の間 ช่วงปีใหม่ . 休む หยุด . ボーナス โบนัส . もらう ได้, ได้รับ . 台風が来る ไต้ฝุ่นเข้า . 飛行機 เครื่องบิน . 欠航する งดบิน .

第 2 課　วันที่ฝนตก

読解：バンコクの雨の日の状況、人々の暮らし、行動などから、日本との違いを理解する。

作文：人や物事の「動き」についての表現と使い方を理解し、自分のまわりの出来事を説明する。

ฝน①เริ่มตกมาได้ 1 ชั่วโมงแล้ว ②ยังไม่มีทีท่าว่าจะหยุดเลย ถ้ายังตกอยู่เช่นนี้ต่อไปอีกสัก 20-30 นาที น้ำ③ต้องท่วมแน่ ๆ คนที่เข้ามาหลบฝนอยู่ที่ศาลารอรถเมล์แห่งนี้เริ่มกระสับกระส่าย ทุกคนมองไปทางต้นทางที่รถเมล์จะมา ④นาน ๆ ทีจะมีรถเมล์ที่รอจะขึ้นเข้ามาจอดเทียบสักคัน แต่แต่ละคันก็มีผู้โดยสารเต็มเพียบจน⑤แทบจะแทรกตัวขึ้นไปไม่ได้อีก แต่ถึงกระนั้น คนที่รอคอยรถเมล์อยู่ก็ไม่อยาก⑥ปล่อยให้พลาดโอกาสนั้นไป เพราะถ้า⑦ไม่ยอมเบียดแทรกเข้าไป เมื่อไร⑧จะได้กลับบ้านก็ไม่รู้....ฝนตกกระหน่ำลงยิ่งกว่าเดิม น้ำฝนเจิ่งนองบนถนนรถเริ่มเคลื่อนช้า⑨ลงเรื่อย ๆ ตรงข้ามกับที่ปัดน้ำฝนที่กำลังทำงานอย่างขวักไขว่ รถเมล์เบอร์ 66 ซึ่งโผล่พ้นหัวมุมถนนนั้นมาได้ประมาณ 20 นาทีแล้ว⑩เพิ่งจะคลานมาจอด....ไม่มีคนลง คนที่หลบฝนอยู่กว่า 10 คนกรูกันไปจะขึ้น แต่⑪แม้แต่บันไดรถขั้นล่างสุดก็มีผู้โดยสารยืนห้อยอยู่แล้ว 2 คน แน่นอนตัวเปียกชุ่มไปด้วยน้ำฝน หญิงวัยกลางคนคนหนึ่ง⑫ตั้งท่าจะแทรกขึ้นไปเป็นคนที่3 เสียงกระเป๋าตะโกนลงมาว่า "รอคันหลังเถอะครับ" ⑬ยังไม่ทันขาดคำ หญิงคนนั้นก้าวขึ้นบันไดขั้นล่างสุดนั้นพร้อม ๆ กับที่รถเมล์เคลื่อนตัวออกจากป้าย.....

ซากุระ – เมื่อวานนี้ เราเห็นผู้หญิงคนนึงขึ้นรถเมล์ ⑭เกือบตกแน่ะ

มะลิ　 – รถแน่นเหรอ

ซากุระ – ใช่ ฝนตก รถติด รถไม่ค่อยมา ⑮พอมาคนก็กรูกันไปขึ้น

มะลิ　 – รถเมล์⑯เลยแน่น

ซากุระ – ใช่ แกคงคิดว่าจะรอคันต่อไป เมื่อไรจะมาก็ไม่รู้ ⑯เลยรีบ
　　　　เบียดขึ้นไปมั้ง

ฝนตก 雨が降る. หยุด (雨が) 止む. ....อยู่เช่นนี้ このまま～. .....ต่อไป 続けて～. น้ำท่วม 洪水になる. หลบฝน雨宿りする. ศาลารอรถเมล์ バスの待合室. กระสับกระส่าย 落ち着かない,イライラする. ต้นทาง ～来る方向. จอดเทียบ ～に停まる. คัน ～台 . แต่ละ 各～. ผู้โดยสาร 乗客 . เต็มเพียบ 超満員 . แทรกตัว 間に入る. แต่ถึงกระนั้น ～にもかかわらず. รอคอย 待つ. พลาดโอกาส 機会を逃す. เบียดแทรก ～の中に押し入る.กลับบ้าน 家に帰る. (ฝน)กระหน่ำ (雨が) 強く降る. ยิ่งกว่าเดิม (元の状態) 以上に. น้ำฝน 雨水. เจิ่งนอง あふれる. ถนน 道路. เคลื่อน 動く. ตรงข้ามกับ....～と対照的に. ที่ปัดน้ำฝน ワイパー. อย่างขวักไขว่ 忙しく～.โผล่ 姿を現す. พ้น 過ぎる. มุมถนน 道路の曲がり角. คลาน 這う. กรู いっせいに (走っていく) . บันได 階段. ขั้น (階段の) 段. ล่างสุด 一番下. ห้อย ぶら下がっている. แน่นอน もちろん. ตัว 体. เปียกชุ่ม びっしょり濡れている. วัยกลางคน 中年層. เสียง 声,音. กระเป๋า (バスの) 車掌. ตะโกน 叫ぶ. ....หลัง 次の,後の. ขาดคำ 言い終わる. พร้อมๆ กับ ～と同時に. ป้าย バスの停留所. ตก 落ちる. แน่น 混む.

文法＆表現

①เริ่ม....มาได้....

❶ 文型：　「「(เริ่ม) A มาได้ B 」

❷ 意味：　「Aをし始めてからBになる」

❸ 要点：　ある出来事の時間的な経過を表す表現である。Aは具体的な出来事を表す動詞（句）であり、B　が始まった時点から現在までの間を表す期間、または時間である。

1.ฮานาโกะเริ่มเรียนภาษาไทยมาได้ 6 เดือนเท่านั้นแต่พูดได้เก่งเหมือนคนไทยเลย

ハナコはタイ語を勉強し始めてからたった6ヶ月だが、タイ人のように流暢にしゃべれる。

2.สนามบินแห่งนี้เริ่มก่อสร้างมาได้ 5 ปีแล้ว แต่ยังเสร็จไม่ถึงครึ่งหนึ่งของที่วางแผนไว้

この空港は建設し始めてからもう5年になるが、まだ計画の半分もできていない。

3.หนังเริ่มฉายมาได้ 20 นาทีเท่านั้น ทาโรนั่งหลับแล้ว

映画の上映が始まってから20分しか経っていないのに、タロウはもう寝てしまっています。

สนามบิน 空港. ก่อสร้าง 建設する. เสร็จ 完成する. ครึ่งหนึ่ง 半分.วางแผน 計画する.หนัง 映画. ฉาย 放映する,上映する.หลับ 眠る.

②มีทีท่าว่าจะ.....

❶ **文型：**　「มีทีท่าว่า A จะ＋動詞（句）」

❷ **意味：**　「Aは～しそう」「Aは～する気配がある」「Aは～になりそう」

❸ **要点：**　ある事の様子、雰囲気から特定の出来事を予想、予測する。

1.ตำรวจพยายามหาตัวคนร้าย แต่ยังไม่มีทีท่าว่าจะเจอ

警察は犯人を一所懸命探しているが、まだ見つける様子はない。

2.ฮานาโกะกับสามีทะเลาะกันบ่อย และมีทีท่าว่าจะหย่ากันในไม่ช้านี้

ハナコと夫はよく喧嘩をしていて、近いうちに離婚することになりそう

です。

3.การแข่งขันเริ่มมาได้สี่ชั่วโมงแล้ว แต่ยังไม่มีทีท่าว่าใครจะเป็นฝ่ายชนะ

試合が始まってからもう4時間たっているが、まだどちらが勝つか予想できない。

ตำรวจ 警察. พยายาม 努力する,一所懸命に～する. หา 探す. คนร้าย 犯人. เจอ 見つける. สามี 夫. ทะเลาะ 喧嘩する. หย่า 離婚する. ในไม่ช้านี้ 近い内に. การแข่งขัน 試合.ฝ่าย 側. ชนะ 勝つ.

③ต้อง ....แน่ ๆ

❶ **文型：**　「ต้อง+動詞（句）+แน่ ๆ」

❷ **意味：**　「きっと～」

❸ **要点：**　予想、予測、推測される出来事に対する自信や確実性を強調する表現である。

1.รถคันนี้สวยมาก ต้องแพงแน่ ๆ

この車はとてもきれいなので、きっと高いと思います。

2.ทาโรต้องรู้แน่ ๆ ว่าเพื่อนของเขาทุจริตในการสอบ

友達が不正をしていることをタロウはきっと知っているに違いない。

3.ถ้าฮานาโกะส่งรูปนี้เข้าประกวด จะต้องได้รางวัลแน่ ๆ

ハナコがこの写真をコンクールに出したらきっと入賞すると思う。

ทุจริต 不正をする. การสอบ 試験,試験を受けること. ส่ง....เข้าประกวด コンクールに出す.รูป 写真,絵. รางวัล 賞.

④นาน ๆ ทีจะ....

❶ 文型：　「นาน ๆ ทีจะ＋動詞（句）」

❷ 意味：　「ときたま～」

❸ 要点：　文末に「สักคน（1人ぐらい）」「สักวัน（1日ぐらい）」「สักคัน　（1台ぐらい）」などのように「少ない」ということを強調する「สัก....」が付いてくる場合が多い。

1.แถวนี้เปลี่ยวมาก นาน ๆ ทีจะเห็นคนเดินมาสักคน

この辺は人影が少ない。ときたま（1人ぐらい）人（が歩いているの）が見える。

2.คุณปู่แข็งแรงมาก ไม่ค่อยเจ็บไข้ นาน ๆ ทีจะเป็นหวัดสักหน

お祖父さんはとても健康で、あまり病気はしない。（でも）ときたま風邪をひきます。

3. ฮานาโกะไม่ค่อยสนใจเรื่องการแต่งตัว นาน ๆ ทีจะซื้อเสื้อยืดสักตัว

ハナコはあまりおしゃれに興味を持っていない。ときたまTシャツを1枚ぐらい買うだけ。

แถวนี้ この辺. เปลี่ยว 人影がない. แข็งแรง 健康である,元気である.เจ็บไข้ 病気である.สนใจ 関心を持つ,興味を持つ. การแต่งตัว 服装,着飾る. เสื้อยืด Tシャツ.

⑤แทบ(จะ)ไม่...

❶ 文型：　「แทบจะไม่＋動詞（句）」

❷ 意味：　「ほとんど～ない」「もう少しで～ができなかった」

❸ 要点：　「นอนหลับ　（眠れる）」「กินหมด　（全部食べる）」のような二語連続動詞、または動詞と副詞がある動詞句の場合

は、後続動詞または副詞の前に付けることが普通である。主観的に用いられる場合もある。

1.งานที่บริษัทยุ่งมาก แทบจะไม่มีเวลาทำอย่างอื่น

会社の仕事はとても忙しい。他のことをする時間がほとんどない。

2.ทาโร่สั่งอาหารมาก กินแทบไม่หมด

タロウは料理をたくさん注文した。もう少しで全部食べられないところだった。

3.เสียงประกาศค่อยมาก ฟังแทบไม่ได้ยิน

アナウンスの声は非常に小さかったので、ほとんど聞こえなかった。

ยุ่ง 忙しい.อย่างอื่น 他のこと.สั่ง 注文する. ประกาศアナウンス. ค่อย（音、声が）小さい.

⑥ปล่อยให้...

❶ **文型：** 「ปล่อยให้＋動詞（句）または文」

❷ **意味：** 「ほったらかして～させる」「自由に～させる」「～に任せる」

❸ **要点：** 無関心や無関与を表すこともあるし、干渉せずに任せるということを表すこともある。

1.เรื่องนี้ไม่ต้องห่วง ปล่อยให้เป็นหน้าที่ของผมเถอะ

このことは心配しないで、僕（の責任）に任せてください。

2.อย่าปล่อยให้ลูกอยู่บ้านคนเดียวนะ

子供を1人で留守番させないでください。

3.อย่าปล่อยให้เป็นมากกว่านี้ ไปหาหมอเถอะ

第2課　วันที่ฝนตก

これ以上ほったらかしにしないで、医者に診てもらってください。

ห่วง 心配する. หน้าที่ 義務,責任. อยู่บ้าน 家にいる,留守番する. คนเดียว 1人だけ,独りぼっち. หาหมอ 医者に診てもらう.

⑦ ยอม...

❶ **文型**：　「ยอม＋動詞（句）」

❷ **意味**：　「抵抗せずに〜する」「仕方なく〜する」

❸ **要点**：　ある特定の依頼、指示、助言、強制、事情、規則、習慣に応じて従うことを表す表現である。応じない、従わない場合は「ไม่ยอม....」を用いる。

1. ฉันยอมเสียภาษีให้รัฐได้ แต่จะไม่ยอมติดสินบนเจ้าหน้าที่ศุลกากร
   私は国に税金を納めることができますが、税関の職員に賄賂を贈ることはできません。
2. พ่อยอมให้ฉันซื้อรถแล้ว แต่ยังไม่ยอมให้ขับไปเที่ยวไกล ๆ
   父は車を買わせてくれましたが、遠くまで乗っていくことはまだ許してくれません。
3. เราไปช้า ไม่มีที่นั่ง ก็เลยต้องยอมยืนดู
   我々は遅く行ったので席がなく、仕方なく立って見ていました。

ภาษี 税金. เสียภาษี 税金を払う. รัฐ 国. ติดสินบน 賄賂を贈る. เจ้าหน้าที่ 役員、職員. ศุลกากร 税関. ไกล 遠い. ที่นั่ง 席.

⑧ ...จะได้...

❶ 文型： 「A จะได้ B」

❷ 意味： 「BになるようにAをする」

❸ 要点： ある行動をすることにより望んでいる結果を得る、または目標に到達する可能性があることを表す。Aは具体的な行動を表す文または動詞（句）、Bは望んでいる結果または目標を表す動詞（句）である。

1. เราจะออกเดินทางแต่เช้า รถจะได้ไม่ติด

車の渋滞に遭わないように、我々は朝早くから出発します。

2. คุณต้องพูดภาษาไทยบ่อย ๆ จะได้เก่งเร็ว ๆ

あなたはタイ語をしょっちゅう話さないといけない。そうすると早く上手になるよ。

3. อย่าใส่พริกนะ เด็กจะได้ทานได้ด้วย

子供も食べられるように、唐辛子を入れないでください。

....

ออกเดินทาง 出発する. ใส่ 入れる. พริก 唐辛子.

⑨ ...ลง (ขึ้น) เรื่อย ๆ

❶ 文型： 「状態を表す動詞（句）+ ลง(ขึ้น)เรื่อย ๆ」

❷ 意味： 「ますます～になる」「だんだん～なる」

❸ 要点： 状態の変化を表す。「มาก 多い」、「อ้วน 太い」、「สวย 美しい」のように程度や数量が大きい、または望んでいる状態を表す言葉の後ろには「ขึ้น」を付け、その反対は「ลง」を付ける。さらに、「ขึ้น」または「ลง」に「เรื่อย ๆ」ま

第2課　วันที่ฝนตก

たは「ทุกวัน」が後続すると、「ますます〜になる」、または「だんだん〜になる」という意味合いで、その変化の進行を表す。

1.พอเข้าเดือนกันยายน อากาศจะเย็นลงเรื่อย ๆ

　9月に入ると、だんだん冷えてくる。

2.ราคาสินค้าแพงขึ้นเรื่อย ๆ

　物価がだんだん高くなっている。

3.เด็ก ๆ โตขึ้นทุกวัน

　子供達はだんだん大きくなっている。

4.พ่อแม่แก่ลงทุกวัน

　親はますます年をとっていく。

เดือนกันยายน 9月. อากาศ 気候. เย็น 涼しい,冷える. ราคาสินค้า 物価. โต 大きい. แก่ 老いる.

⑩เพิ่ง(จะ)....

❶ **文型**：　　「เพิ่ง(จะ)＋動詞（句）」

❷ **意味**：　　「やっと〜するようになった」

❸ **要点**：　　努力し、時間をかけて、ようやく望んでいる結果あるいは目標に到達した場合に用いられる。

1.ผมเก็บเงินมา 10 ปี เพิ่งจะซื้อรถได้

　僕は10年も貯金してきて、やっと車を買えるようになった。

2.ทาโรสอบใบขับขี่มา 3 ครั้งแล้ว ครั้งนี้เพิ่งจะสอบได้

タロウは運転免許の試験を3回も受けて、（今回）やっと通った。

3.ผมไปเมืองไทยมาหลายครั้งแล้ว ครั้งนี้เพิ่งจะได้เห็นช้าง

私は何回もタイへ行ったことがあるが、今回やっと象を見ることができた。

....

เก็บเงิน お金を貯める,貯金する. สอบ 試験を受ける,試験をする. ใบขับขี่ 運転免許証.

⑪ แม้แต่....

❶ 文型： 「แม้แต่＋名詞（句）」

❷ 意味： 「〜でさえ」

❸ 要点： 主語として用いられる場合、動詞（句）には「ยัง」が先行するのが普通である。

1.วันนี้ยังไม่ได้ทานอะไรเลย แม้แต่ข้าวสักเม็ด

今日はまだ何も食べていない。ご飯一粒も。

2.ตัวหนังสือไทยยาก แม้แต่คนไทยยังเขียนผิด

タイの文字は難しい。タイ人でさえ間違って書く。

3.หนังสือเล่มนี้ง่ายมาก แม้แต่เด็กยังอ่านรู้เรื่อง

この本はとても易しい。子供でさえ読んだら分かる。

....

เม็ด 粒. ตัวหนังสือ 文字. เขียน 書く. ผิด 間違う. อ่านรู้เรื่อง 読んで分かる.

⑫ ตั้งท่าจะ(ทำท่าจะ)....

❶ 文型： 「ตั้งท่าจะ(ทำท่าจะ)＋動詞（句）」

第2課　วันที่ฝนตก

❷ **意味**：　　「～しそう」「～しようとする」
❸ **要点**：　　人や動物、または物事の様子の変化を予測する表現である。

1. ฝนตั้งท่าจะตกตั้งแต่เช้าแล้ว

　　雨が朝から降りそうです。

2. เด็กตกใจ ทำท่าจะร้องไห้

　　子供がびっくりして、泣きそうでした。

3. แมวเห็นหมา ทำท่าจะวิ่งหนี

　　猫は犬を見て、逃げようとした。

....

ตกใจ びっくりする, 驚く. ร้องไห้ 泣く. แมว 猫. หมา 犬. วิ่งหนี 逃げ出す.

⑬ ยังไม่ทัน....

❶ **文型**：　　「ยังไม่ทัน＋動詞（句）」
❷ **意味**：　　「まだ～していない(のに)～」
❸ **要点**：　　目標、または目的の行動をまだ行なっていないのに、望まない意外な出来事が起こってしまうことを表す。望まない意外な出来事を表す文が後続することが多い。

1. เสื้อตัวนี้ซื้อมายังไม่ทันใส่เลย กระดุมหลุดแล้ว

　　この服は買ってきてからまだ着ていないのに、ボタンが取れてしまった。

2. ผมยังไม่ทันขึ้นเลย รถเมล์ออกแล้ว

　　僕がまだ乗っていないのに、バスは出ていってしまった。

3. ยังไม่ทันหายไอเลย เขาสูบบุหรี่อีกแล้ว

　　咳がまだ治っていないのに、彼はまたタバコを吸っている。

กระดุม ボタン. หลุด 外れる.หาย 治る. ไอ 咳,咳をする.

⑭ เกือบ(จะ)....

- ❶ 文型： 「เกือบ(จะ) +動詞（句）」
- ❷ 意味： 「もう少しで～するところだ」「ほとんど～」
- ❸ 要点： 動詞（句）で表されている動作や状態がまさにそうなろうとしている状態を客観的に説明する場合に用いられる。

1.เมื่อคืนนี้ ประชุมจนดึก ฉันเกือบตกรถไฟเที่ยวสุดท้าย
　夕べ遅くまで会議をして、私はもう少しで終電に乗り損なうところだった。
2.หมอกลงหนามาก มองทางข้างหน้าเกือบจะไม่เห็น
　霧が濃いので、前方をほとんど見えなかった。
3.ไม่สบายคราวนั้น ฉันเกือบตาย
　あの時の病気で、私はもう少しで死ぬところだった。

ประชุม 会議（する）. ดึก（夜）遅い. ตกรถไฟ 電車に乗り損なう . เที่ยวสุดท้าย 最終便. หมอก 霧．หนา 厚い，（霧が）濃い．มอง 眺める．ทางข้างหน้า前方．ไม่สบาย 病気である．

⑮ พอ....ก็....

- ❶ 文型： 「พอ A ก็ B」
- ❷ 意味： 「AをするとすぐBになる」
- ❸ 要点： 1. 2つの出来事がほぼ同時に起こった。
　　　　　 2. 関連している2つの出来事における必然性を表す。Aは少し

先に起こる出来事を表す節であり、B は引き続いて起こる出来事を表す節である。พอはA節の前に、ก็はB節の動詞（句）の前に付ける。พอが省略されることもある。

1.เมื่อวานนี้ผมเหนื่อยมาก (พอ)กลับถึงบ้านก็นอน

昨日、僕はとても疲れたので、家に帰ったらすぐ寝た。

2.พอฝนตก น้ำก็ท่วม

1．雨が降ったら、すぐ洪水になった。

2．雨が降ると、（必ず）洪水になる。

3.พอฝนตก ดอกซากุระก็ร่วง

1．雨が降った（途端）、桜の花が落ちた。

2．雨が降ったら、（必ず）桜の花が落ちる。

เหนื่อย 疲れる . ท่วม あふれる . น้ำท่วม 洪水になる . ร่วง 落ちる .

⑯ ....เลย....　　⇨ 第１課を参照。

練習問題

練習 I

1.ปัญหาอย่างหนึ่งของกรุงเทพฯในวันที่ฝนตกหนัก คืออะไร

2.ลองจินตนาการเหตุการณ์หลังจากหญิงวัยกลางคนคนนั้นขึ้นรถเมล์ แล้วเขียนเป็นภาษาไทย ความยาวไม่เกิน 30 คำ

ปัญหา 問題. จินตนาการ 想像する. เหตุการณ์ 出来事,事件.ความยาว 長さ. ไม่เกิน 超えない. คำ 語.

練習 II

1 (a)〜(q) の表現の中から5つ以上選んでタイ語で作文をしなさい。

2 1〜17の単文のそれぞれの意味が通じるように、(a)〜(q) の中の表現を1つ選んで下線の部分に入れなさい。

(a) เริ่ม....มาได้....　　(b) มีทีท่าว่าจะ....　　(c) ต้อง....แน่ ๆ
(d) นาน ๆ ทีจะ....สัก....　(e) แทบจะไม่....　　(f) ปล่อยให้....
(g) (ไม่)ยอม....　　(h) ....จะได้....　　(i) ....ลงเรื่อย ๆ
(j) ....ขึ้นเรื่อย ๆ　　(k) เพิ่งจะ....　　(l) แม้แต่....
(m) ตั้งท่าจะ(ทำท่าจะ)....　(n) ยังไม่ทัน....　　(o) เกือบจะ....
(p) พอ....ก็....　　(q) ....เลย....

1. แถวนี้เงียบสงบ_____ มีรถแล่นผ่านมา_____ คัน
2. พ่อป่วยหนัก หมอสั่งให้งดเหล้ากับบุหรี่ พ่อ_____งดเหล้า แต่_____งดบุหรี่
3. ตั้งแต่เลิกสูบบุหรี่ พ่ออาการดี_____
4. ตึกหลังนี้สร้างมา 40 ปีแล้ว_____พังลงมาในวันนี้พรุ่งนี้
5. ฉัน_____เรียนภาษาไทย_____สองเดือนแล้ว
6. เดี๋ยวนี้ผมยุ่งมาก_____มีเวลาอ่านหนังสือพิมพ์

7.พูดช้า ๆ หน่อยซีคะ ฉัน__________ฟังทัน
8.ฉันรู้จักคาโอริมาห้าปีแล้ว__________รู้ว่าเขาไม่ใช่ผู้หญิง
9.วิทยุเครื่องนี้เพิ่งซ่อมมา__________ใช้เลย เสียอีกแล้ว
10.ถ้าคุณซื้อแอปเปิ้ลไปฝากเพื่อนคนไทย เขา_______ดีใจ_____
11.ทาโรไม่ถูกกับเจ้านาย และ__________โดนย้ายไปอยู่สาขาอื่น
12.คุณไม่ควร__________น้ำหนักขึ้นมากนัก
13.ราคาตั๋วเครื่องบินถูก _______
14.ข้าวแกงกะหรี่จานนี้เผ็ดมาก__________คนไทยยังทานไม่ได้
15._____เห็นตำรวจ ขโมย _____วิ่งหนี
16.เมื่อเช้าฉันตื่นสาย ______ไม่ได้ทานข้าวเช้ามา ตอนนี้หิวมาก
17.ลูกที่เขายิงเมื่อกี้________เข้าประตู

เงียบสงบ 静かな.แล่น （車が）走る.ป่วยหนัก 重い病気をする.งด 止める，中止する.เหล้า お酒.เลิก 完全に止める.อาการ 症状.ตึก ビル.พัง 壊れる.หนังสือพิมพ์ 新聞.ฟังทัน 聞き取れる.วิทยุ ラジオ.ซ่อม 修理する.เสีย 壊れる.แอปเปิ้ล リンゴ.ซื้อ....ไปฝาก.... ～のお土産に～を買っていく.ไม่ถูกกับ.... ～と仲が悪い.ย้าย 転勤する,引っ越しする.สาขา支店.น้ำหนัก 体重.ตั๋วเครื่องบิน 航空券.ข้าวแกงกะหรี่ カレーライス.เผ็ด 辛い.ตำรวจ 警察.ขโมย 泥棒. วิ่งหนี 逃げる.ตื่นสาย 朝寝坊をする.ลูก（サッカー）ボール.ยิง（サッカー）シュート.เมื่อกี้先ほど.เข้าประตู （サッカー）ゴールに球が入る.

練習Ⅲ

1. ヤマダさんは、タイ語を勉強し始めてからまだ1ヶ月だけですが、もうやめました。

2. 今日の試合は象のチームが勝ちそうです。
3. こんなに曇っているので、きっと雨が降る。
4. ジロウはたまに映画を観に行きます。
5. このお茶は買ってきてからほとんど飲んでいない。
6. 服の繕いはプロに任せた方がきちんとできる。
7. 辛い料理しかないが、食べなければならない。
8. 歩きやすいように僕は運動靴を履いていきます。
9. 3月に入ったらだんだん暖かくなります。
10. 彼らに出会ってからもう2年になりましたが、この間やっと彼らが恋人同士であることが分かりました。
11. 最近彼はとても忙しい。新聞を読む時間さえない。
12. 父はまた飲みそうだったので、我々は止めなければならなかった。
13. この本は、まだ最後まで読んでいないのに、返さなければならない。
14. あの犬はもう少しで車に轢かれるところだった。
15. 初任給をもらった途端、彼はすぐスーツを買いに行った。
16. 高いスーツを買ったので、もらった給料は残らなかった。

....

止める เลิก . 試合 การแข่งขัน . 象 ช้าง . チーム ทีม . 勝つ ชนะ . 曇る ครึ้ม . 服の繕い ซ่อมเสื้อผ้า . プロ ช่าง . きちんと เรียบร้อย . 運動靴 รองเท้าผ้าใบ . この間 เมื่อเร็วๆ นี้ . 恋人同士である เป็นแฟนกัน. 忙しい ยุ่ง. 新聞 หนังสือพิมพ์. 止める ห้าม . 返す คืน . 車に轢かれる ถูกรถชน. 初任給 เงินเดือนเดือนแรก. 給料 เงินเดือน . 残る เหลือ .

第3課　ดอกไม้กับความเชื่อ

読解： 花に対する意識と考えは国や文化によって違う。タイ人はどんな花をプラスに評価し、どんな花をマイナスに評価するのか。その理由となる歴史的背景、迷信的な根拠についても理解する。

作文： 日本の花々とその特徴、そして、それぞれの花に対する日本人の価値観や考えに触れた内容の文章を作る。

　　　　โดยทั่วไป คนไทยถือว่าดอกบัว เป็นสัญลักษณ์ของพุทธศาสนา จึงใช้เป็นดอกไม้หลักในการบูชาพระ ดอกบัวในเมืองไทยมีมากมายหลายชนิด และมีชื่อเรียกต่าง ๆ กันไป และชื่อเหล่านั้นก็มักนำไปตั้งชื่อให้ลูกสาว เช่น บัวเผื่อน บัวผัน ปทุม ปัทมา บงกช เป็นต้น

　　　　ดอกมะลิเป็นเครื่องหมายของความบริสุทธิ์ เปรียบได้กับความรักของแม่ คนไทยจึงใช้เป็นดอกไม้ให้แม่ในวันแม่ ①ส่วนดอกซ่อนกลิ่นเป็นดอกไม้สีขาวเช่นกัน แต่ตามปกติคนไทยจะใช้ดอกไม้ชนิดนี้ในงานศพเท่านั้น ไม่นิยมนำไป②เป็นของขวัญให้ใคร เวลาพูดถึงดอกซ่อนกลิ่นจึง③ชวนให้นึกถึงความตาย ส่วนดอกลั่นทมเป็นดอกไม้ที่สีสวย กลิ่นก็หอม แต่จะเห็นปลูก④ตามวัดหรือสถานที่ราชการต่าง ๆ ไม่มีใครนำมาปลูกในบ้าน เพราะคำว่า "ลั่นทม" ออกเสียงคล้ายกับ "ระทม" ซึ่งคนไทยถือว่าไม่เป็นมงคล

　　　　นอกจากนี้ยังมีดอกไม้อีกชนิดหนึ่งที่รูปและสีสันสวยงาม แต่คนไทย⑤ค่อนข้างมีอคติกับดอกไม้ชนิดนี้ ⑥ทั้ง ๆ ที่ชาวมาเลย์ถือเป็นดอกไม้ประจำชาติ และชาวเกาะต่าง ๆ ในมหาสมุทรแปซิฟิกนิยมนำมาประดับร่างกาย ดอกไม้ชนิดนั้นคือ "ดอกชบา" คนไทยรับเอาคติความเชื่อเกี่ยวกับดอกชบามาจากอินเดียตั้งแต่สมัยสุโขทัย อินเดียใช้ดอกชบาบูชาเจ้าแม่กาลี ร้อยเป็นพวงมาลัยสวมคอนักโทษประหาร กฎหมายไทยในสมัยอยุธยาระบุไว้ว่า　ใช้ดอกชบาสีแดงทัดหูประจานหญิงแพศยา ด้วยเหตุนี้คนไทยจึงไม่นิยมดอกชบานัก⑥ทั้ง ๆ ที่ดอกสวย และสีสดใส

43

ซากุระ – วันนี้วันเกิดคุณแม่มะลิใช่ไหม เราซื้อดอกไม้มาให้เป็นของขวัญคุณแม่

มะลิ – เหรอ คุณแม่⑦ต้องดีใจแน่ ๆ ⑧ขอดูหน่อยสิดอกอะไร....ซากุระไปซื้อมาจากไหน.... ดอกซ่อนกลิ่น คนไทยถือว่าเป็นดอกไม้งานศพนะ

ซากุระ – ตายล่ะ ขอโทษจริง ๆ เราไม่รู้ เห็นสีขาวและสวยเลยซื้อมา

โดยทั่วไป 一般的. ดอกบัว ハスの花. สัญลักษณ์ 印.หลัก 主な. บูชา 供える.ชนิด 種類. บัวเผื่อน ブア・プアン（ハスの花の一種）. บัวผัน ブア・パン（ハスの花の一種）.ปทุม パトゥม（ハスの花の一種）. ปัทมา パタマー（ハスの花の一種）. บงกช ボンコット（ハスの花の一種）. เครื่องหมาย 印,標識. ความบริสุทธิ์ 純粋さ. ดอกซ่อนกลิ่น ドーク・ソーンクリン（ヒガンバナ科の花）.งานศพ葬式.ของขวัญプレゼント.ความตาย死.ดอกลั่นทมドーク・ラントム（キョウチクトウ科の花）. กลิ่น 匂い,香り. หอม いい香り. สถานที่ราชการ 官庁. ปลูก 植える. ออกเสียง 発音する. คล้าย 似る. ระทม 悲しむ. ไม่เป็นมงคล 不吉. รูป 姿. สีสัน 色彩. อคติ 偏見. ประจำชาติ 国の. ชาวเกาะ 島の人. มหาสมุทรแปซิฟิก 太平洋. นิยม 好む. ประดับ 飾る. คติความเชื่อ 信仰. ดอกชบา ハイビスカス. สมัยสุโขทัย スコータイ時代. เจ้าแม่กาลี ヒンズー教のカーリー神. ร้อย（花輪を作るために）糸が付いている針を花に通す. พวงมาลัย 花輪. ร้อยเป็นพวงมาลัย 花輪を作る. สวม 付ける,はめる. คอ 首. นักโทษ 囚人. ประหาร 死刑.สมัยอยุธยา アユタヤ時代. ระบุ 記載する. ทัดหู 耳にさす. ประจาน（罪）を公表する.หญิงแพศยา 遊女,浮気女. สดใส 華やか.

文法＆表現

①ส่วน....

❶ 文型 : 「ส่วน＋名詞（句）」

❷ 意味 : 「～の場合は」

第3課　ดอกไม้กับความเชื่อ

❸ **要点**：　先行の事柄と対照となる物事または先行の事柄と違った性質を表す。

1. ที่โตเกียว คนใช้บันไดเลื่อนจะยืนชิดซ้าย ส่วนที่โอซากาจะยืนชิดขวา
　東京では、エスカレーターを利用する人は左寄りに立つが、大阪では右寄りに立つ。

2. ที่ญี่ปุ่นค่าครองชีพสูงแต่รถยนต์ถูก ส่วนที่เมืองไทยค่าครองชีพไม่สูงแต่รถยนต์แพงมาก
　日本では物価が高いが、車は安い。タイの場合は物価は安いが、車がとても高い。

3. อาชีพข้าราชการมั่นคง แต่ไม่มีโอกาสรวย ส่วนการทำธุรกิจส่วนตัวมีโอกาสรวย แต่ไม่มั่นคง
　公務員という職業は安定しているが金持ちになるチャンスがない。自営業の場合は金持ちになるチャンスはあるが安定していない。

บันไดเลื่อน　エスカレーター.　ชิด　寄る,近寄る.　ค่าครองชีพ　生活費,物価.　อาชีพ　職業.　ข้าราชการ　公務員.　มั่นคง　安定する.　ทำธุรกิจส่วนตัว　自営業をする.

②....เป็น....

❶ **文型**：　「動詞（句）A＋เป็น＋名詞（句）B」
❷ **意味**：　「B（の形式）でAをする」「B（目的）にAをする」「B（目的）としてAをする」
❸ **要点**：　Aという動作や方法は到達後の状態や目的を表す。「เป็น」に後続する語句Bは名詞(句)でなければならない。後続する語句が形容詞であれば、「เป็น」ではなく、「ให้」を使わなければならない。第12課を参照。

1.คนไทยและคนญี่ปุ่นทานข้าวเป็นอาหารหลัก
　　タイ人と日本人は主食としてご飯を食べる。
2.เราแบ่งประเภทของสีอย่างกว้าง ๆ เป็น 2 ประเภท คือ สีอุ่นกับสีเย็น
　　我々は色の種類を2種類に大きく分けている。暖色と寒色である。
3.ฉันใช้ใบเสร็จรับเงินเป็นที่คั่นหนังสือบ่อย ๆ
　　私はときどきしおりとして領収書を使います。
4.เราให้หม้อหุงข้าวเป็นของขวัญวันแต่งงานเพื่อน
　　我々は友達の結婚のお祝いに炊飯器をあげた。

....

อาหารหลัก 主食. แบ่ง 分ける. ประเภท 種類. สีอุ่น 暖色. สีเย็น 寒色. ใบเสร็จรับเงิน 領収書. ที่คั่นหนังสือ しおり. หม้อหุงข้าว 炊飯器. ของขวัญ お祝い,プレゼント.

③ชวนให้....

❶ 文型　：　「A ชวนให้＋動詞（句）B」

❷ 意味　：　「AにBをさせられる」「AのためにBをしたくなる」

❸ 要点　：　Aは原因である事柄を表す語句、Bは無意識のうちにAによって引き起こされる結果を表す語句または文である。

1.อาหารญี่ปุ่นสีสันสวยงาม ชวนให้อยากรับประทาน
　　日本料理は色彩がきれいなので、食べたくなる。
2.เด็กคนนี้กิริยาท่าทางเรียบร้อย ชวนให้คนที่พบเห็นเอ็นดู
　　この子は礼儀正しいので、会った人は皆可愛がる。
3.เขาชอบพูดจาดูถูกคนอื่น ชวนให้คนที่ได้ยินไม่อยากคบด้วย
　　あの人は他人を見下すような言動をよくするので、それを聞いた人は彼と付き合いたくなくなる。

第3課　ดอกไม้กับความเชื่อ

สีสัน 色彩. กิริยาท่าทาง 行儀作法. เรียบร้อย 大人しい,ちゃんとする. เอ็นดู 可愛がる.
พูดจา 話す,しゃべる. ดูถูก 見下す. คบ 付き合う.

④ ตาม....

❶ 文型 ： 「ตาม＋場所を表す名詞（句）」

❷ 意味 ： 「～に」「～へ」

❸ 要点 ： 後続する語句は複数、不特定のものや場所を表す名詞（句）である。個別の場所を指示したり、特定することではなく、同類の場所全体を表す。

1. ถ้าอยากทานเท็มปุระ ต้องไปทานตามร้านอาหารญี่ปุ่น
　天ぷらを食べたいなら、日本料理の店へ行かなければならない。
2. ผู้สมัครรับเลือกตั้ง เดินหาเสียงตามศูนย์การค้า
　候補者はいろんなショッピングセンターで選挙活動をしている。
3. ตามเสาไฟ มีใบโฆษณาติดเต็มไปหมด
　あちらこちらの電信柱に広告のビラがいっぱい貼られている。

เท็มปุระ 天ぷら. ผู้สมัครรับเลือกตั้ง 選挙の候補者. หาเสียง 選挙運動をする. ศูนย์การค้า ショッピングセンター. เสาไฟ 電信柱. ใบโฆษณา 広告のビラ. ติด 貼る.

⑤ ค่อนข้าง(จะ)....

❶ 文型 ： 「ค่อนข้าง(จะ)＋状態を表す語句」

❷ 意味 ： 「どちらかといえば～の方」「ちょっと～」「比較的～」

❸ 要点 ： 人や物事などの性質や状態の対比によってその傾向性を説明す

るときに用いられる。書き言葉としての表現である。

1.อากาศที่กรุงเทพฯในเดือนมกราคมค่อนข้างเย็น

1月のバンコクは比較的涼しい。

2.สภาพเศรษฐกิจปีนี้ค่อนข้างแย่กว่าปีที่แล้ว คนตกงานมากกว่าปีที่แล้ว

今年は昨年よりちょっと景気が悪い。昨年より失業者が多い。

3.เพลงแบบนี้ค่อนข้างได้รับความนิยมในหมู่วัยรุ่น

このタイプの歌は若者の間でちょっと人気がある。

สภาพเศรษฐกิจ 景気.แย่ 悪い .คนตกงาน 失業者.เพลง 歌.ได้รับความนิยม 人気がある.
วัยรุ่น 若者.

⑥ทั้ง ๆ ที่

❶ 文型： 「Aทั้ง ๆ ที่B」

❷ 意味： 「B なのに A」

❸ 要点： 逆説表現の1つ。Aという語句または文が表す内容が、Bという語句または文から予想・推論される内容とは異なっている場合に用いる。

1.จิโรไปเที่ยวทั้ง ๆ ที่ตอนนี้กำลังสอบ

試験中なのに、ジロウは遊びに行っている。

2.ฉันรู้ดีว่าทาคาชิแต่งงานกับฉันทั้ง ๆ ที่เขาไม่ได้รักฉัน

タカシは私のことが好きではないのに私と結婚しているということが私にはよく分かっている。

3.รัฐบาลขึ้นภาษีอีกแล้ว ทั้ง ๆ ที่สัญญาไว้ตอนก่อนเลือกตั้งว่าจะไม่ขึ้น

選挙の前には税金を上げないと約束したのに、政府はまた税金を上げた。

สอบ 試験,試験をする,試験を受ける. แต่งงาน 結婚する. รัฐบาล 政府. ภาษี 税金. สัญญา 約束する. เลือกตั้ง 選挙.

⑦ต้อง...แน่ ๆ

⇨　第 2 課を参照。

⑧ขอ....หน่อยสิ

❶ **文型：**　「ขอ＋願望を表す動詞（句）＋หน่อยสิ」

❷ **意味：**　「ちょっと～させてよ」

❸ **要点：**　対等以下の相手に対する願望や許可を表す口語表現である。

1.คอแห้ง ขอกินน้ำหน่อยสิ

喉が渇いているので、ちょっとお水を飲ませてよ。

2.หนังสือเล่มนี้อ่านเสร็จหรือยัง ขออ่านหน่อยสิ

この本は読み終わった？ちょっと読ませてよ。

3.รูปใครเหรอ ขอดูหน่อยสิ

誰の写真？ちょっと見せてよ。

คอแห้ง 喉が渇く.

練習問題

練習 I 下記の質問に答えなさい。

1. ดอกไม้ที่เป็นสัญลักษณ์ของศาสนาพุทธของไทยคือดอกอะไร
2. วันแม่คนไทยให้ดอกไม้อะไรแก่แม่ ทำไมจึงให้ดอกไม้ชนิดนั้น
3. ทำไมคนไทยไม่นิยมให้ดอกซ่อนกลิ่นเป็นของขวัญแก่ผู้อื่น
4. ทำไมคนไทยจึงไม่นิยมปลูกดอกลั่นทมตามบ้าน
5. ทำไมคนไทยจึงไม่นิยมดอกชบานัก ทั้ง ๆ ที่ดอกสวยและสีสดใส
6. ซากุระซื้อดอกอะไรมาเป็นของขวัญวันเกิดคุณแม่มะลิ

練習 II

1 (a)〜(h)の表現の中から5つ以上選んで、タイ語で作文をしなさい。

2 1〜8の単文のそれぞれの意味が通じるように、(a)〜(h)の中の表現を一つ選んで下線の部分に入れなさい。

(a) ส่วน....　　(b) ....เป็น....　　(c) ชวนให้....
(d) ตาม....　　(e) ค่อนข้าง ....　　(f) ....ทั้ง ๆ ที่....
(g) ต้อง.... แน่ ๆ　(h) ขอ.... หน่อยสิ

1. สามีฉันซื้อแหวนวงนี้ให้ฉัน_____ ของขวัญวันครบรอบแต่งงาน 20 ปี
2. นายอุดรไม่เคยบริจาคเงินช่วยเหลือคนทุกข์ยากเลย _____ รวย

第3課　ดอกไม้กับความเชื่อ

　　มหาศาล
3.ยาเม็ดรับประทานหลังอาหารวันละ 3 ครั้ง ครั้งละ 2 เม็ด＿＿＿ยาผง
　รับประทานก่อนอาหารเช้า
4.ดวงคุณกำลังดี ถ้าซื้อล็อตเตอรี่ รับรอง ＿＿＿＿ ถูก ＿＿＿
5.ศาลเล็ก ๆที่ตั้งอยู่＿＿＿＿ หน้าบ้านของคนไทยเรียกว่า ศาลพระภูมิ
6.อร่อยไหม＿＿＿ กิน＿＿＿＿
7.เจ้านายผมเป็นคน＿＿＿＿＿＿ ขี้โมโห
8.น้ำหอมที่เขาใส่ ＿＿＿＿＿＿คนรอบข้างเวียนหัว

แหวน 指輪. ครบรอบ 周. บริจาค 寄付する . ช่วยเหลือ 救う. คนทุกข์ยาก 困っている人 .
มหาศาล 莫大に. ยาเม็ด 錠剤 . เม็ด 錠 . ยาผง 粉薬 . ดวง 運 . ล็อตเตอรี่ 宝くじ .
รับรอง 保証する . ถูก 当たる . ศาล 祠 . ศาลพระภูมิ 屋敷の祠. เจ้านาย 上司. ขี้โมโห
怒りっぽい . น้ำหอม 香水 . คนรอบข้าง まわりの人 . เวียนหัว 気分が悪い .

練習Ⅲ　タイ語に訳しなさい。

1. 父の趣味は読書ですが、母の場合は園芸です。
2. 去年の私の誕生日に祖父が金のネックレスをプレゼントにくれた。
3. これらの商品はデザインが可愛いし値段も安いので、若者が買いたくなる。
4. 日本では化粧品は一般の薬局で売っている。
5. 今年のお正月は比較的暖かい。
6. 彼は近視なのに眼鏡をかけていない。
7. 宝くじは私が買うならきっと当たるよ。
8. これは新しいパソコン？ いいね。ちょっと貸してよ。

趣味 งานอดิเรก. 読書 อ่านหนังสือ . 園芸 ทำสวน . ネックレス สร้อย . 金 ทอง . プレゼント ของขวัญ . これらの พวกนี้. 商品 สินค้า. デザイン แบบ . 可愛い น่ารัก . 若者 วัยรุ่น . 化粧品 เครื่องสำอาง. 一般の ทั่วไป . 薬局 ร้านขายยา. 正月 ปีใหม่ . 暖かい อุ่น. 近視 สายตาสั้น. 眼鏡 แว่นตา . (眼鏡を) かける ใส่ . 宝くじ ล็อตเตอรี่ . 当たる ถูก .パソコン คอมพิวเตอร์. 貸してくれる ขอยืม .

第 4 課　ชัยบวชพระ

読解：出家ということはタイの男性にとってどのような意味を持つのか。またタイの僧侶の日常生活はどのようなものか、その一部についても理解する。

作文：日本の仏教における僧侶の位置づけ、僧侶に対する日本人の考えを説明する。

　　　เป็นที่ทราบกันดีว่า คนไทยกว่า 90 เปอร์เซ็นต์นับถือศาสนาพุทธ และพระสงฆ์เป็นผู้สืบทอดศาสนา การบวชพระจึง①เท่ากับว่าเป็นการกระทำที่ช่วยสืบทอดต่อศาสนาพุทธ โดยทั่วไปคนไทยจะคิดว่าผู้ชายที่อายุ 20 ปีบริบูรณ์แล้ว②ควรจะบวช③อย่างน้อย 1 ครั้งในชีวิต เมื่อสึกออกมาก็จะได้ชื่อว่าเป็นคนที่สมบูรณ์ ④นอกจากนี้การบวชยังถือเป็นการตอบแทนบุญคุณของพ่อแม่อีกด้วย โดยเฉพาะแม่ซึ่งบวชไม่ได้เพราะผู้หญิงไม่ได้รับโอกาสให้บวชได้เช่นผู้ชายทั่วไป

　　　ชัยจะอายุ 20 ในเดือนหน้านี้ แม่ของชัย⑤อยากให้ชัยบวช ชัย⑥เองก็อยากบวชเพื่อตอบแทนคุณแม่ แต่ชัยกำลังเรียนอยู่ปี 2 จะบวชตอนเข้าพรรษา 3 เดือน⑦อย่างเปี๊ยก หรือ ดำลูกของคนข้างบ้านไม่ได้ ชัยจึงคิดจะบวชตอนปิดเทอมเดือนมีนาคมนี้ เพื่อนของชัย⑧พอรู้ว่าชัยจะบวชก็อยากจะบวช⑨บ้าง เช่น กฤษณ์ วิทย์ และทาโรเพื่อนคนญี่ปุ่น ทั้งสี่คนเลยตกลงกันว่าจะบวชพร้อมกัน 1 เดือนที่วัดใกล้ ๆ บ้านชัย

ชัย　　－ ข้าจะบวชตอนปิดเทอม
กฤษณ์－ เหรอ ดีจัง ข้าบวช⑩ด้วย
วิทย์　－ ข้า⑩ด้วย ทาโรล่ะ ไปบวชด้วยกันไหม
ทาโร　－ คนญี่ปุ่นบวชได้เหรอ
ชัย　　－ ได้ซี บวชได้ทั้งนั้นแหละ ⑪ไม่ว่าคนญี่ปุ่นหรือฝรั่ง
กฤษณ์－ ว่าแต่ว่า ทาโรจะ⑫ทนหิวไหวหรือเปล่า
ทาโร　－ ทำไมหิวล่ะ

กฤษณ์ - พระไทยฉันข้าววันละ 2 มื้อเท่านั้นนะ มื้อเช้า 8 โมงกับมื้อกลางวัน 11 โมง
วิทย์ - ไม่เป็นไรหรอก ⑬ใหม่ ๆ คงหิว ต่อไปก็จะชินไป⑭เองแหละ
ทาโร - ⑮ดีเหมือนกัน ⑯จะได้ผอม

เปอร์เซ็นต์ パーセント.ผู้สืบทอด 継承者......ปีบริบูรณ์ 満~才.ชีวิต人生.คนที่สมบูรณ์ 一人前.ตอบแทนบุญคุณ 恩を返す.เช่น.... ~のように.เข้าพรรษา 入安居（にゅうあんご）.ว่าแต่ว่า ちなみに. ฉัน [僧侶の用語]食事をする.มื้อ [食事の回数]~食.

文法＆表現

①เท่ากับว่า....

❶ 文型： 「A เท่ากับว่า B」
❷ 意味： 「AはすなわちBである」「AはBと同じである」
❸ 要点： Aはある出来事または行動を表す名詞（句）または文であり、BはAと等しい意味合い、内容、結果を持つ別の出来事または行動である。

1.เขาไม่โต้ตอบเท่ากับว่าเขายอมรับ
　彼は言い返さなかったので、容認したのと同じだ。
2.การที่หมอไม่รักษาก็เท่ากับว่าหมดหนทางรักษาแล้ว
　医者が治療をしなかったのはもう治療の余地がないというのと同じことだ。
3.บริษัทไม่ได้ติดต่อมาก็เท่ากับว่าเขาปฏิเสธที่จะรับคุณ
　会社から連絡がないのは、あなたは断られたということだ。

โต้ตอบ 言い返す. ยอมรับ 認める. รักษา 治療をする. หมดหนทาง ～する方法がない,～することができない. ติดต่อ 連絡する. ปฏิเสธ 断る. รับ 受け入れる.

②ควร(จะ)....

❶ 文型：　「ควร(จะ)＋動詞（句）」

❷ 意味：　「～すべきだ」

❸ 要点：　一般社会の常識、専門の知識や技術、またはある特定の集団の基準に基づいて、人に対して助言をする表現である。第１課も参照。

1.ไม่ควรใส่ชุดสีดำไปงานแต่งงานของคนไทย

黒いドレスでタイ人の結婚式に行くべきではない。

2.ก่อนไปหาเขา คุณควรโทรไปนัดเขาก่อน

彼を訪ねる前にあなたは前もって彼に電話をしてアポイントをとるべきです。

3.เด็กเล็กควรนอนดึกไม่เกินสามทุ่ม

小さい子供は夜９時までに寝るべきだ。

ชุด スーツ,ドレス. งานแต่งงาน 結婚式. นอนดึก 遅く寝る.

③อย่างน้อย....

❶ 文型：　「อย่าง＋状態を表す語句＋(ที่สุด)＋数量や単位を表す語句」

❷ 意味：　「～くとも～」「～くても」

❸ 要点：　最小または最大の限度を表す。

1.ทุกปี มีคนญี่ปุ่นไปเมืองไทยอย่างน้อยปีละ 2 แสนคน
　毎年タイへ行く日本人は少なくとも20万人はいる。
2.ค่าห้องโรงแรมนี้แพงมาก อย่างถูกคืนละ 1 หมื่นบาท
　このホテルの部屋代はとても高い。安くても1泊1万バーツはします。
3.ปู่ผมขับรถช้ามาก อย่างเร็วไม่เกิน 40 กิโลเมตรต่อชั่วโมง
　私の祖父が運転するときのスピードは非常に遅い。速くても40キロを超えない。

ค่าห้อง 部屋代. โรงแรม ホテル. กิโลเมตร キロメートル. ต่อ ～に対する,～につき. ชั่วโมง 時間.

④ นอกจากนี้...ยัง....อีกด้วย

❶ 文型： 「นอกจากนี้＋主語＋ยัง＋動詞（句）＋อีกด้วย」 または
「นอกจากนั้น＋主語＋ยัง＋動詞（句）＋อีกด้วย」

❷ 意味： 「さらに～」

❸ 要点： 追加表現の1つ。書き言葉の表現である。อีกด้วยが省略されることもある。また、口語でもนอกจากนี้(นอกจากนั้น)を省略してよく用いられる。

1.นอกจากนี้ คนญี่ปุ่นยังทานขนมปังเป็นอาหารหลักอีกด้วย
　さらに、日本人は主食としてパンも食べる。
2.เชียงใหม่เป็นเมืองใหญ่อันดับสองของไทย และยังเป็นศูนย์กลางของวัฒนธรรมภาคเหนืออีกด้วย
　チェンマイはタイで2番目に大きい町であり、さらに北部の文化の中心の町である。

第4課　ชัยบวชพระ

3.โรงแรมนี้สะอาด สะดวก และค่าห้องยังถูกอีกด้วย
　このホテルは清潔で便利で、さらに部屋代も安い。

....

ขนมปัง パン. อาหารหลัก 主食. อันดับ 順位,〜番. ศูนย์กลาง 中心. วัฒนธรรม 文化.
สะอาด 清潔な. สะดวก 便利な.

⑤ อยากให้....

❶ 文型：　　「อยากให้＋動詞（句）または文」
❷ 意味：　　「〜してほしい」
❸ 要点：　　願望や希望を表す。

1.พ่ออยากให้ผมเป็นทนายความเหมือนพ่อ
　父は僕に父と同じように弁護士になってほしいのだ。

2.ฉันอยากให้วันนึงมี 48 ชั่วโมง
　私は1日が48時間であって欲しい。

3.ผมไม่อยากให้มหาวิทยาลัยผมรวมกับมหาวิทยาลัยอื่น
　僕は僕の大学と他の大学が統合してほしくない。

....

ทนายความ 弁護士. รวม 統合する,合わせる.

⑥ ....เอง

❶ 文型：　　「名詞（句）＋เอง」
❷ 意味：　　「〜自身も」「〜そのものも」
❸ 要点：　　ก็ が後続する。先行している名詞（句）が示している人または

組織も言及している事情と関わっていることを強調する。

1.ฉันเองก็ฟังภาษาไทยของอาจารย์ไม่รู้เรื่อง

　私自身も先生のタイ語が分かりません。

2.บริษัทเองก็อยากเพิ่มโบนัสให้พนักงานทุกคน

　会社側も従業員の皆さんにボーナスを増やしたい。

3.ทาโรเองก็มาสายบ่อย

　タロウ自身もよく遅刻する。

รู้เรื่อง 分かる,理解する. เพิ่ม 増やす. โบนัส ボーナス. พนักงาน 社員. มาสาย 遅刻する.

⑦ ไม่....อย่าง....

❶ 文型：　　「ไม่ A ＋อย่าง＋ B」

❷ 意味：　　「BのようにAではない」「Bと違って、～はAではない」

❸ 要点：　　Aはある状態を表す動詞（句）であり、BはAと比較対照となる人や物事を表す名詞（句）である。

1.ภาษาไทย ไวยากรณ์ไม่ยุ่งยากอย่างภาษาญี่ปุ่น

　タイ語の文法は日本語のように複雑ではない。

2.ฤดูใบไม้ผลิผมไม่ร่วงอย่างฤดูใบไม้ร่วง

　春は、秋のようには髪の毛が抜けない。

3.สีดำไม่เปื้อนง่ายอย่างสีขาวหรือสีเหลือง

　黒色は、白色や黄色のように汚れやすくはない。

ไวยากรณ์ 文法. ยุ่งยาก ややこしい. ฤดูใบไม้ผลิ 春. ฤดูใบไม้ร่วง 秋. เปื้อน 汚れる.

⑧พอ....ก็....

⇨ 第 2 課を参照。

⑨....บ้าง

❶ 文型：　「動詞（句）＋บ้าง」

❷ 意味：　「（～も同じように）～する」

❸ 要点：　人の行動を真似する、ということを述べる。多くの場合、動詞（句）の前にก็ を付ける。口語ではบ้าง よりมั่ง の方がよく使われる。

1.ฮานาโกะทานบะหมี่ ฉันเลยทานบะหมี่บ้าง

ハナコはラーメンを食べたので、私も同じようにラーメンを食べた。

2.คนข้างบ้านติดสัญญาณป้องกันขโมย บ้านผมก็ติดสัญญาณป้องกันขโมยบ้าง

隣の人は泥棒防犯センサーを付けた。僕の家も同じように防犯センサーを付けた。

3.ฮิโรชิไปเรียนที่เมืองไทย ทาโรก็ไปเรียนที่เมืองไทยมั่ง

ヒロシはタイへ留学する。タロウも同じようにタイへ留学する。

บะหมี่ ラーメン . คนข้างบ้าน 隣の人. ติด 付ける . สัญญาณ センサー. ป้องกัน 予防する . ขโมย 泥棒 .

⑩....ด้วย

❶ 文型：　「A 語句（または文）, B 語句（または文）＋ด้วย 」

❷ 意味：　「A 、それにB」「A 、そして Bも～」

❸ 要点： BはAの追加を表す語句または文である。ด้วยは追加を表す語句の後ろに付ける。

1. ปิดเทอมหน้าร้อนปีนี้ ฉันจะไปเที่ยวเขมรและจะไปเมืองไทยด้วย
   今年の夏休み、私はカンボジアに遊びに行きます。そして、タイへも行きます。
2. ไม่ได้สูบบุหรี่อย่างเดียวหรอก กินเหล้าด้วย
   タバコを吸うことだけではなく、お酒も飲む。
3. ซักผ้าเสร็จแล้ว ล้างชามด้วยนะ
   洗濯が終わったら、お皿も洗ってね。
4. A: ฉันเอาเทมปุระ   B: ฉันด้วย
   私は天ぷらにします。   私も。

ปิดเทอม 休み. เขมร カンボジア. อย่างเดียว だけ. ซักผ้า 洗濯をする. เสร็จ 終わる. ล้างชาม お皿を洗う. เทมปุระ 天ぷら.

⑪ ไม่ว่า....หรือ....

❶ 文型： 「A,ไม่ว่า B หรือ C」 「ไม่ว่า B หรือ C, A」
❷ 意味： 「BであろうとCであろうと、A」
❸ 要点： 特定の集団の中のある人、動物、物事を例として取り上げて全体の事柄を表す表現である。Aは全体の事柄を表す文であり、BとCはAにおいて言及されている人、動物、物事の中で、例として取り上げられている特定のものを表す語または句である。

1. ผมชอบอ่านหนังสือทุกอย่าง ไม่ว่าการ์ตูนหรือนิยาย
   漫画であろうと小説であろうと、私は何でも読みます。

第4課　ชัยบวชพระ

2.ไม่ว่าวันธรรมดาหรือเสาร์อาทิตย์ แม่ทำงานทุกวันไม่มีวันหยุด
　平日であろうと土日であろうと、母は休みなしに毎日仕事をしています。
3.ผมคิดถึงคุณตลอดเวลา ไม่ว่าตื่นหรือหลับ
　寝ても起きても、僕はずっと君のことを思っている。

การ์ตูน 漫画,アニメ. นิยาย 小説. ธรรมดา 普通の. เสาร์อาทิตย์ 土日. วันหยุด 祝日,休みの日. คิดถึง 恋しく想う,思う. ตลอดเวลา ずっと. ตื่น 起きる. หลับ 寝る.

⑫ทน....ไหว

❶ 文型：　　「ทน+動詞（句）または名詞（句）+ไหว」
❷ 意味：　　「～に耐えることができる」
❸ 要点：　　動詞（句）または名詞（句）が示している程度の高い事情または人に対しての忍耐や我慢を表す。

1.ฉันเคยไปอยู่ฮอกไกโด 1 เดือน ทนหนาวไม่ไหว เลยต้องเปลี่ยนงาน
　私は1ヶ月北海道にいたことがある。寒さに耐えられなかったので転職した。
2.ระวังนะ คุณอาจจะทนคนขี้บ่นอย่างคุณฮานาโกะไม่ไหว
　気を付けてね。あなたはハナコさんのような口やかましい人に耐えられないかも知れないよ。
3.โมมิจิทนอยู่กับทาโรไม่ไหว เลยหย่ากัน
　モミジはタロウと生活を続けることを我慢できなかったので、離婚した。

เปลี่ยนงาน 転職する. ระวัง 注意する,気を付ける. ขี้บ่น 口やかましい. อยู่ いる,住む,生活する. หย่ากัน 離婚する.

⑬....ใหม่ ๆ

- ❶ 文型： 「動詞（句）＋ใหม่ ๆ」
- ❷ 意味： 「〜した最初の頃」「〜したて」
- ❸ 要点： 行なわれてからまだ時間が経っていない事柄を表す。
「ตอน＋動詞（句）＋ใหม่ ๆ」という形式でもよく用いられる。

1.เสื้อตัวนี้ตอนซื้อมาใหม่ ๆ ใส่พอดี เดี๋ยวนี้คับ

　このシャツは買ってきた最初の頃はちょうどだったが、今はきつい。

2.ขนมปังร้านนั้น ปิ้งใหม่ ๆ อร่อยมาก

　あの店のパンは焼きたてだったので、とてもおいしかった。

3.ตอนมาอยู่ญี่ปุ่นใหม่ ๆ ฉันทานปลาดิบไม่ได้

　日本に来た最初の頃、私は刺身を食べられなかった。

คับ きつい．ปิ้ง 焼く．ปลาดิบ 刺身．

⑭ก็....เองแหละ

- ❶ 文型： 「ก็＋動詞（句）＋เองแหละ」
- ❷ 意味： 「（ほっておいても）自然に〜なるよ（するよ）」
- ❸ 要点： 物事の自然な成り行きを強調する。

1.เดี๋ยวหิว เขาก็กินเองแหละ

　お腹が空くようになったら、（自然に）食べるようになるよ。

2.ไม่ได้เป็นโรคอะไรหรอก พักเหนื่อยสักสองสามวัน อาการอ่อนเปลี้ยก็หายเองแหละ

　病気ではないですよ。2、3日休んだら、そのだるさは（自然に）治りますよ。

第4課　ชัยบวชพระ

3.เศรษฐกิจดีขึ้น ก็ขายออกเองแหละ

景気が良くなったら、（自然に）売れるようになるよ。

4.ไม่ต้องเช็ดหรอก เดี๋ยวมันก็แห้งเองแหละ

拭く必要はないよ。（自然に）乾いてくるよ。

หิว お腹が空く. โรค 病気. พักเหนื่อย　休む. อาการอ่อนเปลี้ย だるさ. หาย 治る. เศรษฐกิจ 経済.เศรษฐกิจดี 景気がいい. เช็ด 拭く. แห้ง 乾く.

⑮ดีเหมือนกัน

❶ 文型：　　単独で用いる。

❷ 意味：　　「それ（で）もいいですね」「そうしようか」

❸ 要点：　　条件、助言、誘い、意見等に応じる返答の表現である。それによって予測される、または可能になる結果を言い表す文が付いてくることが多い。

1. A:　เงินเดือนลดลง คุณคงไปเที่ยวเมืองนอกไม่ได้บ่อย ๆ แล้วนะ
　　　給料が減ったから、あなたはもうしょっちゅう海外に遊びに行けなくなるでしょうね。
   B:　ดีเหมือนกัน ผมจะได้อยู่บ้านเล่นกับลูก ๆ บ้าง
　　　それ（で）もいいです。たまに家にいて子供と遊ぼうかな。
2. A:　ไม่ต้องเอาเสื้อหนาวไปหรอก ไปถึงญี่ปุ่นแล้วค่อยซื้อก็ได้
　　　防寒着を持っていく必要はないですよ。日本に着いてから買ってもいいじゃない？
   B:　ดีเหมือนกัน กระเป๋าจะได้เบา
　　　それもいいですね。荷物が少なくなって助かる。

3. A: พรุ่งนี้ ไปดูเบสบอลกันไหม

明日、一緒に野球を見に行きませんか？

B: ดีเหมือนกัน ผมกำลังคิดว่าอยากจะไปเที่ยวที่ไหนอยู่พอดี

いいですね。ちょうどどこかへ遊びに行きたいと思っているところでした。

4. A: ผมว่าคุณกลับเมืองไทยต้นเดือนเมษายนจะดีกว่านะ

4月の上旬、タイに帰った方がいいと思うけど。

B: ดีเหมือนกัน ผมจะได้ดูดอกซากุระก่อน

それもいいですね。桜を見てから帰ろう。

เมืองนอก 外国. เบา 軽い. เบสบอล 野球.

⑯....จะได้.... ⇨ 第２課を参照。

練習問題

練習Ｉ 下記の質問に答えなさい。

1.ศาสนาที่คนไทยส่วนใหญ่นับถือคือศาสนาอะไร
2.พระสงฆ์มีความสำคัญอย่างไรในศาสนาพุทธ
3.ผู้ชายที่จะบวชพระได้ต้องอายุอย่างน้อยกี่ปี
4.สำหรับผู้ชายไทย การบวชมีความหมายอะไรบ้าง
5.ศาสนาพุทธของไทยอนุญาตให้ผู้หญิงบวชพระหรือไม่
6.ชัยบวชตอนเข้าพรรษาได้หรือไม่ เพราะอะไร

第4課　ชัยบวชพระ

7.ชัยจะบวชเมื่อไร
8.ชัยจะบวชพร้อมกับใคร
9.ศาสนาพุทธของไทยอนุญาตให้ชาวต่างชาติบวชหรือไม่
10.พระไทยฉันข้าววันละกี่มื้อ มื้อไหนบ้าง

ความสำคัญ　重要,大切. ความหมาย 意味. อนุญาต　許可をする. พร้อม　共に.
ชาวต่างชาติ 外国人.

練習 II

1 (a)～(p)の表現の中から5つ選んでタイ語で作文をしなさい。

2 1～16 の単文のそれぞれの意味が通じるように、(a)～(p) の中の表現から1つ選んで下線の部分に入れなさい。

(a) เท่ากับว่า....　(b) (ไม่)ควรจะ....　(c) อย่าง....(ที่สุด)
(d) นอกจากนี้....ยัง....อีกด้วย　(e) อยากให้....
(f) ....เอง　(g) ....อย่าง....　(h) พอ....ก็....
(i) ....บ้าง　(j) ....ด้วย　(k) ไม่ว่า....หรือ....
(l) ทน....ไหว　(m) ....ใหม่ ๆ　(n) ก็....เองแหละ
(o) ดีเหมือนกัน　(p) ....จะได้....

1. ถ้าใช้ไฟฟ้าจะเร็วกว่า _____ ปลอดภัยกว่า แก๊ส_____
2. _____ พาเด็กไปเยี่ยมคนป่วยที่โรงพยาบาล
3. เขาไม่ทานเนื้อ _____ เนื้อวัว_____ เนื้อหมู

4. เขาผิดสัญญา_____เขาหักหลังคุณ
5. ลูกฉันเห็นเพื่อนใช้มือถือ ก็อยากจะใช้ ___
6. ผมอยากเรียนนวด_____นวดให้แม่ผมได้
7. ผมหยุดงานไปเที่ยวนาน ๆ_____เขาไม่ได้
8. _____เรียนจบ ฮานาโกะ ____ แต่งงานกับทาโร
9. ฉันไม่ชอบเจ้านายคนนี้เลย_____เขาโดนย้ายไปอยู่ที่อื่น
10. ถ้าเขาไปเครื่องบิน ฉันก็จะไปเครื่องบิน ___
11. เครื่องเรือนร้านนี้_____ถูก ราคาไม่ต่ำกว่า 2 ล้านเยน
12. จิโร____รอโยโกะไม่_____เลยกลับก่อน
13. ไม่ต้องห่วงหรอก ไปอยู่เมืองไทย 6 เดือน___พูดคล่อง _____
14. ตอนใส่แว่นตา_____ผมรู้สึกปวดหัว
15. A: พรุ่งนี้ไปดูฟุตบอลกันไหม
    B: _____ ฉันกำลังอยากไปดูอยู่พอดี
16. หมอ_____ก็ไม่รู้ว่าเป็นโรคอะไร

ไฟฟ้า 電気. ปลอดภัย 安全な. แก๊ส ガス. เยี่ยม 見舞う. คนป่วย 病人. เนื้อ 肉. เนื้อวัว 牛肉. เนื้อหมู 豚肉. ผิดสัญญา 約束を守らない. หักหลัง 裏切る. มือถือ 携帯電話. นวด マッサージ（をする）. เจ้านาย 上司. ย้าย 転勤する. เครื่องเรือน 家具. ห่วง 心配する. พูดคล่อง 流暢である. แว่นตา 眼鏡. ปวดหัว 頭が痛い.

練習Ⅲ　タイ語に訳しなさい。

1. 5パーセントを引いてくれるのは、消費税を払わなくてもいいのと同じことだ。
2. あなたは約束を破ったから、彼女に謝るべきだ。

3. このような家は造るのに少なくとも5ヶ月はかかる。

4. この車は中が広いし、さらにガソリンも食わない。

5. 我々は皆政府に税金を下げてほしいと思っている。

6. 僕自身も自信がない。

7. 彼女のような頭がいい人は何を勉強しても大丈夫。

8. 彼女は結婚した途端、会社を辞めた。

9. 夫はこのチームを応援しているので、私も（同じように）このチームを応援している。

10. A: 食後のデザートに私はアイスクリームがいい。
    B: 私も。

11. アイスクリームであろうとチョコレートであろうと、甘いものは私は好きではない。

12. 空港の近くに住むと、騒音に耐えることができないかも知れない。

13. ここに引っ越してきた最初の頃は友達が全然いなかった。

14. 1人で生活をしたら、（自然に）自分で料理を作れるようになるよ。

15. A: 今日の晩ご飯は外食にしましょうか。
    B: いいですね。ちょうど美味しい焼き肉を食べたいところだったし。

16. いい席を取れるように早く行かなければならない。

引く ลด. 消費税 ภาษีบริโภค . 払う เสีย .約束を破る ผิดสัญญา.謝る ขอโทษ . 造る สร้าง .（時間が）かかる ใช้เวลา. （車の）中ข้างใน . 広いกว้าง . ガソリンを食う กินน้ำมัน. 皆 ทุกคน . 政府 รัฐบาล . 税金 ภาษี .下げるลด. 自信があるมีความมั่นใจ. 頭がいい หัวดี . 会社を辞めるลาออกจากงาน . チームทีม . 応援する เชียร์ . 食後 หลังอาหาร . デザート ของหวาน. アイスクリーム ไอศกรีม . チョコレートช็อกโกแลต. 甘いもの ของหวาน . 空港 สนามบิน . ～の近くใกล้ .騒音เสียงหนวกหู.引っ越しをするย้ายบ้าน. 1人で生活をするอยู่คนเดียว. 晩ご飯 อาหารเย็น.外食をする ทาน(ข้าว)นอกบ้าน .焼き肉 เนื้อย่าง . 席 ที่นั่ง .取れる ได้ .

第 5 課　ชื่อเล่นของคนไทย

読解：タイ人のあだ名（ニックネーム）の付け方にはどのような特徴があるのか。なぜあだ名を付けるのか、あだ名の付け方における昔と今、あだ名で呼び合う習慣の良いところと悪いところなどを理解する。

作文：日本人の間でのあだ名の付け方と特徴を説明する。

　　　　คนไทยทุกคนมี "ชื่อเล่น" และมักใช้ชื่อเล่นเรียกขานกันในระหว่างคนรู้จัก ทั้งที่ใกล้ชิดสนิทสนมหรือ①แม้กระทั่งในระหว่างคนที่②เพิ่งรู้จักกันครั้งแรก ชื่อเล่นนี้อาจจะเป็นชื่อที่พ่อแม่หรือคนในครอบครัวตั้งให้ตั้งแต่แรกเกิด หรืออาจจะเป็นชื่อที่เพื่อนฝูง หรือคนสนิทตั้งให้ในภายหลังก็ได้ บางคนจึงมีชื่อเล่นมากกว่าหนึ่งชื่อ

　　　　สำหรับชื่อที่พ่อแม่ตั้งให้นั้น　มักจะเกี่ยวข้องกับความเชื่อหรือความนิยมในสมัยนั้น ๆ เช่น สมัยก่อน เด็กแรกเกิดตายกันมาก คนในสมัยนั้นพากัน③เข้าใจว่าเพราะผีเอาตัวเด็กไป พ่อแม่จึงมักเรียกลูกที่②เพิ่งเกิดด้วยชื่อสัตว์ต่าง ๆ เช่น นก หมู ไก่ ช้าง มด กุ้งฯลฯ เพื่อจะหลอกผีว่าลูกของตนไม่ใช่ลูกคน ผี④จะได้ไม่เอาชีวิตไป บางคนก็เรียกลูกตามลักษณะของเด็กที่เกิดมาเช่น เกิดมา⑤ใหม่ๆ ตัวแดงก็จะเรียก"แดง" ถ้าเป็นลูกคนโตอาจจะเรียก "ใหญ่" หรือ"โต" คนสมัยใหม่อาจจะใช้คำในภาษาต่างประเทศตั้งชื่อเล่นให้ลูก เช่น "โน้ต" "แอน" "จอย" เป็นต้น

　　　　สำหรับชื่อเล่นที่คนใกล้ชิดหรือเพื่อนสนิทตั้งให้ในภายหลังนั้น มักจะเป็นชื่อที่มาจากรูปลักษณะทางร่างกาย หรือนิสัยใจคอของผู้ถูกเรียกเป็นส่วนมาก เช่น คนที่อ้วน เพื่อน ๆ มักจะเรียกว่า "อ้วน" หรือคนที่ใส่แว่นเพื่อน ๆ ก็จะเรียกว่า "แว่น" เป็นต้น

　　　　การใช้ชื่อเล่นเรียกในระหว่างคนรู้จักกันนี้เป็นการแสดงความสนิทสนมและความเป็นกันเองอย่างหนึ่งของคนไทย คนไทยรู้สึกสนิทสนมกันได้อย่างรวดเร็วด้วยการเรียกชื่อเล่นของอีกฝ่ายหนึ่ง ในขณะเดียวกันการเรียกชื่อคนรู้จักด้วยชื่อเล่นบ่อย ๆ บางครั้ง⑥ทำให้จำชื่อจริงของคน ๆ นั้นไม่ได้

มีเรื่องเล่าว่า มีคนไทยคนหนึ่งไปเรียนอยู่เมืองนอก เขาได้รับเสื้อยืดที่เพื่อนที่เมืองไทยส่งไปให้ เขาบอกว่าทำ⑦ยังไง ๆ เขาก็นึกไม่ออกว่าคนที่ส่งไปให้ที่ชื่อ"เกษร"ตามที่เขียนไว้บนพัสดุนั้นคือใคร ⑧จนกระทั่งวันหนึ่งเขากลับมาเมืองไทยและไปเปิดหนังสือรุ่นสมัยเรียนอยู่มหาวิทยาลัย เห็นรูปเพื่อนร่วมรุ่น จึงได้รู้ว่าจริง ๆ แล้ว "เกษร" คือเพื่อนร่วมรุ่นคนที่ปกติตัวเองเรียกว่า "นิด" นั่นเอง ⑨<u>กว่าจะรู้ว่าเป็นเพื่อนรัก</u> ก็ใส่เสื้อยืดตัวนั้น⑩<u>จน</u>⑪<u>เกือบจะขาด</u>⑫<u>เสียแล้ว</u>

เรียกขาน 呼ぶ.คนรู้จัก知人.ใกล้ชิด親近の.สนิทสนม 親しい. ครอบครัว 家族. แรกเกิด 生まれたばかりの. ตั้ง(ชื่อ) (名前を) 付ける. เพื่อนฝูง 友人.คนสนิท 親しい人.ภายหลัง 後で. เกี่ยวข้อง 係わる. ความเชื่อ 信仰. ความนิยม 流行. สมัย 時代. สมัยก่อน 昔. สัตว์ 動物. นก 鳥. มด アリ. กุ้ง エビ. หลอก 騙す. เอาชีวิต 命を奪う.ลักษณะ 性質. ตัว 身体. ลูกคนโต 長子.สมัยใหม่ 近代,最近. ภาษาต่างประเทศ 外国語. เพื่อนสนิท 親友.รูปลักษณะ 姿. ร่างกาย 体. นิสัยใจคอ 性格. แว่น 眼鏡. ความเป็นกันเอง 相手やまわりの人に気を遣わせないような言動をすること. อีกฝ่ายหนึ่ง 相手.ชื่อจริง (通称やあだ名ではなく) 戸籍上の名前,本名. เล่า 語る. เมืองนอก 海外,外国. เสื้อยืด Tシャツ. พัสดุ 郵便物. หนังสือรุ่น 卒業アルバム. เพื่อนร่วมรุ่น 同級生. ตัวเอง 自分.ขาด 破れる.

文法 & 表現

①แม้กระทั่ง....

❶ 文型：　　「แม้กระทั่ง+名詞（句）」
❷ 意味：　　「～でさえも」「その上～まで」「～までも」
❸ 要点：　　程度の軽いものにまで及ぶ積極的な事柄を強調する表現である。

1.ตอนนั้นว่างมาก อ่านหนังสือพิมพ์ทุกหน้า แม้กระทั่งหน้าโฆษณา
　あのときは暇だった。新聞を広告のページまで全部読んだ。

第5課　ชื่อเล่นของคนไทย

2.ฉันไม่มีสตางค์เลย ต้องจำนำทุกอย่างแม้กระทั่งแว่นตา

　私はお金を全然持っていなかった。眼鏡まで質屋に入れなければならなかった。

3.เวลาหิว กินได้อร่อยทุกอย่างแม้กระทั่งเปลือกส้ม

　お腹が空いたとき、蜜柑の皮まで美味しく食べられる。

....

หนังสือพิมพ์ 新聞. หน้า ページ. โฆษณา 広告. จำนำ 質屋に入れる. เปลือก 皮.

②เพิ่งจะ....

❶ 文型：　1.「เพิ่ง(จะ)＋動詞（句）」

　　　　　2.「動詞（句）＋เพิ่ง(จะ)＋副詞」

❷ 意味：　1.「～したばかり」「～したところ」

　　　　　2.「～して....になったばかり」「～して....になったところ」

❸ 要点：　1. 終わってから間もない行動を表す。

　　　　　2. ある行動を長い時間をかけて行なって、到達点についてからまだ間もないことを表す。時点を示す語句が後続することが多い。

1.เขาเพิ่งกลับมาจากลาวได้สองวันเท่านั้น

　彼はラオスから帰ってきて、まだ2日たったばかりです。

2.รถคันนี้เพิ่งล้างเมื่อเช้านี้ ฝนตกอีกแล้ว

　この車は今朝洗ったばかりなのに、また雨です。

3.ผมผ่อนบ้านเพิ่งหมดเมื่อเดือนที่แล้ว

　先月家のローンが終わったばかりです。

4.หนังสือเล่มนี้ ฉันอ่านเพิ่งเสร็จเมื่อเช้านี้

この本は、私が今朝読み終わったばかりです。

ผ่อน ローンを組む. เมื่อเช้านี้ 今朝.

③เข้าใจว่า....

- ❶ 文型： 「เข้าใจว่า＋動詞（句）または文」
- ❷ 意味： 「～と理解していたが」「～と誤解していた（～と思っていた）」
- ❸ 要点： ある根拠や理由があって、ある特定の事柄に誤解が生じたことを説明する。

1. ผมเห็นคุณเดินออกมาจากบริษัทนั้นบ่อย ๆ เลยเข้าใจว่าคุณอยู่บริษัทนั้น
   あなたがその会社から出てくるのをよく見かけたので、あなたはそこで働いていると誤解していました。
2. ฉันเห็นเขาซื้อทุเรียนบ่อย ๆ เลยเข้าใจว่าเขาชอบทานทุเรียน
   彼がドリアンを買うのをよく見かけたので、好きだと思っていた。
3. เขาใส่แว่นตาตลอด ฉันเลยเข้าใจว่าเขาสายตาสั้น
   彼女はずっと眼鏡をかけているので、近眼だと思っていた。

แว่นตา 眼鏡. ใส่แว่นตา 眼鏡をかける. สายตาสั้น 近眼.

④....จะได้.... ⇨ 第2課を参照。

第5課　ชื่อเล่นของคนไทย

⑤....ใหม่ ๆ　　　⇨ 第4課を参照。

⑥....ทำให้ ....
❶ 文型：　　「A ทำให้ B」
❷ 意味：　　「AのためBになる」「AはBの原因である」
❸ 要点：　　ある特定の人または出来事は、その人またはその動作主に意図や意思があるなしに関わらず、別の出来事を引き起こす。Aは特定の人または出来事を表す名詞（句）または文であり、BはAによって引き起こされる出来事を表す文である。

1.เศรษฐกิจตกต่ำทำให้คนตกงานมาก
　不景気は失業者を多くする。
2.แผ่นดินไหวทำให้เกิดคลื่นใต้น้ำ
　地震は津波の原因だ。
3.ฉันจะทำให้เขาเปลี่ยนใจ
　私は彼の気が変わるようにする。

....

เศรษฐกิจตกต่ำ 不景気. ตกงาน 失業する. แผ่นดินไหว 地震. คลื่นใต้น้ำ 津波. เปลี่ยนใจ 気が変わる.

⑦....ยังไง ๆ ก็ ....
❶ 文型：　　「A 動詞（句）+ยังไง ๆ (+主語) ก็ไม่+B 動詞（句）」
❷ 意味：　　「どんなに（いくら）AをしてもBにならない」
❸ 要点：　　いくら努力してもある目標または結果にならないことを表す。Aは努力してする行動であり、Bはある目標または結果を表す。

73

第22課も参照。

1. ฉันทำน้ำปลาหกในกระเป๋าเสื้อผ้า เช็ดยังไง ๆก็ไม่หายเหม็น

    私はトランクの中にナムプラーをこぼしてしまった。いくら拭いても臭さが消えない。

2. เราต่อยังไง ๆ แม่ค้าก็ไม่ยอมลดให้

    我々がいくら値切っても、売っているおばさんは負けてくれなかった。

3. กระจกหนาขนาดนี้ ใช้ค้อนทุบยังไง ๆ ก็ไม่แตก

    ガラスはこんなに分厚いので、いくら金槌で叩いても割れない。

....

น้ำปลา ナムプラー（魚の醤油）. ทำ...หก こぼす. กระเป๋าเสื้อผ้า スーツケース,トランク. เช็ด 拭く. เหม็น 臭い. ต่อ(ราคา) 値切る. ลด(ราคา) 負ける,値段を下げる. กระจก ガラス. หนา 厚い. ค้อน 金槌. แตก 割れる.

⑧ จนกระทั่ง

❶ 文型：　　「A ＋จนกระทั่ง＋ B」

❷ 意味：　　「Bに至るまでA」「BまでA」

❸ 要点：　　Aは長い間続いている出来事を表す動詞（句）または文であり、Bはある時点を表す名詞（句）または文で、その時点から新たな展開になる意味合いを表す。

1. แม่รอจนกระทั่งฝนหยุด แล้วจึงออกไปซื้อของ

    母は雨がやむまで待って、それから買い物に出かけた。

2. กระเป๋าใบนั้นผมถูกใจมาก ใช้อยู่จนกระทั่งเก่าขาด

    あの鞄は僕はとても気に入っていた。古くなって破れるまで使っていた。

3. บวชแล้วคุณจะต้องทานข้าววันละสองมื้อไปจนกระทั่งสึก

    出家するなら、還俗するまであなたは1日に2食を食べなければならない

（1日2食でいかなければならない）。

ถูกใจ 気に入る. เก่า 古い. ขาด 破れる. บวช 出家する.....มื้อ［1日の食事の回数］～食. สึก 還俗する.

⑨กว่าจะ....ก็....(เสีย)แล้ว

❶ 文型：　①「กว่าจะ Aก็ B แล้ว」

②「กว่าจะ Aก็ B เสียแล้ว」

❷ 意味：　①「Aになる（なった）ときにはもうBになっている（いた）」

②「Aになったときにはもうになってしまっていた」

❸ 要点：　「ある事情により,行動(A）を起こすことが出来なかったり、間に合わなかったりする（した）ことで、結果が予定（予測）通りにならない（ならなかった）」、また、「あるものの状態が(A)になる（なった）時には、別のものは（B）になる（なった）」というように、その行動や状態になる時間が長いことを強調したい時に用いる表現である。AとBは動詞（句）である。「กว่าจะ Aก็ B เสียแล้ว」にはその結果を残念に思う気持ちが含意されている。

1.กว่าตำรวจจะมาได้ ขโมยก็หนีไปเสียแล้ว

警察が来た時には、泥棒はもう逃げた後だった。

2.กว่าเขาจะไปถึง ร้านก็คงจะปิดแล้ว

彼がつく頃には、お店はもう閉まっているでしょう。

3.รถติดมาก กว่าผมจะไปถึงที่ทำงาน ก็ 9 โมงแล้วทุกวัน

渋滞がひどい。毎日、会社に着く頃には、既に9時になっている。

4.กว่าหนังจะจบ เขาก็คงหลับแล้ว

映画が終わる頃には、彼はすでに眠っているでしょう。

ตำรวจ 警察. ขโมย 泥棒. หนี 逃げる. รถติด 渋滞である. ที่ทำงาน 事務所、会社.หลับ 眠る.

⑩....จน....

❶ **文型：** 「A＋จน＋B」

❷ **意味：** 「BになったほどA」「あまりにもAなので、Bになった」

❸ **要点：** Aは程度が高い出来事または行動を表す動詞（句）または文であり、BはAに引き起こされる出来事を表す語句または文である。

1.เมื่อคืนนี้หนาวจนน้ำในบ่อหน้าบ้านกลายเป็นน้ำแข็ง

昨夜は、家の前の池の水が凍ったほど寒かった。

2.ต้มยำกุ้งหม้อนี้เผ็ดจนไม่มีใครทานได้

この（鍋に入っている）トムヤムクンは、誰も食べられなかったほど辛かった。

3.ผมทานมากจนปวดท้อง

僕はあまりにも食べ過ぎたので、お腹が痛かった。

บ่อ 池. กลายเป็น.... ～になる. น้ำแข็ง 氷. ปวดท้อง お腹が痛い.

⑪เกือบจะ.... ⇨ 第２課を参照

⑫....เสียแล้ว

❶ **文型：** 「動詞（句）または文＋เสียแล้ว」

第5課　ชื่อเล่นของคนไทย

❷ **意味：**　「〜してしまった」
❸ **要点：**　途中で望まない思わぬ出来事が起こってしまい、目的または目標に到達できない惜しい気持を表す。望まない思わぬ出来事を表す動詞（句）または文に後続する。

1. ตอนฉันไปถึง เขากลับไปเสียแล้ว
　私が着いたとき、彼は帰ってしまった。
2. หนังเรื่องนั้นฉันยังไม่ได้ไปดูเลย ออกจากโรงเสียแล้ว
　あの映画は、私はまだ見に行っていないのに、上映が取りやめられてしまった。
3. ไปรษณีย์ปิดเสียแล้ว ส่งเงินไม่ได้
　郵便局はすでに閉まっていたので、送金できなかった。

ออกจากโรง 上映することを取りやめる. ไปรษณีย์ 郵便局. ส่งเงิน 送金する.

練習問題

練習 I

1. ทำไมคนไทยสมัยก่อนนิยมใช้ชื่อสัตว์ตั้งชื่อให้เด็กแรกเกิด
2. ชื่อเล่นที่เพื่อนสนิทตั้งให้ในภายหลังมีลักษณะพิเศษอย่างไร
3. การใช้ชื่อเล่นเรียกกันทั่วไปในหมู่คนไทยมีผลดีอย่างไร
4. การใช้ชื่อเล่นเรียกกันทั่วไปมีผลเสียอย่างไร

ลักษณะพิเศษ 特徴. ผลดี メリット,利点. ผลเสีย デメリット,欠点.

練習 II

1 (a)〜(l)の表現の中から5つ以上選んでタイ語で作文をしなさい。

2 1〜14の単文のそれぞれの意味が通じるように、(a)〜(l) の中の表現を1つ選んで下線の部分に入れなさい。

(a) แม้กระทั่ง....
(b) เพิ่งจะ....
(c) เข้าใจว่า....
(d) จะได้....
(e) ใหม่ ๆ
(f) ทำให้....
(g) ยังไง ๆ ก็....
(h) จนกระทั่ง...
(i) กว่าจะ....ก็....
(j) ....จน....
(k) ....เกือบ(จะ)....
(l) ....เสียแล้ว

1. หิมะตกหนัก ต้นไม้ตายหมด ไม่เหลือ_____ต้นไผ่ที่ผมปลูกไว้เมื่อ 20 ปีก่อน
2. เกิดอุบัติเหตุ รถติดบนทางด่วน _____ ไปถึงที่ทำงาน____เที่ยงแล้ว
3. ตอนเรียนภาษาไทย____ ฉันออกเสียงไม่ได้เลย
4. ผม_____ลาออกจากบริษัทตั้งหลายครั้งแล้ว แต่หางานใหม่ไม่ได้เลยทนทำมาจนทุกวันนี้
5. ประธานบริษัททำเองทุกอย่าง_____ถ่ายเอกสาร
6. เขาพูดภาษาญี่ปุ่นได้เหมือนคนญี่ปุ่นมาก เลย_____ เขาเป็นคนญี่ปุ่น
7. ยามรอ____คนในบริษัทกลับหมดแล้ว จึงปิดประตูด้านหน้า
8. ตอนนี้น้ำมันแพงมาก ซื้อรถแบบนี้สิ____ประหยัดน้ำมัน
9. เมื่อวานนี้เพื่อนบอกขายรถที่ขับอยู่ให้ผม ผมลังเลใจเพราะราคาค่อนข้างแพง แต่ผมอยากได้มาก วันนี้ผมไปถามเพื่อน เพื่อนบอกว่าขายให้

第5課　ชื่อเล่นของคนไทย

　　คนอื่นไป _____
10. ฉันนึกว่าเขาเป็นผู้หญิงมาตลอด _____ วันหนึ่งฉันเห็นพาสปอร์ตของเขา จึงรู้ว่าเขาไม่ใช่ผู้หญิง
11. เขาพยายามเลิกบุหรี่มานาน แต่ทำ _____ เลิกไม่ได้ เดี๋ยวนี้ก็ยังสูบอยู่ทุกวัน วันละ 80 มวน
12. เขา _____ ออกจากโรงพยาบาลเมื่อวานนี้ เมื่อเช้านี้ออกไปว่ายน้ำแล้ว
13. พอผมกลับถึงบ้าน ลูกก็นอนหลับ _____
14. สังคมแบบทุนนิยม _____ คนรวยยิ่งรวยขึ้น และคนจนยิ่งจนลง

....

ต้นไผ่ 竹 . ปลูก 植える . อุบัติเหตุ 事故 . ทางด่วน 高速道路 . ออกเสียง 発音する . ทุกวันนี้ 現在 . ประธานบริษัท 会社の会長 . ถ่ายเอกสาร コピーする . ยาม ガードマン . ประตูด้านหน้า 正門 . ประหยัด 節約する . ลังเลใจ 躊躇する,決めることができない . พาสปอร์ต パスポート . สังคม 社会 . ทุนนิยม 資本主義 . จน 貧しい .

練習Ⅲ

1. この会社は僕1人しかいないので、トイレの掃除までひとりで全部やらなければならない。
2. 私は食べてきたばかりだが、またお腹が空いてきた。
3. 彼は毎日この車を運転してきたので、この車は彼のものだと誤解していた。
4. はっきり見えるように前の方に座りたい。
5. このお魚は炊きたてのご飯と一緒に食べたらとても美味しいです。
6. いくら誘っても彼女は我々と一緒に行かない。
7. 毎日、店員はお客さんが皆帰るまで待って、それからお店を片付ける。
8. 彼が駅に着く頃には終電はもう出ているでしょう。

9. 足が痛くなるほど歩いていた。
10. 携帯電話のバッテリーがもう少しでなくなる。
11. まだ使っていないのに、壊れてしまった。
12. 凍っている道路は事故の原因となる。

トイレの掃除をする ล้างห้องน้ำ , ล้างส้วม . お腹が空く หิว . はっきり見える เห็นชัด . 炊く หุง . 誘う ชวน . 店員 คนขาย . お客さん ลูกค้า . 皆 หมด,ทุกคน . (お店を)片付ける เก็บร้าน . 終電 รถไฟเที่ยวสุดท้าย 携帯電話 (โทรศัพท์)มือถือ . バッテリー แบต . 壊れる พัง . 滑る (凍る) ลื่น . 道路 ถนน . 事故が起きる เกิดอุบัติเหตุ.

第6課　ชื่อกับขวัญ

読解：タイ人にとって、名前にはどのような重要性があるのか、また、名前の付け方は時代によってどのように変わってきたのかを理解する。

作文：日本人の名前の付け方、相手の呼び方にはどのような特徴があるのか、また時代によって変化が見られるのか。タイ人と比較しながら説明する。

　　　　คนไทยไม่มีธรรมเนียมเรียกคนอื่นด้วย "นามสกุล" อย่างฝรั่งหรือญี่ปุ่น นามสกุลมีความสำคัญ①สำหรับคนญี่ปุ่นมากกว่าชื่อตัว②จนกว่าจะสนิทสนมกันระดับหนึ่งแล้ว ③จึงจะใช้ชื่อตัวเรียก ฉะนั้นชื่อตัวของญี่ปุ่นจะใช้ได้④ก็ต่อเมื่อมีความสัมพันธ์ที่สนิทกันมากขึ้นแล้ว แต่ชื่อตัวของไทยมีความสำคัญมากกว่าชื่อตัวของญี่ปุ่นมากนัก

　　　　คนไทยเชื่อว่าในชื่อของของคนนั้นมีขวัญของตัวเขาแฝงอยู่ในนั้นด้วย จะทำคุณทำไสยใคร ก็อาจเขียนชื่อของเขาลงไปในวัตถุที่เป็นอัปมงคลเหล่านั้นได้

　　　　คนแต่ก่อนนี้⑤ไม่นิยมเรียกชื่อกันพร่ำเพรื่อนัก โดยเฉพาะคนที่เคารพนับถือ ถ้าเรียกชื่อดูเป็นการแสดงความไม่เคารพ มักจะเลี่ยงไปเป็นคำนับญาติแทน เวลาจะพูดถึงพระมหากษัตริย์ ก็เอ่ยถึง⑥แต่ว่าพระเจ้าอยู่หัว หรือ ในหลวง

　　　　คนไทยนิยม⑦ให้พระตั้งชื่อให้ หรือไม่ก็ตั้งชื่อตามตำราการตั้งชื่อจะต้องใช้ชื่อใช้อักษรให้เป็นมงคลแก่บุคคลผู้นั้น คนทั่วไปไม่รู้หลักรู้ตำรา ถ้าตั้งชื่อลูกหลานเอาเองก็อาจไปเจอเอาอักษรไม่ดี⑧เข้า ชื่อที่ตั้งจะกลายเป็นชื่อกาลกิณีไป ⑨ทำให้ชีวิตพบแต่ความยากลำบากหรือเลี้ยงไม่รอดได้

　　　　คนปัจจุบันก็⑩ไม่ได้เชื่อต่างไปจากคนสมัยก่อนมากนัก แฟชั่นของชื่ออาจเปลี่ยนไปจากการใช้ภาษาไทยพยางค์เดียว หรือภาษาเขมรสักสองพยางค์มาเป็นภาษาสันสกฤตหลายพยางค์ เน้นความแปลกใหม่ด้านเสียงและ ความหมายไว้ด้วย แต่นักตั้งชื่อ⑪ก็ยังต้องเน้นที่พยัญชนะและสระให้เป็นมงคลแก่เจ้าของชื่ออยู่ดี

คนสมัยนี้บางคน ⑫พอรู้สึกว่าชะตาชีวิตของตัวไม่ค่อยดีก็มักคิดก่อนว่า⑬ต้องมีอะไรผิดที่ชื่อตัว ต้องเอาไปให้ผู้เชี่ยวชาญตรวจวิเคราะห์แล้วอาจจัดการเปลี่ยนเสียใหม่เพื่อขจัดสิ่งอัปมงคลออกไปจากชื่อตัว

ธรรมเนียม 習慣. ชื่อตัว 下の名前. สนิทสนม 親しい. ขวัญ 魂. แฝง内在している. ทำคุณทำไสย 呪いの儀式などの邪術/妖術によって相手に被害を与える. วัตถุ 物. อัปมงคล 不吉.พร่ำเพรื่อ 必要以上. เลี่ยง 避ける. คำนับญาติ 親族名称. พระมหากษัตริย์ 王様. พระเจ้าอยู่หัว [呼称詞]王様.ในหลวง [呼称詞・口語]王様. ตำรา 教科書,参考書.อักษร 文字. มงคล 吉祥. บุคคล 人. หลัก 基礎,規則. กาลกิณี 不吉. ยากลำบาก 苦労する. เลี้ยงไม่รอด 小さいときに死ぬ. แต่ก่อน 昔. แฟชั่น 流行. พยางค์เดียว 単音節. เขมร クメール. สันสกฤต サンスクリット. หลายพยางค์ 複音節. เน้น中心に考える,強調する,大事にする.ความแปลกใหม่ 珍しさ. เสียง音声,音. ความหมาย意味.พยัญชนะ 子音字. สระ 母音字. ชะตาชีวิต 人生. ผู้เชี่ยวชาญ専門家. ตรวจวิเคราะห์ 調べる. ขจัด 削除する,排除する.

文法&表現

①สำหรับ....

❶ 文型： 「สำหรับ＋名詞（句）A」

❷ 意味： 「Aの場合は～」「Aにとっては～」

❸ 要点： 特定されたAを強調する表現である。

1.สำหรับนักศึกษาไม่มีอะไรน่าวิตกเท่ากับเรื่องสอบ

学生にとっては試験ほど不安なことはない。

2.สำหรับคนไทย การไหว้เป็นการแสดงความเคารพมากกว่าการทักทายเฉย ๆ

タイ人にとっては、合掌は単に挨拶だけよりも敬意を表すことである。

3.สำหรับท่านผู้โดยสารที่จะเดินทางต่อไปยังเชียงใหม่ กรุณารอที่ห้องพักผู้โดยสารผ่าน

チェンマイへ行かれるお客様は乗り継ぎの待合室でお待ち下さい。

น่าวิตก 不安な. การไหว้ 合掌. แสดง 表す. ความเคารพ 敬意. การทักทาย 挨拶. เฉย ๆ 単に～だけ. ผู้โดยสาร 乗客. ท่านผู้โดยสาร 乗客の皆様. เดินทาง 旅行する,行く. ห้องพัก 待合室,休憩室. ผู้โดยสารผ่าน 乗り継ぎ客.

②จนกว่า(จะ)....

❶ 文型：　「A จนกว่า (主語、主題) (จะ) B」

❷ 意味：　「BになるまでAをする」

❸ 要点：　目的または目標である状態(B)になるまで、ある行動(A)を意図的、継続的に行なうことを表す。

1.ฉันจะรอจนกว่าคุณจิโรจะกลับมา

ジロウさんが帰ってくるまで私は待ちます。

2.พนักงานห้างจะรอจนกว่าลูกค้ากลับไปหมดแล้วจึงปิดห้าง

店員は、お客さんが皆いなくなるまで待って、それから閉店する。

3.คุณต้องทานยาจนกว่าจะหาย

あなたは治るまで薬を飲まなければならない。

พนักงาน 従業員. ห้าง 百貨店. ลูกค้า (商売上の) 客. ปิดห้าง 閉店する.

③จึง(จะ)....

- ❶ 文型： 「....จึง(จะ)＋動詞（句）」
- ❷ 意味： 「（〜したから）やっと〜」「（〜してそれで）やっと〜」
- ❸ 要点： ある特定の状況や条件が充たされるなら、ようやく目標、または望んでいる結果になることを表す。またはある状況の中で限界になるなら、ようやくある特定の行動、手段、方法を選択することを強調する。口語では「....ถึง(จะ)＋動詞（句）」の方が一般的に用いられる。

1. น้ำเดือดแล้ว ถึงจะใส่ผัก

　お湯が沸いたなら、そこで野菜を入れる。

2. คุณต้องเลิกสูบบุหรี่ ถึงจะหาย

　タバコを止めるなら、それで治る。

3. แม่คลอดเองไม่ได้จริง ๆ หมอจึงจะผ่า

　母親が自分で産むこと（自然分娩）が出来ないなら、（そのときは）お医者さんは手術（帝王切開）をする。

....

เดือด 沸く. ใส่ 入れる. ผัก 野菜. คลอดเอง 自分で産む（自然分娩をする）. ผ่า 手術をする（帝王切開をする）.

④ก็ต่อเมื่อ....

- ❶ 文型： 「....ก็ต่อเมื่อ ＋動詞（句）または文」
- ❷ 意味： 「〜をするようになるのは、〜の場合に限る」
   「〜なら、仕方なく〜する」
- ❸ 要点： 普段または今までと違った、あるいは望んでもいなかったある特定の方法、手段、行動を仕方なく選択するようになったり、

第6課　ชื่อกับขวัญ

または目標に到達するためには、ある特定の状況や条件を強いられることが強調される。

1. ผมจะนั่งแท็กซี่ก็ต่อเมื่อมีความจำเป็นจริง ๆ
   僕は本当に必要になったときだけ、タクシーに乗る。
2. หมอจะผ่าก็ต่อเมื่อแม่คลอดเองไม่ได้จริง ๆ
   医者が帝王切開という方法を選択するのは、母親が本当に自然分娩ができない場合に限る。
3. สมชายบอกว่าเขาจะออกจากบริษัทนี้ก็ต่อเมื่อหางานใหม่ได้แล้ว
   この会社を辞めることにするのは、すでに新しい仕事を見付けた場合に限るとソムチャイが言った。
4. เครื่องบินจะออกได้ก็ต่อเมื่อพายุสงบลงแล้ว
   飛行機が出発できるようになるのは、台風が収まる場合に限る。

ความจำเป็น 必要. หางาน 就職活動をする. พายุ 台風. สงบ 平和である,収まる.

⑤ ไม่(ค่อย)....นัก

- ❶ 文型：　　「ไม่(ค่อย)+動詞（句）+นัก」
- ❷ 意味：　　「それほど～ない」「そんなに～ない」
- ❸ 要点：　　期待や予想される程度には及ばないことを表す。書き言葉の表現である。

1. มีร้านเปิดใหม่หลายร้าน แต่ไม่ค่อยมีลูกค้านัก
   開店したばかりの店が何軒かあるが、それほど客が多くいない。
2. โครงการนี้ไม่ประสบความสำเร็จนัก
   このプロジェクトは（予想したほど）成功していない。

3. บริษัทไม่ค่อยได้กำไรนัก แต่ไม่เคยขาดทุน
   会社はそんなに儲かっていないが、損はしたことがない。

ลูกค้า　(商売上の) 客. โครงการ　計画,プロジェクト. ประสบความสำเร็จ　成功する. กำไร 儲かる. ขาดทุน 損する.

⑥ แต่....　⇨ 第1課を参照。

⑦ ให้....ให้

- ❶ 文型：　① 「A ให้ B +動詞（句）+ ให้」
  - ② 「A ให้ B +動詞（句）+ ให้ C」
- ❷ 意味：　① 「AはA自身のためにBに～をさせる」「AはBに～をしてもらう」
  - ② 「AはCのためにBに～をさせる」「AはCのためにBに～をしてもらう」
- ❸ 要点：　Aは働きかける人、Bは働きかけられる人、そしてCは働きかける行動の対象者である。

1. อาจารย์คนไทยให้นักศึกษาปริญญาโทสอนภาษาญี่ปุ่นให้
   タイ人の先生は大学院生に日本語を教えてもらっている。
2. หัวหน้าให้คนขับรถล้างรถให้
   課長は運転手さんに車を洗ってもらった。
3. แม่ให้พ่อไปซื้อยาให้ฉัน
   母は父に私の（ために）薬を買いに行ってもらった。

นักศึกษาปริญญาโท 修士課程の大学院生.หัวหน้า 課長,部長. คนขับรถ 運転手,運転者. ยา薬.

⑧....เข้า

❶ **文型：**　「主語A＋出来事を表す動詞（句）B＋เข้า」

❷ **意味：**　「Aは（思わず）Bをして」

❸ **要点：**　Aがある出来事(B)に（思わず）直面することにより、その被害や影響を受ける場合に用いる。その被害や影響を表す文が後続するのが普通である。

1.ผมเคี้ยวไปโดนพริกเข้า ต้องทานน้ำไปหลายแก้ว

僕は、唐辛子を噛み当ててしまったので、水を何杯も飲まなければならなかった。

2.ฉันอ่านเจอบทความนี้ในหนังสือพิมพ์เข้า รู้สึกดีใจจนบอกไม่ถูก

偶然この記事を新聞で読んだので、言葉に表せないほど嬉しいです。

3.เมื่อเดือนที่แล้วขับรถไปชนรั้วบ้านเข้า ต้องซ่อมทั้งรั้วทั้งรถหมดไปหลายแสนเยน

先月、車を（運転していて）家の塀にぶつけてしまって、塀と車の修理で何十万円も払わなければならなかった。

เคี้ยว 噛む.พริก 唐辛子. แก้ว グラス,コップ. บทความ 記事.หนังสือพิมพ์ 新聞. บอกไม่ถูก どう言えばいいか分からない,うまく言葉に表現できない. ชน　ぶつける,ぶつかる. รั้วบ้าน 塀,垣根. ซ่อม 修理する. หมด(เงิน)（お金を）払う.

⑨ทำให้...

⇨ 第５課を参照。

⑩ไม่(ค่อย)ได้....

❶ 文型 ： 「（主語）＋ไม่(ค่อย)ได้＋動詞（句）」

❷ 意味 ： 「（あまり）～していない」

❸ 要点 ： 1.「～する機会がない」から「していない」という意味合いで用いられる。

2.過去の出来事を表すときに用いられる、とよく誤解されるが、過去、現在、未来の時制には関係なく、その時々の状況を表す表現である。

1.ระยะนี้ยุ่งมาก เลยไม่ค่อยได้โทรไปหาเขา

　この頃はとても忙しいので、彼女にあまり電話をしていない。

2.ตั้งแต่ฉันย้ายมาอยู่โอซากา ไม่ได้เจอโยโกะเลย

　大阪に引っ越してからヨウコに会っていない。

3.ปีหน้าฉันกลับเมืองไทย คงไม่ได้ดูละครสนุก ๆ อย่างนี้

　来年、私はタイに帰ったらこのような面白いドラマを見る機会はないでしょう。

4.ตอนลูก ๆ ยังเล็ก ผมต้องไปเมืองนอกบ่อย ๆ ไม่ค่อยได้อยู่บ้าน

　子供たちがまだ小さかったとき、私はよく海外に出張していたので、あまり家にいなかった。

....

ย้าย 引っ越しする. ละคร 劇,ドラマ. เมืองนอก 海外.

⑪ก็ยัง....อยู่ดี

❶ 文型 ： 「ก็ยัง＋動詞（句）＋อยู่ดี」

❷ 意味 ： 「相変わらず～」

❸ 要点 ： 努力したにもかかわらず、あるいは事情や状況に変化があった

第6課　ชื่อกับขวัญ

にもかかわらず、望まれている結果にならず、現在の行動や状態に変わりがないことを表す。

1. ซักตั้งหลายครั้งแล้ว กลิ่นน้ำปลาก็ยังไม่หายอยู่ดี
　何回も洗ったが、相変わらずナムプラーの臭いが消えない。
2. เดี๋ยวนี้คอมพิวเตอร์ใช้ง่ายขึ้นมาก แต่เขาก็ยังไม่ยอมใช้อยู่ดี
　今、パソコンはずいぶん使いやすくなってきたが、彼は依然として使おうともしない。
3. ครูอธิบายสามครั้งแล้ว ผมก็ยังไม่รู้เรื่องอยู่ดี
　先生は3回も説明してくれたが、僕は相変わらず分からない。
4. ไม่ว่าจะมีการรณรงค์ให้ประหยัดไฟแค่ไหน แต่พนักงานก็ยังเปิดไฟทิ้งไว้อยู่ดี
　どんなに節電を勧める運動があっても、相変わらず職員は電気をつけっ放しのままである。

....

ซัก 洗濯をする. กลิ่น におい. น้ำปลา ナムプラー（タイの魚醤）. หาย 消える. ครู 学校の先生. อธิบาย 説明する. รู้เรื่อง 分かる. รณรงค์ 運動する. ประหยัด 節約する. ไฟ 電気. พนักงาน 職員,従業員. เปิด....ทิ้งไว้ ～をつけっぱなしのままである.

⑫ **พอ....ก็....**　　　⇨ 第2課を参照。

⑬ **ต้อง....(แน่ๆ)**　　⇨ 第2課を参照。

練習問題

練習 I　下記の質問に答えなさい。

1. เวลาเรียกคนอื่น คนไทยใช้นามสกุลเรียก หรือชื่อตัวเรียก
2. ทำไมคนไทยสมัยก่อนไม่นิยมเรียกชื่อตัวนัก
3. คนไทยนิยมให้ใครตั้งชื่อให้
4. ถ้าคนไทยรู้สึกว่าชีวิตมีแต่สิ่งที่ไม่ดี เขาจะคิดถึงอะไร และจะทำอย่างไร
5. ปัจจุบันนี้ แฟชั่นการตั้งชื่อของคนไทยเปลี่ยนไปอย่างไร

練習 II

1　(a)〜(m) の表現の中から5つ以上選んでタイ語で作文をしなさい。

2　1〜13の単文のそれぞれの意味が通じるように、(a)〜(m) の中の表現を1つ選んで下線の部分に入れなさい。

(a) สำหรับ....
(b) จนกว่าจะ....
(c) ....จึงจะ(ถึงจะ)....
(d) ....ก็ต่อเมื่อ....
(e) ไม่(ค่อย)....นัก
(f) แต่....
(g) ....ให้....ให้
(h) ....เข้า
(i) ทำให้....
(j) ....ไม่(ค่อย)ได้....
(k) ....ก็ยัง....อยู่ดี
(l) พอ....ก็....
(m) ต้อง....(แน่ ๆ)

1. ปลา ต้องย่าง ฉัน _____ ทานได้

第6課　ชื่อกับขวัญ

2. ฉันจะพักที่โรงแรมนี้ไป＿＿＿＿＿ หาบ้านได้
3. ความอบอุ่นในครอบครัวเป็นสิ่งสำคัญที่สุด＿＿＿＿＿เด็ก
4. ผมจะใส่กางเกงตัวนี้ได้＿＿＿＿＿น้ำหนักลดลงเหลือ 60 กิโล
5. ตอนผมอยู่มหาวิทยาลัย ไม่ค่อยมีสตางค์ ทาน＿＿＿บะหมี่สำเร็จรูป
6. คนหนุ่มสาวสมัยนี้＿＿＿＿＿มีคนใช้โทรศัพท์สาธารณะ＿＿＿
7. ฉัน＿＿＿น้องชาย เขียนแผนที่ไปเกียวโต＿＿＿เพื่อน
8. ภูเขาไฟลูกนั้นระเบิด ＿＿＿＿＿คนต้องอพยพย้ายไปอยู่ที่อื่น
9. ผมเดินไปเหยียบแก้วแตก＿＿＿โดนบาด ต้องเย็บตั้ง 2 เข็ม
10. ตอนนี้ คอมพิวเตอร์ฉันเสีย เลย＿＿＿＿＿เมล์ถึงใคร
11. ทานกาแฟไป 5 ถ้วยแล้ว อาการง่วง ＿＿＿＿＿ไม่หาย＿＿＿
12. ＿＿＿เข้าเดือนพฤศจิกายน ใบไม้ ＿＿＿＿เปลี่ยนเป็นสีแดง
13. ใบไม้แดงที่นั่นสวยมาก ถ้าคุณเห็นจะ＿＿＿＿＿ชอบ＿＿＿

ย่าง 焼く．พัก 泊まる．หา....ได้ 見付ける．ความอบอุ่น 暖かさ．ครอบครัว 家族．สิ่งสำคัญ 大事なこと．น้ำหนัก 体重．ลดลงเหลือ... ~に残る．สตางค์ お金．บะหมี่สำเร็จรูป インスタントラーメン．โทรศัพท์สาธารณะ 公衆電話．แผนที่ 地図．ภูเขาไฟ 火山．ระเบิด 噴火する．อพยพ 移動する．ย้าย 引っ越しする．เหยียบ 踏む．แก้วแตก ガラスの破片．บาด 切る．เย็บ 縫う．เข็ม 針．เมล์ メールを送信する．อาการง่วง 眠たさ．ใบไม้แดง 紅葉．

練習Ⅲ　　タイ語に訳しなさい。

1. タイ語を勉強し始めたばかりの人にとってはこの試験は難しすぎる。
2. 卒業するまでこの鞄を使います。
3. もうこれ以上我慢できないほど痛くなったら、彼女はようやく病院に行く。

4. 昔の人が服を棄てるのは、もう修理が出来なくなるほど破れた場合に限られた。
5. この方法は（期待されるほど）あまり効果がない。
6. あの子はお肉とケーキばかり食べている。
7. 私は息子に、友達の（ために）パソコンを修理してもらった。
8. 犬の糞を踏んでしまったので、靴がとても臭かった。
9. 電気のショートは火事の原因となる。
10. このごろとても忙しいので、先月から家のお掃除をしていない。
11. タバコを吸える場所はずいぶん少なくなってきたにもかかわらず、僕は相変わらず吸うのを止めることができない。
12. パクチーの臭いがした途端に、食欲がなくなった。
13. 今年はきっと優勝する。

....

試験 ข้อสอบ．難しい ยาก．卒業する เรียนจบ．我慢する ทน．痛い เจ็บ，ปวด．昔の人 คนสมัยก่อน．棄てる ทิ้ง．修理する ซ่อม．破れる ขาด．方法 วิธี．効果がある ได้ผล．息子 ลูกชาย．パソコン คอมพิวเตอร์．犬の糞 ขี้หมา．踏む เหยียบ．臭い เหม็น．電気がショートする ไฟฟ้าช็อต．火事 ไฟไหม้．掃除をする ทำความสะอาด．パクチー（香草の一種、コリアンダー）ผักชี．食欲がなくなる ไม่อยากทานอะไร．優勝する ชนะเลิศ．

第 7 課　หัวและเท้า

読解：タイ人は頭と足に対してどのような考えを持っているのか、また挨拶の身振りである合掌における頭と足の位置と社会的なルール、礼儀、常識について理解する。

作文：日本人の特定の身体部位に対する独特の考えや意識、そしてそれらに関する礼儀や常識についてタイ人にタイ語で紹介する。

คนญี่ปุ่นจำนวนไม่น้อยคิดว่าจับหัวเด็กไทยไม่ได้ เพราะคนไทย①ถือว่ามีพระสิงสถิตอยู่ในหัว ความเข้าใจดังกล่าว②ไม่ถูกต้องเสียทีเดียวนัก จริงอยู่คนไทยถือว่าหัวเป็นอวัยวะที่สำคัญ เป็นของสูง ③เวลาคุยกับผู้ใหญ่ จะไม่ยืนค้ำศีรษะของผู้ใหญ่ และเวลาเดินผ่านผู้ใหญ่④ไม่ว่าหน้าหรือข้างจะค้อมตัวลง⑤ให้ต่ำที่สุดเท่าที่จะทำได้ การยกของข้ามศีรษะผู้ใหญ่ถือว่าเสียมารยาท เป็นสิ่งไม่ควรทำอย่างยิ่ง ⑥ถึงแม้ว่าคนไทยจะถือเช่นนี้ก็ไม่ได้หมายความว่า การจับหัวเด็กเป็นสิ่งต้องห้าม คนไทยทั่วไปแสดงความเอ็นดูเด็กด้วยการจับหรือลูบหัวเด็ก เช่นเดียวกับคนญี่ปุ่น ในขณะเดียวกัน เวลาลงโทษเด็ก การตบหรือตีหัวเป็นสิ่งที่คนไทยไม่ทำ ส่วนใหญ่ใช้ไม้เรียวหรือไม้บรรทัดตีที่ก้นหรือฝ่ามือ

ส่วนเท้า⑦ซึ่งเป็นอวัยวะต่ำสุดของร่างกาย คนไทยถือว่าเป็นของต่ำสกปรก จึงหลีกเลี่ยงการนั่งหันเท้าไปทางผู้ใหญ่ที่เคารพ ไม่ใช้เท้าชี้สิ่งของ หรือไม่เดินข้ามสิ่งของของผู้อื่น เนื่องจากคนไทยมีความเชื่อเกี่ยวกับหัวและเท้าดังกล่าว การแสดงความเคารพด้วยการก้มหัวกราบลงที่เท้าของบุคคลที่เคารพจึงเชื่อกันว่าเป็นการแสดงความเคารพขั้นสูงสุด การแสดงความเคารพแบบนี้ส่วนใหญ่จะใช้กับพ่อแม่ ในหลวง เป็นต้น

มะลิ　– ซากุระ เวลาชัยน้องเราไหว้เธอแล้วเธอไหว้ตอบ ไม่ต้องก้มหัวก็ได้

ซากุระ– ทำไมล่ะ เราเห็นมะลิก้มหัวทุกที เวลาไหว้คุณพ่อคุณแม่

มะลิ　– ถ้าไหว้คนที่เคารพควรก้มศีรษะ แต่ไหว้คนที่เด็กกว่าไม่ต้องก้มหรอก อีกอย่างซากุระไม่ควรไหว้ชัยก่อน เพราะชัยเด็กกว่า

ซากุระ- ถ้าไหว้คนที่เด็กกว่าก่อนแล้วจะเป็นยังไง
มะลิ - ไม่เป็นยังไงหรอก แต่บางคนถือ เพราะเขา⑧กลัวอายุสั้น

สิงสถิต 宿る. อวัยวะ 身体部位. ค้ำศีรษะ 座っている人の傍に立って、見おろしているような状態. ผู้ใหญ่ 目上の人. ค้อมตัว 身を屈める. เสียมารยาท 失礼である. สิ่งต้องห้าม タブー. ความเอ็นดู 可愛がること. ลูบ 撫でる. ในขณะเดียวกัน しかしながら. ลงโทษ 罰を与える. ตบ 叩く (主に、力を入れる場合). ตี 叩く. ไม้เรียว 竹や枝を使った細いむち. ไม้บรรทัด 定規. ก้น 尻. ฝ่ามือ 手の平. หลีกเลี่ยง 避ける. หัน 向ける. เคารพ 尊敬する. ก้มหัว(ก้มศีรษะ) 頭を下げる. เด็กกว่า より若い. อายุสั้น 寿命が短い.

文法＆表現

①ถือว่า....

❶ 文型： 「主語 + ถือว่า +動詞（句）または文」
❷ 意味： 「〜と見なす」「〜と考える」
❸ 要点： ある理念、信仰、習慣、規則などのような特定の基準に基づいて、物事を見たり、考えたり、解釈したり、また判断したりすることを表す。

1. คนไทยถือว่าเท้าเป็นของต่ำ จึงไม่ควรใช้เท้าชี้สิ่งของ
   タイ人は、足は卑しいものと考えるので、足で物を指すべきではない。
2. ขับรถเร็วกว่าความเร็วที่กำหนดไว้แม้เพียงหนึ่งกิโลก็ถือว่าผิดกฎจราจร
   決められた速度より１キロでも超えてスピードを出したら、スピード違反と見なされる。
3. มุสลิมถือว่าหมูเป็นสัตว์สกปรก จึงไม่รับประทานเนื้อหมู
   ムスリムは、豚が汚い動物だと考えるので、豚肉を食べない。

第7課　หัวและเท้า

เท้า 足. ต่ำ 低い. ชี้ 指し示す. สิ่งของ 物. ความเร็ว 速度. กำหนดไว้ 定める. เพียง たった ～だけ. กฎหมาย 法律. ผิดกฎหมาย 違法である. มุสลิม　ムスリム. สัตว์　動物. สกปรก 汚い. เนื้อหมู　豚肉.

②ไม่....เสียทีเดียวนัก

❶ 文型：　　「ไม่ +動詞（句）+เสียทีเดียวนัก」

❷ 意味：　　「全く～の通りであるというわけではない」

　　　　　　「必ずしも～とは限らない」

❸ 要点：　　ある情報に対して完全に同意しないことを表す。

1. อาหารไทยไม่ใช่อาหารเผ็ดเสียทีเดียวนัก บางอย่างก็ไม่เผ็ด

　タイ料理は辛い料理であるとは限らない。辛くない物もある。

2. ผักพวกนี้ไม่ใช่ปลอดจากยาฆ่าแมลงเสียทีเดียวนัก

　これらの野菜は必ずしも無農薬であるとは限らない。

3. เขาไม่ได้รวยเสียทีเดียวนัก

　彼は（噂のような）お金持ちではない。

ปลอด 安全である. ยาฆ่าแมลง 農薬.

③เวลา....จะ....

❶ 文型：　　「เวลา A,จะ B」

❷ 意味：　　「Aをする際、いつもBをする」

❸ 要点：　　AとBの習慣的な関連性を持つ行動、または状態を表す動詞
　　　　　　（句）または文である。Bの主語はจะ の前に置く。

1.เวลาฝนตก อากาศจะชื้น

雨が降るとき、空気は湿る。

2.เวลาทานเผ็ด ผมจะปวดท้อง

辛いものを食べたとき、僕はいつもお腹が痛くなる。

3.เวลาทาโรไปเมืองไทย เพื่อนคนไทยจะชวนเขาไปดูมวย

タロウがタイへ行くと、タイ人の友人はいつもボクシングを見に行こうと彼を誘う。

ชื้น 湿っている. ชวน 誘う. มวย ボクシング.

④ไม่ว่า....หรือ....

⇨ 第4課を参照。

⑤ให้....ที่สุดเท่าที่จะ.....

❶ **文型：** 1.「動詞（句）＋ให้＋状態を表す語句＋ที่สุดเท่าที่จะ＋状態を表す語＋ได้」

2.「動詞（句）＋ให้＋状態を表す語句＋ที่สุดเท่าที่จะ＋動詞＋ได้」

❷ **意味：** 「できるだけ～する」

❸ **要点：** 意図的にある行動を行なうように最大限の努力をすることを表す。前者は状況の許される範囲で努力することを強調するのに対し、後者は動作主の体力、気力、能力の範囲で努力することを強調する。

1.ฉันจะทำให้อร่อยที่สุดเท่าที่จะทำได้

できるだけおいしくする。（私の能力の限り）

第7課　หัวและเท้า

2. ผมอยากทานให้มากที่สุดเท่าที่จะทานได้
　僕はできるだけ食べます。（お腹がいっぱいになるまで食べる）
3. ผมจะทานให้มากที่สุดเท่าที่จะมากได้
　僕はできるだけ沢山食べる。（そこにある物の中で沢山食べる）
4. ผมจะเปิดเพลงให้เสียงดังที่สุดเท่าที่จะดังได้
　できるだけ音が大きくなるように歌を流す。（まわりの人に迷惑をかけない限り）

เปิด（ラジオ等を）つける．เพลง 歌，音楽．เสียง 音．ดัง（音が）大きい．

⑥ ถึง(แม้ว่า)....ก็

❶ 文型：　　「ถึง(แม้ว่า) + A + ก็ + B」
❷ 意味：　　「AにもかかわらずB」
❸ 要点：　　Aは条件や現状を表す文であり、Bは先行する条件や現状から予想、推察される結果や状態とは異なっていることを表す動詞（句）である。Aの動詞の前にはจะを付けることが多い。

1. ถึงแม้ว่าบริษัทจะขาดทุน ก็ไม่เคยคิดจะไล่พนักงานออก
　会社は赤字にもかかわらず、社員を首にする考えはない。
2. ถึงแม้ว่าร่างกายจะพิการ แต่เขาก็ไม่ล้มเลิกความตั้งใจ
　身体が不自由であるにもかかわらず、彼は諦めない。
3. ถึงจะไม่มีเงิน แต่พวกเขาก็ไม่เดือดร้อน
　金がなくても、彼らは困らない。

ขาดทุน 赤字．ไล่....ออก ～を首にする．พนักงาน 社員．ร่างกาย 身体．พิการ 障害,不自由．

ล้มเลิกความตั้งใจ 諦める. เดือดร้อน 困る.

⑦ซึ่ง....

❶ 文型：　「名詞（句）A＋ซึ่ง＋動詞（句）または文B」

❷ 意味：　「BであるAは～」

❸ 要点：　BがAの属柄を表す場合に用いる。BがAを限定、特定をする事柄であれば、ซึ่ง ではなく、ที่ を用いる。

1.ฤดูฝนซึ่งฝนตกบ่อย อากาศจะชื้นกว่าฤดูหนาวซึ่งอากาศแห้ง

雨がよく降る梅雨は空気が乾燥する冬より湿度が高い。

2.ตอนกลางคืนควรใส่เสื้อผ้าสีขาวซึ่งมองเห็นได้ชัดในที่มืด

夜は、暗いところでもはっきり見える白い服を着るべきだ。

3.รองเท้าบู๊ตไม่เหมาะที่จะใส่ในเมืองไทยซึ่งเป็นประเทศร้อน

ブーツは、暑い国であるタイで履くのにふさわしくない。

ชื้น 湿度が高い .แห้ง 乾燥する. ชัด はっきり.มืด 暗い.รองเท้าบู๊ต ブーツ.เหมาะ ふさわしい.

⑧กลัว(ว่าจะ)....

❶ 文型：　「กลัว(ว่าจะ)＋動詞（句）」

❷ 意味：　「～なのではないかと心配している」「～する（しない）ことを心配している」

❸ 要点：　予想されることに対する気掛かりな思いを表す。主語はจะの前に付ける。

第7課　หัวและเท้า

1. ฉันไม่ทานกาแฟก่อนนอน กลัวว่าจะนอนไม่หลับ
   寝る前に私はコーヒーを飲まない。眠れなくなるのではないかと心配だから。
2. ฉันไม่ได้ใส่พริก กลัวว่าเด็กจะทานไม่ได้
   私は唐辛子を入れなかった。子供が食べられないかと心配だから。
3. ผมไม่กล้าขับเร็ว กลัวเกิดอุบัติเหตุ
   僕はスピードを出す勇気がない。事故が起こることを心配しているから。

กาแฟ コーヒー. นอนไม่หลับ 眠れない. พริก 唐辛子. เกิดอุบัติเหตุ 事故が起こる.

練習問題

練習 I　下記の質問に答えなさい。

1. คนไทยจับหัวเด็กหรือไม่
2. คนไทยไหว้คนอายุอ่อนกว่าก่อนหรือไม่
3. คนไทยมีความเชื่อเกี่ยวกับหัวและเท้าอย่างไร
4. เวลาไหว้คนที่มีอายุต่ำกว่าต้องก้มหัวหรือไม่
5. เวลาไหว้พ่อแม่หรือคนที่เคารพมาก ควรทำอย่างไร
6. คนที่มีอายุมากกว่าไหว้คนที่อายุน้อยกว่าก่อนจะเป็นอย่างไร

練習 II

1　(a)〜(h)の表現を使ってタイ語で作文をしなさい。

2 1～11 の単文のそれぞれの意味が通じるように、(a)～(h) の中の表現を1つ選んで下線の部分に入れなさい。

(a) ถือว่า.... (b) ไม่....เสียทีเดียวนัก (c) เวลา....จะ....
(d) ไม่ว่า....หรือ.... (e) ให้....ที่สุดเท่าที่จะ....ได้
(f) ถึงแม้ว่า....ก็.... (g) ....ซึ่ง.... (h) กลัว(ว่าจะ)....

1. _______รายได้จะเพิ่มขึ้น แต่___ ยังไม่พอใช้ เพราะค่าใช้จ่ายในบ้านแพงขึ้นทุกอย่าง
2. ปีนี้ฝนไม่ค่อยตก น้ำในทะเลสาบลดลงมาก พวกเราต้องช่วยกันประหยัดน้ำ___มาก______ประหยัด___ไม่อย่างนั้น น้ำจะไม่พอใช้
3. จะว่าไม่มีลูกค้าเลยก็______ถูก_____________ที่จริงควรจะพูดว่ามีลูกค้าน้อยมากจนไม่สามารถเปิดร้านได้อีกต่อไป
4. การใช้เท้าชี้สิ่งของเป็นสิ่งที่ไม่ควรทำอย่างยิ่ง คนชาติไหน ๆ ______ คนไทย___ คนญี่ปุ่นก็______เป็นกิริยาที่ไม่สุภาพ
5. ผมไม่เข้าใจเลยว่าทำไมวัยรุ่นไทยชอบใส่รองเท้าบู๊ต___เป็นรองเท้าที่คนในประเทศหนาวใส่ตอนหน้าหนาว ไม่เหมาะกับเมืองไทย____เป็นเมืองร้อน
6. ฉันเคยโดนตำรวจจับเรื่องขับรถเร็วครั้งนึง ตั้งแต่นั้นเลยไม่กล้าขับรถเร็ว เพราะ____โดนจับอีก
7. ย่าเป็นเบาหวาน พ่อก็เป็นเบาหวาน ผมเลย_______เป็นเบาหวาน ต้องพยายามระวังเรื่องอาหาร และออกกำลังกาย____มาก___ _________มาก__
8. สิ่งที่สื่อมวลชนวิพากย์วิจารณ์____ ใช่ว่าจะถูกต้อง_______ บางเรื่องก็เกิดจากอคติของคนวิจารณ์ ___เราดูหรืออ่าน_ต้องรู้จักคิด

第7課　หัวและเท้า

ไม่เชื่อง่าย ๆ
9. ฮานาโกะไม่เคยทานอาหารเผ็ด ฉันไม่กล้าทำต้มยำกุ้งให้ทาน＿＿ เขาจะท้องเสีย
10. วันอาทิตย์＿＿＿เป็นวันหยุด ถนนจะว่างกว่าวันธรรมดา＿＿＿คนจะออกจากบ้านไปโรงเรียนหรือไปทำงานกัน
11. ที่นี่ไม่รับแลกเงิน＿＿＿＿ เงินดอลล่าร์＿＿＿เงินเยน

รายได้　収入．ค่าใช้จ่าย　出費．ทะเลสาบ　湖．ประหยัด　節約する．กิริยา　動作．ไม่สุภาพ　失礼である．วัยรุ่น　若者．เบาหวาน　糖尿病．ออกกำลังกาย　運動する．สื่อมวลชน　マスコミ．วิพากย์วิจารณ์　批判，批評．อคติ　偏見．วันธรรมดา　平日．แลกเงิน　両替する．

練習Ⅲ　タイ語に訳しなさい。

1. 警察は、法律を知っていることは国民の義務だと見なす。
2. 課長が言ったことは必ずしも正しいとは限らない。
3. 運転をするときに、僕は眼鏡をかける。
4. 平日であろうと、日曜日であろうと、この辺は毎日渋滞です。
5. 今日はできるだけ早く家に帰ります。
6. タイの東北は大阪より寒くなるときがあっても、雪が降ったことがない。
7. アメリカの車は、道路が狭い日本で走るのにふさわしくない。
8. 駐車場がないことを心配しているので、私は車で行かない。

警察　ตำรวจ．義務　หน้าที่．国民　ประชาชน．法律　กฎหมาย．課長　หัวหน้า．正しい　ถูกต้อง．眼鏡　แว่นตา．眼鏡をかける　ใส่แว่นตา．渋滞である　รถติด．東北　ภาคตะวัน

ออกเฉียงเหนือ. 雪 หิมะ. 道路 ถนน. 狭い แคบ. 走る วิ่ง,แล่น .

第 8 課　การจราจรในกรุงเทพฯ

読解：バンコクの道路事情、また渋滞の原因となっているタイ人の「移動」に対する考えについて理解する。

作文：日本とタイの交通事情、また人びとの交通についての意識を比較する。

กรุงเทพฯเป็นเมืองหลวงที่ขึ้นชื่อมากเรื่องรถติด วันธรรมดาช่วงชั่วโมงรีบเร่งระหว่าง 7:00น.–9:00น. และ 16:00น.–18:00น. เป็นช่วงที่รถติดมากที่สุด ส่วนหนึ่งของสาเหตุ①น่าจะรวมเรื่องการที่คนไทยไม่ชอบเดินและการรับส่งลูกไปโรงเรียนหรือมหาวิทยาลัยด้วย

คนไทย②ไม่ค่อยชอบเดินนัก เวลาจะไปทำธุระที่ใกล้ ๆ ที่สามารถเดินไปได้ในเวลาเพียง③ไม่ถึง 15 นาที คนไทยจะรู้สึกว่าไกล และจะนั่งรถ④หรือไม่ก็ขับรถไป

ส่วนเรื่องการรับส่งลูกไปโรงเรียนนั้น คนไทยทำกันเป็นเรื่องปกติ ⑤ไม่ว่าลูกจะอยู่อนุบาลหรือมหาวิทยาลัย สำหรับบ้านที่มีรถส่วนตัว ลูก ๆ มักจะไม่ใช้บริการรถเมล์ พ่อหรือแม่จะเวียนส่งลูก ๆ ⑥ตามโรงเรียนหรือมหาวิทยาลัยก่อน⑦แล้วถึงไปทำงาน ขากลับก็เช่นกัน จะเวียนรับลูก ๆ ก่อน⑦แล้วถึงกลับบ้าน ตอนช่วงโรงเรียนเลิกจึงเป็นช่วงที่ถนนบริเวณใกล้เคียงกับโรงเรียนนั้น ๆ การจราจรติดขัดเป็นพิเศษ

ถ้าฝนตก⑧ยิ่งทำให้รถติดใหญ่ คนที่ต้องโดยสารรถเมล์ประจำทางจะประสบปัญหามากกว่าคนที่มีรถส่วนตัว⑨ตรงที่รอ⑩เท่าไรรถเมล์ที่จะขึ้นก็⑪ไม่ค่อยจะมาเอาเสียเลย ⑫นาน ๆ ทีจะมาจอดป้าย และแต่ละคันจะมีผู้โดยสารเต็ม⑬จนแทรกตัวขึ้นไปอีกไม่ได้ ในวันที่ฝนตกคนที่ใช้บริการรถเมล์จึงต้องใช้เวลานานกว่าปกติ⑭ถึง 2–3 เท่าในการเดินทางกลับบ้าน

วันหนึ่ง มะลิชวนซากุระไปดูหนังที่โรงหนังใกล้ ๆ มหาวิทยาลัย

มะลิ　– นั่งแท็กซี่ไปดี หรือจะนั่งรถเมล์ไปดี

ซากุระ – ใกล้แค่นี้เองไม่ใช่เหรอ เดินไปก็ได้

มะลิ - ไกล⑮เหมือนกันนะ เดิน⑯ไม่ไหวหรอก
ซากุระ - นั่งแท็กซี่ใช้เวลา③ไม่ถึง 3 นาที เสียค่าแท็กซี่⑰เปล่า ๆ เก็บค่าแท็กซี่⑱ไว้ กินขนมไม่ดีกว่าเหรอ
มะลิ - งั้นนั่งรถเมล์ไปก็ได้ ⑲ขี้เกียจเดิน

การจราจร 交通. เมืองหลวง 首都. ขึ้นชื่อ 有名である. รถติด 交通渋滞.วันธรรมดา 平日. ชั่วโมงรีบเร่ง ラッシュアワー. ....น.(นาฬิกา) 〜時. ส่วนหนึ่ง 一部. สาเหตุ 原因.รับส่ง 送り迎え. ธุระ 用事. อนุบาล 幼稚園.รถส่วนตัว マイカー.บริการ サービス. เวียน 回る. ขากลับ 帰り. เช่นกัน 同様に. โรงเรียนเลิก 学校が終わる. บริเวณ 〜の辺.ใกล้เคียง 近辺. ติดขัด 詰まる.เป็นพิเศษ 特別に.โดยสาร 利用する,乗る.รถเมล์ประจำทาง 路線バス. จอด止まる,止める. ป้าย停留所.ผู้โดยสาร 乗客. เต็ม 満員.แทรกตัว 間に入る.....เท่า〜倍. โรงหนัง 映画館. เก็บ 貯める. ขนม お菓子.

文法＆表現

①น่าจะ....

❶ 文型： 「น่าจะ＋動詞（句）」

❷ 意味： 「〜するはずだ」

❸ 要点： 話し手が自信を持って、「間違いなく〜」と判断する。

1.อากาศร้อนอบอ้าวอย่างนี้ ฝนน่าจะตกนะ

こんなに蒸し蒸しすると、雨が降りますね。

2.สามทุ่มแล้ว เขาน่าจะกลับบ้านแล้ว

もう夜9時です。彼女はもう家に帰っているはずです。

3.เขาอยู่เมืองไทยมาสามปีแล้ว น่าจะพูดภาษาไทยได้

彼はタイに3年間住んでいるので、タイ語を話せるはずです。

ร้อนอบอ้าว 蒸し暑い.

②ไม่(ค่อย)....นัก

⇨ 第 6 課を参照。

③ ไม่ถึง....

❶ 文型：　「ไม่ถึง＋具体的な範囲を表す語句」

❷ 意味：　「〜もない」

❸ 要点：　後続する語句が表す範囲に及ばないこと。普通は、予定、予想した具体的な範囲より下回る場合、またはある基準に及ばない場合、指示される範囲に及ばない場合に用いる。

1.มหาวิทยาลัยที่เมืองไทย ค่าเล่าเรียนปีละไม่ถึง 2 แสนเยน

タイの大学は、授業料が1年に20万円もしない。

2.ใช้เวลาผ่าตัดไม่ถึงครึ่งชั่วโมง

手術する時間は30分もかからない。

3.ปีที่แล้ว ที่เมืองไทย อัตราเฉลี่ยเด็กเกิดใหม่ปีละไม่ถึง 2 คน

昨年、タイの出生率は2人もなかった。

ค่าเล่าเรียน 授業料. ผ่าตัด 手術する. อัตรา 率. เฉลี่ย 平均. เด็กเกิดใหม่ 新生児.

④....หรือ(ไม่ก็)....

❶ 文型：　「A หรือ(ไม่ก็) B」

❷ 意味：　「AでなければB」「AそれともB」「AあるいはB」

❸ **要点：** 　　AとBは選択技を表す語句である。

1. ขับรถไปไม่ได้ ต้องขึ้นเครื่องบินไป หรือไม่ก็ นั่งชินกันเซนไป
   車では行けません。飛行機で行くか、あるいは新幹線で行かなければなりません。
2. ขอยืมมีดหรือกรรไกรหน่อยได้ไหม
   ナイフあるいはハサミをちょっと貸してくれませんか。
3. ฉันจะให้เสื้อเด็กหรือไม่ก็ของเล่นเป็นของขวัญ
   私はベビー服または玩具をプレゼントするつもりです。

....

มีด ナイフ,包丁. กรรไกรハサミ. เสื้อเด็ก ベビー服. ของเล่น 玩具. ของขวัญ プレゼント.

⑤ **ไม่ว่า....หรือ....**　　⇨ 第４課を参照。

⑥ **ตาม ....**　　⇨ 第３課を参照。

⑦ **....แล้วถึง(จะ)....**

❶ **文型：** 　　「A แล้วถึง(จะ) B」
❷ **意味：** 　　「Aをしてから（ようやく）Bをする」
❸ **要点：** 　　ある条件（A）を実行したら、ようやく目的の行動（B)を行なう。Aは条件を表す動詞（句）または文であり、Bは目的の行動を表す動詞（句）である。

第8課　การจราจรในกรุงเทพฯ

1.ตอนเด็ก ผมต้องทำการบ้านก่อน แล้วถึงจะได้ดูทีวี
　子供のとき、僕は先に宿題をしなければならなかった。それからテレビを見ることができた。
2.ต้องสอบสัมภาษณ์ก่อน แล้วถึงสอบข้อเขียน
　まず面接試験を受けて、それから筆記試験を受ける。
3.ต้องล้างน้ำให้สะอาดก่อน แล้วถึงจะทานได้
　まずきれいに洗わなければならない。そうすれば食べられる。（きれいに洗わなければ食べられない。）

‥‥

การบ้าน 宿題. สอบ 試験,試験を受ける. สัมภาษณ์ 面接. ข้อเขียน 筆記（試験）.

⑧ยิ่ง....ใหญ่

❶ 文型： 「ยิ่ง＋動詞（句）＋ใหญ่」
❷ 意味： 「よけいに～になる」「よけいに～する」
❸ 要点： ある出来事の影響を受けて、平常の程度を越えた状態になる、または平常の程度を越えた行動を行なうことを表す。

1.ฉันฟังไม่ค่อยได้ยินอยู่แล้ว คนคุยกันเสียงดัง เลยยิ่งไม่ได้ยินใหญ่
　元々私にはあまり聞こえていなかったが、他の人が大きな声でしゃべっていたから、よけいに聞こえなかった。
2.เขาสูบบุหรี่มาก เลยยิ่งไอใหญ่
　彼はたくさんタバコを吸っているので、よけいに咳がひどくなった。
3.ลมพัดเลยยิ่งหนาวใหญ่
　風が吹いているので、よけいに寒い。

เสียงดัง 大きな声 , 声が大きい.

⑨ตรง(ที่)....

❶ 文型： 　①「A ตรงที่＋動詞（句）または文 B」

　　　　　②「A ตรง＋名詞（句）B」

❷ 意味： 　「（他ではなく）〜というところで〜」「（他ではなく）〜という点で〜」

❸ 要点： 　BはAの評価、判断、背景の要素を示す語または句である。

1.ฉันชอบเมืองไทยตรงที่มีของกินเยอะและถูก

　食べ物（の種類）が多く、安いという点で、私はタイが好きです。

2.รถไฟสะดวกตรงที่ไม่มีปัญหาเรื่องรถติด

　電車は渋滞の問題がないというところが便利です。

3.ตามปกติ ลูกค้าจะดูรถตรงแบบและสีมากกว่าอย่างอื่น

　普通、お客さんは他のところよりもデザインと色で車を見る。

4.สินค้าพวกนี้แพงตรงยี่ห้อ

　これらの商品はブランド（品）であるというところで高くなっている。

....

สะดวก 便利である. ตามปกติ 普通は. สินค้า 商品. ยี่ห้อ ブランド.

⑩.....เท่าไรก็ไม่....

❶ 文型： 　「動詞（句）A＋เท่าไรก็ไม่＋動詞（句）B」

❷ 意味： 　「いくらAをしてもBにならない」

❸ 要点： 　いくら努力（A）しても、目標、期待、予想、予測(B)通りにならな

第8課　การจราจรในกรุงเทพฯ

いことを表す。

1. นอนเท่าไรก็ไม่หายง่วง
   いくら寝ても眠気がなくならない。
2. อิจฉาฮานาโกะจัง กินเท่าไรก็ไม่อ้วน
   ハナコをとても羨ましく思っているよ。いくら食べても太らない。
3. อาจารย์อธิบายเท่าไร ผมก็ไม่เข้าใจ
   先生がいくら説明しても、僕は分からなかった。

ง่วง 眠い. อิจฉา 羨ましく思う.

⑪ ไม่ค่อยจะ....เอาเสียเลย

- ❶ 文型　：　「ไม่ค่อยจะ ＋動詞（句）＋เอาเสียเลย」
- ❷ 意味　：　「なかなか～にならない」
- ❸ 要点　：　簡単に目標や期待通りにならない様子を説明する。忍耐や努力を表す文に先行されることが普通である。

1. ฉันเตือนสามหนแล้ว แต่เขาไม่ค่อยจะจำเอาเสียเลย
   私は3回も注意したが、彼はなかなか覚えない。
2. ผมทานมาหลายร้านแล้ว แต่ไม่ค่อยจะเจอร้านอร่อย ๆ เอาเสียเลย
   たくさん（のお店で）食べてきました。なかなか美味しい店に巡り会わない。
3. หนังสือเล่มนี้ฉันอ่านหลายหนแล้ว แต่ไม่ค่อยจะรู้เรื่องเอาเสียเลย
   この本は何回も読んだが、なかなか分からない。

เตือน 注意する. จำ 覚える. หน ~回. รู้เรื่อง 分かる,理解する.

⑫ นาน ๆ ที่จะ.... ⇨ 第2課を参照。

⑬ ....จน.... ⇨ 第5課を参照。

⑭ ถึง....

❶ **文型：** 「ถึง＋数量を表す語句」
❷ **意味：** 「～も....」「～まで....」
❸ **要点：** ถึง の後続の数量が示す最大値を表す。

1. รถคันนี้นั่งได้ถึง 8 คน
   この車は8人まで乗れる。
2. โมมิจิพูดภาษาต่างประเทศได้ถึง 10 ภาษา
   モミジは外国語を10ヶ国語も話せる。
3. ซีดีแผ่นนี้อัดเพลงได้ถึง 20 เพลง
   このＣＤは20曲も録音できる。

ภาษาต่างประเทศ 外国語. ซีดี ＣＤ. แผ่น [CDの類別詞] ~枚. อัด 録音する,録画する. เพลง 歌,曲.

第8課　การจราจรในกรุงเทพฯ

⑮.....เหมือนกัน

- ❶ 文型：　「動作または状態を表す語句＋เหมือนกัน」
- ❷ 意味：　「ちょっと〜」「少し〜」「それなりに〜」
- ❸ 要点：　全くない状態から見ての「少し〜」という意味で使われることもあるし、話し手の予想、予測と違った意外な現状を表すこともある。

1.กลางวันร้อน แต่ตอนเช้ากับตอนกลางคืนหนาวเหมือนกัน

　昼は暑いですが、朝晩は少し寒いです。

2.ข้อสอบคราวนี้ยากเหมือนกันนะ

　今回の試験問題はちょっと難しいね。

3.แกงกะหรี่ญี่ปุ่นก็เผ็ดเหมือนกันนะ

　日本のカレーもちょっと辛いですね。

....

ข้อสอบ 試験問題.แกงกะหรี่　カレー.

⑯.....ไม่ไหว

- ❶ 文型：　「動詞（句）＋ไม่ไหว」
- ❷ 意味：　「〜することができない」
- ❸ 要点：　体力や気力の限界のため、または程度の高い条件、状況に対応することができないため、ある行動を行なうことが不可能であることを表す。

1.กระเป๋าใบนี้หนักตั้ง 40 กิโล ฉันถือไม่ไหว

　このスーツケースは40キロもあるので、私には持てない。

2.ฮานาโกะทนเพื่อนร่วมงานรังแกไม่ไหว เลยลาออก

ハナコは同僚の虐めに耐えられなかったので、会社を辞めた。

3.ที่ดินแถวนี้แพงมาก เราซื้อไม่ไหว

この辺の土地はとても高いので、我々には買えない。

หนัก 重い. ถือ 持つ. รังแก 虐める. ที่ดิน 土地.

⑰....เปล่า (ๆ)

❶ **文型：** 「動詞（句）+เปล่า (ๆ)」

❷ **意味：** 「（～するだけで）無駄である」「（～して）、～がもったいない」「～ばかりで、どうにもならない」

❸ **要点：** 時間、お金等を積極的にかけても望んでいる結果にならない無駄な行動、または目的や目標に到達するために必要以上に無駄な手段や方法をとっていることを表す場合に用いられる。

1.หนังเรื่องนั้นไม่สนุกเลย ไปดูมาเสียเวลาเปล่า

あの映画は全然面白くなかった。見に行ってきたが、時間がもったいなかった。

2.ส้มนี่นึกว่าจะหวาน ซื้อมาตั้งสองกิโล เสียเงินเปล่า

この蜜柑は甘いと思って2キロも買ってきた。お金を無駄にしただけです。

3.อย่าตะโกนเรียกเลย เขาไม่ได้ยินหรอก เจ็บคอเปล่า ๆ

叫ばないで。彼は聞こえないのよ。喉を痛めるだけで無駄です。

เปล่า 空,無. ตะโกน 叫ぶ. เรียก 呼ぶ. เจ็บคอ 喉が痛い.

第8課　การจราจรในกรุงเทพฯ

⑱ ....ไว้....

❶ 文型：　　「動詞（句）A＋ไว้＋動詞（句）B」
❷ 意味：　　「BをするためにAをしておく（しておいた）」
❸ 要点：　　準備的な行動を説明する場合に用いられる。Aは準備の行動を表し、Bは目的の行動を表す。

1. ฉันซื้อขนมปังไว้กินพรุ่งนี้เช้า
   明日の朝食べるためにパンを買っておいた。
2. ฉันซื้อหนังสือเล่มนี้ไว้อ่านในเครื่องบิน
   飛行機で読むためにこの本を買った。
3. ฮิโรชิบอกว่าจะเก็บเงินไว้แต่งงานกับฮานาโกะ
   ヒロシはハナコと結婚するためにお金を貯めると言っている。

ขนมปัง パン.

⑲ ขี้เกียจ....

❶ 文型：　　「ขี้เกียจ＋動詞（句）」
❷ 意味：　　「～するのが面倒である」
❸ 要点：　　物事をするのがわずらわしい気持ちを表す。

1. ผมขี้เกียจใส่สูทไปทำงาน ใส่แต่กางเกงยีนส์กับเสื้อยืด
   僕はスーツを着て会社へ行くのが面倒くさいので、ジーパンとTシャツばかり着ている。
2. ฉันขี้เกียจทำกับข้าว ออกไปทานข้าวข้างนอกทุกวัน

私は料理を作るのが面倒くさいので、毎日外食する。

3.เสื้อตัวนี้ใส่มา 10 วันแล้ว ขี้เกียจซัก

このシャツは10日間も着ている。洗うのが面倒くさい。

สูท スーツ. กางเกงยีนส์ ジーパン. ทำกับข้าว 料理を作る. ทานข้าวนอกบ้าน 外食する.

練習問題

練習 I　下記の質問に答えなさい。

1. มีสาเหตุอะไรบ้างที่ทำให้รถติดในกรุงเทพฯ
2. เวลาฝนตกในกรุงเทพฯ คนที่ต้องใช้บริการรถเมล์จะประสบปัญหาอะไร
3. ทำไมมะลิจึงอยากนั่งแท็กซี่หรือไม่ก็รถเมล์ ตอนไปดูหนังกับซากุระ
4. ทำไมซากุระจึงไม่อยากนั่งแท็กซี่ไป

สาเหตุ 原因. ใช้บริการรถเมล์ バスを利用する. ประสบปัญหา 問題がある,困る.

練習 II

1　(a)〜(s)の表現を使ってタイ語で作文をしなさい。

2　1〜19の単文のそれぞれの意味が通じるように、(a)〜(s) の中の表現を1つ選んで下線の部分に入れなさい。

第8課　การจราจรในกรุงเทพฯ

(a) น่าจะ....　　　　(b) ไม่(ค่อย)....นัก　　(c) ไม่ถึง....
(d) ....หรือไม่ก็....　(e) ไม่ว่า....หรือ....　(f) ตาม....
(g) ....แล้วถึง....　　(h) ยิ่ง....ใหญ่　　　 (i) ตรงที่....
(j) ....เท่าไรก็....　　(k) ไม่ค่อยจะ....เอาเสียเลย
(l) นาน ๆ ทีจะ....　　(m) .... จน....　　　(n) ถึง....
(o) ....เหมือนกัน　　 (p) ....ไม่ไหว　　　(q) ....เปล่า(ๆ)
(r) ....ไว้....　　　　(s) ขี้เกียจ....

1. เวลามีธุระ ผมจะโทรศัพท์ เร็วดี _____ เขียนจดหมาย ยุ่งยาก
2. ผมพยายามลดความอ้วนมาสามเดือนแล้ว แต่น้ำหนัก___ลดลง _____
3. ปีนี้อากาศร้อนมาก ชุดอาบน้ำ _____ ขายดี
4. ประชาชนประเทศนี้___ค่อยมีเสรีภาพ___
5. ไปเที่ยวเมืองไทยคราวนี้ ใช้เงินไป_____ 6 หมื่นเยน
6. เคโกะทำงานบ้าน เลี้ยงลูกทุกวัน _____ ได้ไปเที่ยว ซื้อของ หรือดูหนังกับเพื่อน
7. เกมแบบนี้ใคร ๆ ก็เล่นแล้วสนุก_____ เด็ก_____ ผู้ใหญ่
8. ต้องรอให้น้ำเดือดก่อน_____ ใส่ผักลงไป
9. ตอนมาทำงานที่นี่ใหม่ ๆ ฉันเครียดมาก กิน ____ น้ำหนักขึ้น 10 กิโลภายใน 3 อาทิตย์
10. ระยะทางจากบ้านไปที่ทำงาน 30 กิโล ผมขี่จักรยานไป _____ หรอกครับ
11. ปิดเทอมหน้าร้อน ผมจะทำงานพิเศษ เก็บเงิน_____ ไปเที่ยวเมืองไทยตอนปีใหม่
12. ซื้อของกินมามากขนาดนี้ กินไม่หมด เหลือทิ้ง เสียเงิน_____
13. ร้านแรกคนแน่น ผม_____ รอ เดินหาร้านอื่น แต่ร้านอื่นคน_

แน่น____ ผมเลยยังไม่ได้ทานข้าวกลางวัน หิว ____ จะเป็นลมแล้ว

14. ผู้ชายคนนี้ ฉันเคยเจอที่ไหนสักแห่ง แต่นึก_____ นึกไม่ออกว่าเคยเจอที่ไหน
15. ต้องใช้ปากกาสีดำ_____สีน้ำเงินเขียน ไม่ควรใช้ดินสอหรือปากกาสีแดงเขียน
16. ตั้งแต่เขาย้ายไปอยู่โตเกียว ไม่ค่อยได้ติดต่อกับเพื่อน ๆ เขาเคยเมล์มาหาฉัน_____ สองสามครั้ง
17. เครื่องสำอางชนิดนี้มีวางขาย _____ห้างสรรพสินค้าทั่วไป
18. ราคาหุ้นขึ้นสูง_____1แสนเยนแล้ว แต่ผมยังไม่อยากขาย
19. ฉันชอบทุเรียน_____รสหวานมันเหมือนครีม แต่ไม่ชอบ_____ มีกลิ่นแรง

ธุระ 用事. ยุ่งยาก ややこしい. ลดความอ้วน 減量する. น้ำหนัก 体重. ชุดอาบน้ำ 水着. ประชาชน 国民. เสรีภาพ 自由. เลี้ยงลูก 育児をする. เกม ゲーム. ผู้ใหญ่ 大人. เดือด 沸く. ผัก 野菜. เครียด ストレスが溜まる. ระยะทาง 距離. ที่ทำงาน 事務所. ปิดเทอมหน้าร้อน 夏休み. ทำงานพิเศษ アルバイトをする. ขนาดนี้ こんなに. เหลือทิ้ง 残って捨てる.นึกไม่ออก 思い出せない. ปากกา ペン,ボールペン. ดินสอ 鉛筆. ติดต่อ 連絡する. เมล์ Eメールを送る. เครื่องสำอาง 化粧品. ห้างสรรพสินค้า 百貨店. หุ้น 株. ครีม クリーム.กลิ่น 臭い. แรง きつい.

練習Ⅲ　タイ語に訳しなさい。

1. とても寒くて、曇っているので、雪が降るはずだ。
2. タイ語は（思っていたほど）あまり難しくない。
3. 大阪から東京まで新幹線で3時間もかからない。
4. あの島へ行くなら、船で行くのか、それとも泳いでいかなければならな

第8課　การจราจรในกรุงเทพฯ

　　い。
5. 彼は、ニュースの番組であろうと、ドキュメントの番組であろうと、テレビを見たことがない。
6. サルたちは（あちらこちらの）森に住んでいる。
7. まず手を洗わなければならない。そうすればご飯を食べられる。
8. 私はスポーツクラブで運動して減量をしようとしていますが、家に帰ったらとても疲れてお腹も空いてたくさん食べるので、よけいに太りました。
9. 長く待たなければならないというところがうんざりです。
10. いくら運動して、たくさん食べても、身長が伸びない。
11. 今年は、4月に入っているのに、なかなか暖かくなっていないね。
12. このような面白い番組はたまにある。
13. 新幹線が走れないほど大雪だった。
14. 我々の店が用意しているケーキは200種類もあります。
15. この科目はちょっと面白そうです。
16. この車は3000万円なので、私は買えない。
17. 彼は来ないですよ。あなたは待っても、時間を無駄にするだけです。
18. この牛乳は、私が明日の朝飲むために買った。
19. 本屋は家の近くにあるが、歩いていくのが面倒くさいので、車で行った。

....

曇る ครึ้ม . 島 เกาะ . 船 เรือ . 泳ぐ ว่ายน้ำ . ニュース ข่าว . 番組 รายการ. ドキュメント สารคดี. サル ลิง. 森 ป่า. 住む อาศัย,อยู่. スポーツクラブ สปอร์ตคลับ. 運動をする ออกกำลังกาย. 減量をする ลดน้ำหนัก. 疲れる เหนื่อย. お腹が空く หิว. うんざりである เบื่อ . 身長が伸びる สูงขึ้น .4月に入る เข้าเดือนเมษายน . 暖かい อุ่น . 大雪 หิมะตกหนัก . 用意する จัด,เตรียม. ケーキ ขนมเค้ก. 種類 ชนิด. 科目 วิชา. 牛乳 นม.

第9課　เข้าตามตรอก ออกตามประตู

読解：タイの伝統的な恋愛観について。恋愛において男性と女性が慣習的にどういう役割を求められているのか、親はそこにどう関わってくるのかを理解する。

作文：日本人の恋愛、社会的に期待されている男性と女性の行動について説明する。

ตามธรรมเนียมไทย คนไทยจะไม่①ปล่อยให้ลูกสาวอยู่สองต่อสองตามลำพังกับชายหนุ่ม ②เวลาชายหนุ่มจะรักลูกสาวบ้านใด ต้อง"เข้าตามตรอก ออกตามประตู" หมายถึงว่าจะต้องให้พ่อแม่ญาติพี่น้องของฝ่ายหญิงได้รู้เห็นโดยตลอด จะ③แอบส่งภาษารักเข้ามือถืออย่างอิสระเสรี④โดยที่⑤ไม่เคยเข้าไปยกมือไหว้สวัสดีพ่อแม่ของฝ่ายหญิงเลยสักครั้งอย่างสมัยนี้นั้นไม่ได้ โอกาสที่จะได้พูดคุยจู๋จี๋กัน ตามประสาคนรักโดยที่ผู้ปกครองฝ่ายหญิงไม่ได้รู้เห็นนั้น ⑥แทบจะเป็นไปไม่ได้เลย ถ้าบ้านใด①ปล่อยให้ลูกสาวไปเที่ยวกับแฟนหนุ่มตามลำพัง จะเป็นขี้ปากของชาวบ้าน ฝ่ายชายหนุ่ม เมื่อจะไปชอบลูกสาวบ้านไหน จะต้องทำตัวให้พ่อแม่ญาติพี่น้องของฝ่ายหญิงถูกใจ⑦ด้วย ถ้าผ่านขั้นตอนนี้ไปได้ก็เท่ากับระยะทางที่จะไปสู่เป้าหมายนั้นใกล้เข้ามาครึ่งหนึ่งแล้ว ที่เหลืออีกครึ่งหนึ่งก็คือการทำตัวให้สาวเจ้ายอมรับรัก ซึ่งโดยปกติถ้าพ่อแม่ถูกใจในตัวชายหนุ่มแล้วละก็ปัญหามักจะไม่มี ⑧ยกเว้นว่าผู้หญิงจะมีใจให้หนุ่มอื่นอยู่ก่อนแล้ว และ⑨ต่อให้หนุ่มคนใหม่ได้รับการยอมรับจากพ่อแม่พี่น้องตนแค่ไหน ก็ไม่สามารถเปลี่ยนใจมารับรักได้ ซึ่งถ้าเหตุการณ์เป็นไปในลักษณะนี้ก็หมายถึงปัญหาที่จะตามมา และถ้า⑩ยิ่งหนุ่มที่ลูกสาวมีใจให้นั้น เป็นผู้ชายที่พ่อแม่เห็นว่า "ไม่รู้จักหัวนอนปลายเท้า" ซึ่งหมายถึงว่าไม่รู้ว่าเป็นใครมาจากไหนด้วยละก็ คะแนนก็จะเทเอียงไปข้างหนุ่มที่เข้าตามตรอกออกตามประตู มีขนมหรือของฝากมาให้พ่อแม่พี่น้อง⑪เป็นประจำคนนั้น

หนุ่มสาวในเมืองปัจจุบันนี้เปลี่ยนไป มีโอกาสที่จะได้พบปะเพศตรงข้าม⑫มากขึ้น และมีอิสระในการเลือกคู่⑫มากขึ้น บทบาทของพ่อแม่ในการช่วยลูกสาวเลือกคู่จึงลด⑫น้อยลงไปด้วย

ธรรมเนียม 習慣. สองต่อสอง 2人きり. ตามลำพัง のみ,単独の. (ชาย)หนุ่ม 若い男性.....ใด どこかの. ตรอก 横丁. ประตู 戸. ญาติพี่น้อง 親類. ฝ่าย 側.รู้เห็น 目や耳が届く.โดยตลอด ずっと. แอบ 隠れる. ส่ง 送る. มือถือ 携帯電話. อิสระเสรี 自由. ยกมือไหว้ 合掌して挨拶する.สมัยนี้ 現代 .พูดคุยจู๋จี๋ ささやき合う.ตามประสา ～なりに. ผู้ปกครอง 保護者. เป็นไปไม่ได้ あり得ない.ขี้ปาก 他人の話題になる. ชาวบ้าน 世間,庶民.ถูกใจ 気に入る. ผ่าน通る.ขั้นตอน 段階. ระยะทาง 距離. ไปสู่ まで.เป้าหมาย目標.ครึ่งหนึ่ง 半分. สาวเจ้า相手の女性.มีใจให้.... ～に気がある. เปลี่ยนใจ 気が変わる.เหตุการณ์ 事情. ลักษณะ 性質. ตามมา 付いてくる. หัวนอน 枕元. ปลายเท้า 足先.คะแนน 得点. เท 注ぐ.เอียง 傾ける. ขนม お菓子. ของฝากお土産 . เมือง 街,都会.โอกาส 機会. พบปะ 会う. เพศตรงข้าม 異性. อิสระ 自由. เลือกคู่ 結婚する相手を選ぶ. บทบาท 役割.

文法＆表現

①ปล่อยให้... ⇨ 第 2 課を参照。

②เวลา.... ⇨ 第 7 課を参照。

③ แอบ....

❶ **文型：** 「แอบ＋動詞（句）」

❷ **意味：** 「隠れて～する」「こっそりと～する」「人の目を盗んで～する」

❸ **要点：** 他人に気づかれないようにする、または内緒でするような行動の際に用いる。

第9課　เข้าตามตรอก ออกตามประตู

1.นักศึกษาบางคนแอบใช้มือถือในห้องเรียน
　　ある学生は教室で携帯電話をこっそりと使う。
2.เด็กพวกนั้นแอบสูบบุหรี่ในห้องน้ำ
　　あの子たちはお手洗いの中でこっそりとタバコを吸った。
3.พ่อแอบเอาของขวัญวางให้ลูกคืนวันคริสต์มาสอีฟ
　　父親はイブの夜に子供のプレゼントをこっそりと置いていた。

....

ห้องเรียน 教室. ห้องน้ำ お手洗い. ของขวัญ プレゼント. วาง 置く. คริสต์มาสอีฟ クリスマスイブ.

④ โดยที่....

❶ 文型　：　「Aโดยที่＋打ち消し形の動詞（句）または文」
❷ 意味　：　「～せずにA」
❸ 要点　：　書き言葉の表現である。「Aโดยไม่＋動詞（句）」という表現もある。

1.นายกรัฐมนตรีขายหุ้นให้บริษัทต่างชาติโดยไม่เสียภาษีสักบาท
　　首相は、税金を1バーツも払わずに外資系会社に株を売った。
2.การเจรจาสิ้นสุดลงโดยที่ทั้งสองฝ่ายไม่สามารถตกลงกันได้
　　両者は合意せずに話し合いが終わった。
3.เป็นไปไม่ได้ที่จะเรียนภาษาต่างประเทศโดยที่ไม่มีพจนานุกรม
　　辞書を持たずに外国語を勉強することはあり得ない。

....

นายกรัฐมนตรี 首相. หุ้น 株. บริษัทต่างชาติ 外資系会社. ภาษี 税金. เสียภาษี 税金を払う. การเจรจา 話し合い. สิ้นสุดลง 終わる. ทั้งสองฝ่าย 両側,両者. ตกลง 合意する. เป็นไปไม่ได้

あり得ない.ภาษาต่างประเทศ外国語. พจนานุกรม辞書,辞典.

⑤ไม่....เลยสัก....
- ❶ **文型**： 「ไม่＋A 動詞（句）＋เลยสัก＋B 類別詞（助数詞）」
- ❷ **意味**： 「B（1人、1日等）もAしない」
- ❸ **要点**： ないという状態を強調する。

1. ในป่าไม่มีกวางเลยสักตัว มีแต่เสือ
   森には鹿が1頭もいず、虎ばかりいる。
2. ในร้านไม่มีลูกค้าเลยสักคน
   お店にはお客さんが1人もいない。
3. เดือนนี้ไม่มีวันหยุดเลยสักวัน
   今月は休みの日が1日もない。

....

กวาง 鹿. เสือ 虎. ลูกค้า 商売上の客.

⑥แทบจะ ....   ⇨ 第 2 課を参照。

⑦....ด้วย   ⇨ 第 4 課を参照。

⑧ยกเว้น....
- ❶ **文型**： 「A＋ยกเว้น＋B」

第9課　เข้าตามตรอก ออกตามประตู

❷ 意味： 「B以外ならAをする」
❸ 要点： Aは行動または状態を表す動詞（句）であり、BはAの及ぶ範囲の外にあって対象とならない人、物事、または行動、状態を表す名詞（句）または動詞（句）である。

1. เครื่องดื่มพวกแอลกอฮอล์ผมดื่มได้ทุกอย่าง ยกเว้นเบียร์
   アルコール類の飲み物は僕はビール以外なら何でも飲めます。
2. ฉันทำงานทุกวันยกเว้นวันอาทิตย์
   日曜日以外なら私は毎日働きます。
3. หมอบอกว่าทำอะไรได้ทุกอย่างยกเว้นอ่านหนังสือ
   本を読む以外なら、何でもできるとお医者さんに言われた。

．．．

พวกแอลกอฮอล์ アルコール類. เบียร์ ビール.

⑨ ต่อให้....
❶ 文型： 「ต่อให้+動詞（句）または文」
❷ 意味： 「たとえ～しても」
❸ 要点： ハンディを与えられたり、好都合な展開になったとしても、事情が変わらないという意味合いで用いられる。「相変わらず～」という意味合いの不変化の状態または行動を表す文が後続することが普通である。

1. ต่อให้เขารวยแค่ไหน ฉันก็แต่งงานกับเขาไม่ได้
   たとえ彼がどんなにお金持ちであっても、私は彼と結婚できない。
2. ต่อให้มีเวลาอีกหนึ่งเดือน ฉันก็ทำงานชิ้นนี้ไม่เสร็จ
   たとえ後1ヶ月の時間があっても、私はこの仕事を終えられない。

3.ต่อให้ทาสีใหม่หมด บ้านนี้ก็ยังดูเก่า
   たとえ全部ペンキを塗り直しても、この家はまだ古く見える。

ชิ้น　[仕事の類別詞]　～つ,～件. ทาสี　ペンキを塗る.

⑩ ยิ่ง....ด้วย

❶ 文型：　「ยิ่ง＋名詞（句）または動詞（句）または文＋ด้วย」
❷ 意味：　「さらに～であるので（～であれば、～となると）、～」
❸ 要点：　追加の事情を表す。その事情のために言及されている状況が一層強調される。

1.แถวนี้รถติดมาก ยิ่งวันไหนฝนตกด้วย กว่าจะได้ถึงบ้านตั้งสี่ห้าทุ่ม
   この辺は渋滞がひどいです。雨が降る日ならなおのこと、家に着くころにはもう10時、11時になってしまう。
2.ร้านนี้คนแน่นทุกวัน ยิ่งตอนนี้เป็นช่วงลดราคาด้วย ต้องเข้าแถวรอนานทีเดียว
   この店はいつもお客さんがいっぱい。さらに今はバーゲンの時期なので、よけいに並んで長く待たなければならない。
3.เขาไม่ชอบหวาน ยิ่งขนมเค้กด้วย เขาไม่เคยแม้แต่จะชิม
   彼は甘い物は好きではない。さらにケーキとなると、味見さえしたことがない。

ช่วง　時期. ลดราคา　バーゲン. เข้าแถว　並ぶ. ขนมเค้ก　ケーキ. ชิม　味見する.

第9課　เข้าตามตรอก ออกตามประตู

⑪ ....เป็นประจำ

❶ **文型**：　　「動詞（句）＋เป็นประจำ」

❷ **意味**：　　「いつも～」「常に～」

❸ **要点**：　　ある行動の習慣性を表す。

1. หลังเลิกงานแล้ว เขาแวะร้านหนังสือร้านนี้เป็นประจำ
   仕事が終わってから彼はいつもこの本屋に立ち寄ります。
2. น้องตื่นสายเป็นประจำ
   弟はいつも朝寝坊です。
3. คุณควรออกกำลังกายเป็นประจำทุกวัน
   あなたは毎日運動するべきです。

....

แวะ 寄る.ตื่นสาย 朝寝坊をする.ออกกำลังกาย 運動する.

⑫ ....ขึ้น / ....ลง

❶ **文型**：　　「状態を表す語句＋ขึ้น」「状態を表す語句＋ลง」

❷ **意味**：　　「～になる（なった）」

❸ **要点**：　　「อ้วน 太る」や「มาก 多い」のような程度や数量が大きいことを表す語句、また「สวย 美しい」や「ดี よい」のようなプラスの評価や望まれる状態を表す語句の後ろにはขึ้น、その逆の場合（たとえば、「ผอม 痩せる」、「น้อย 少ない」、「เลว 悪い」など）はลงを付けて、その状態の変化を表す。第２課も参照。

1. ซากุระพูดภาษาไทยได้เก่งขึ้น
   サクラはタイ語を上手に話せるようになった。

2.ค่าไฟแพงขึ้น แต่ค่าน้ำถูกลง

　　電気代は高くなったが、水道代が安くなった。

3.ปีนี้คนญี่ปุ่นที่ไปเที่ยวต่างประเทศมีมากขึ้นกว่าทุกปี

　　今年海外旅行をする日本人は例年より多くなっている。

4.เดี๋ยวนี้ค่าเครื่องบินถูกลง

　　最近航空券が安くなっている。

5.ตั้งแต่ปีหน้า บริษัทเราจะรับพนักงานได้น้อยลง

　　来年から、我々の会社は（新入）社員の受け入れが少なくなる。

6.บ้านหลังนี้เก่าลงมาก

　　この家はずいぶん古くなった。

ไปเที่ยวต่างประเทศ 海外旅行をする. พนักงาน 社員. เก่า 古い.

練習問題

練習 I　　下記の質問に答えなさい。

1. สมัยก่อน ถ้าผู้ชายจะไปชอบลูกสาวบ้านไหน จะต้องทำตัวอย่างไร
2. "เข้าตามตรอก ออกตามประตู" หมายความว่าอย่างไร
3. "ไม่รู้จักหัวนอนปลายเท้า" หมายความว่าอย่างไร
4. สมัยก่อน ถ้าบ้านไหนปล่อยให้ลูกสาวไปเที่ยวกับชายหนุ่มตามลำพัง จะเป็นอย่างไร
5. ในการพบปะคบหากับเพศตรงข้าม หนุ่มสาวปัจจุบันนี้เปลี่ยนไปจากสมัยก่อนอย่างไร

第9課　เข้าตามตรอก ออกตามประตู

練習 II

1 (a)～(m) の表現の中から5つ選んでタイ語で作文をしなさい。

2 1～13の単文のそれぞれの意味が通じるように、(a)～(m) の中の表現を1つ選んで下線の部分に入れなさい。

(a) ปล่อยให้....
(b) เวลา....
(c) แอบ....
(d) โดยที่....
(e) ไม่....เลยสัก....
(f) แทบจะ....
(g) ....ด้วย
(h) ยกเว้น....
(i) ต่อให้....
(j) ยิ่ง....ด้วย
(k) ....เป็นประจำ
(l) .... ขึ้น
(m) .... ลง

1. _____ไปต่างประเทศเราต้องมีพาสปอร์ตกับวีซ่า
2. อาหารญี่ปุ่นฉันทานทุกอย่าง_____ปลาดิบ
3. ตั้งแต่มาญี่ปุ่น ฉันอ้วน____ ตั้งสิบกิโล
4. เขาไม่สบาย ทานอะไร_____ได้_____คำ
5. ทาโร_____ ทานขนมเวลาเรียน เลยโดนอาจารย์ดุ
6. เขาขับรถมาสิบปี _____ไม่มีใบขับขี่
7. พ่อว่ายน้ำ_____ ทุกวันหลังเลิกงาน
8. ค่ารถแพง_____ แต่ค่าเสื้อผ้าถูก ____
9. แถวนั้นไม่ค่อยมีคนเดิน ____ ตอนกลางคืน ____ น่ากลัวมาก
10. พวกเราอยู่เฉย ๆ ดีกว่า _____ เขาคุยกันสองคน
11. ฤดูฝน ฝนตกบ่อย ร้อนอบอ้าว___

12. ＿＿＿＿ มีเงินแค่ไหน ก็ซื้อความสุขไม่ได้
13. ตั้งแต่เรียนจบมา ผม＿＿＿＿＿＿＿ไม่ได้เจอเขาเลย

พาสปอร์ต 旅券. วีซ่า ビザ. ปลาดิบ 刺身. คำ（食事の）〜口. อยู่เฉย ๆ 何もしない.
ร้อนอบอ้าว 蒸し暑い. ความสุข 幸せ.

練習Ⅲ　タイ語に訳しなさい。

1. なぜ子供に（自由に）火遊びさせるの。危ないですよ。
2. ビザを申請するときに、預金通帳も持っていかなければならない。
3. 彼は教室で漫画をこっそり読んだ。
4. 私は眼鏡をかけずに運転できない。
5. 道路は空いていて、車が1台も走っていない。
6. 私はパソコンを持っていますが、ほとんど使わない。
7. A: 僕はココナッツアイスクリームがほしい。
　 B: 私も。
8. 日本は、東京以外なら私は全部行った。
9. この指輪は、たとえ5億円と値段を付けてくれても私は売らない。
10. 普段から新幹線はいっぱいです。さらに、お正月なら、立たないといけないかも知れない。
11. 夫はいつもテレビの前で座って寝てしまう。
12. お年寄りの数は毎年増えていきます。
13. 年金は毎年減ってきた。

火遊びをする เล่นไฟ. ビザを申請する ทำวีซ่า. 預金通帳 สมุดธนาคาร，สมุดฝากเงิน. 道

第9課　เข้าตามตรอก ออกตามประตู

路 ถนน．ココナッツアイスクリーム ไอศกรีมกะทิ．**指輪** แหวน．**値段を付ける** ให้ราคา，เสนอราคา．**お年寄り** คนแก่．**数** จำนวน．**年金** เงินบำนาญ．

第 10 課　หมอดู

読解：運命や運勢を信じている人が非常に多いタイには、様々なタイプの占いがある。実際に占いの文章を読んで、タイ人はどのようなことを占っているのかということと、日常生活におけるタイ人の占いに対する意識を理解する。

作文：占いに対する日本人の意識を紹介し、実際に占いの文章を簡単なタイ語に翻訳する。

"....ชาวราศีนี้เป็นคน①ชอบสนุก เป็นคนตลก ②ทำให้คนอยู่ใกล้เบิกบานสดชื่น เป็นคนขี้เล่นที่หลายครั้งมักเกินพอดี และมีคำพูดที่บางครั้งแรงและไปทิ่มใจคนอื่น③โดยที่เจ้าตัวไม่รู้ตัวอยู่บ่อยๆ....ชาวราศีนี้เป็นคนอยู่ไม่สุข เกลียดการนั่งหรือยืน④เฉย ๆ มีความเชื่อมั่นในตัวเองสูง มีความประพฤติไม่เป็นไปตามระเบียบแบบแผน ⑤เวลาเดินก็เร่งรีบเหมือนจะรีบไปธุระที่ไหน มุ่งหน้าทำอะไร⑥แล้วไม่ค่อยลังเล ไม่ค่อยกลัวอะไร ชอบเสี่ยงอันตราย⑦ไม่ว่าเรื่องการงานหรือเรื่องกีฬา เขาจึงชอบกีฬากลางแจ้งมาก ชอบทุกเรื่องที่ตื่นเต้นและท้าทาย พูดคุยเก่งและตรงไปตรงมา...."

มะลิ　－　เอ้า...ซากุระลองทายซิว่าที่เราอ่านนี่ เป็นคำพยากรณ์ของชาวราศีอะไร
ซากุระ－　ไม่รู้ซี
มะลิ　－　ราศีธนู
ซากุระ－　จริงเหรอ ⑧แสดงว่าคำพยากรณ์นี่แม่นนะ เหมือนมะลิเปี๊ยบเลย แล้วราศีกรกฎล่ะ ว่าไง
มะลิ　－　ฟังนะ...ชาวราศีกรกฎเป็นคนอ่อนโยนและช่างฝัน มีความคิดใหม่ๆ เป็นคนเงียบ ๆ อารมณ์เย็น....
ซากุระ－　โอยพอ....พอแล้ว ⑨ไม่เห็นตรง⑩เลยสักข้อ
มะลิ　－　อ้าว! เหรอ ⑧แสดงว่าไม่แม่น
ซากุระ－　หมอดูก็เดา⑪ไปยังงั้นแหละ เรา⑫ไม่ค่อยเชื่อเท่าไร⑬หรอก แต่

คนไทยชอบดูหมอจังนะ
มะลิ　– ใช่ มีพยากรณ์ดวงชะตาลงหนังสือพิมพ์ทุกวัน
ซากุระ– มะลิอ่านทุกวัน⑭หรือเปล่า มะลิก็เชื่อหมอดูเหรอ
มะลิ　– ⑮อ่านบ้างไม่อ่านบ้าง ถ้าทายดีก็เชื่อ ทายไม่ดีก็ไม่เชื่อ

ราศี 星座. ตลก 滑稽な,おかしい,楽しい. เบิกบาน 明るい. สดชื่น さわやか. ขี้เล่น よく冗談を言う（人）. คำพูด 言葉. ทิ่มใจ 傷つける. เจ้าตัว 本人. ไม่รู้ตัว 気が付かない. อยู่ไม่สุข じっとできない.เกลียด 嫌う. ความเชื่อมั่นในตัวเอง 自信. ความประพฤติ 行為. ระเบียบ 規則. แบบแผน 習慣. มุ่งหน้า 目指す. ลังเล 躊躇する. เสี่ยง 冒険する .กีฬากลางแจ้ง 屋外のスポーツ. ตื่นเต้น 興奮する. ท้าทาย 挑む. ตรงไปตรงมา 真っ直ぐ,ストレート. ทาย 当てる,予言する. คำพยากรณ์ 予言,予報. ราศีธนู 射手座. แม่น 当たる. ราศีกรกฎ 蟹座. อ่อนโยน 優しい. ช่างฝัน ロマンチック. อารมณ์เย็น 気が長い.ข้อ 項目. เดา 推測する. ดวงชะตา 運命. หนังสือพิมพ์ 新聞.

文法＆表現

① ชอบ....

❶ 文型：　「ชอบ＋動詞（句）」

❷ 意味：　「～をすることが好きである」「～好きである」「よく～をする」

❸ 要点：　好み、性格、癖を表す。

1.ซากุระเป็นคนชอบสะอาด

サクラはきれい好きな人である。

2.คนญี่ปุ่นชอบอ่านหนังสือในรถไฟ

日本人は電車で本を読むことが好きである。

3.คนไทยไม่ชอบเดิน

タイ人は歩くことが好きではない。

4.เขาชอบโกหก

あの人はよく嘘を付く。

สะอาด 清潔. โกหก 嘘を付く.

②ทำให้.... ⇨ 第 5 課を参照。

③โดยที่.... ⇨ 第 9 課を参照。

④....เฉย ๆ

❶ 文型：　「動詞（句）+เฉย ๆ」

❷ 意味：　「（何もせずに）単に～だけ」

❸ 要点：　口語的表現である。言及される行動だけを行なうことを表す。

1.ฉันดูเฉย ๆ ไม่ได้จับ

私は見ていただけで、さわってはいなかった。

2.เขาฟังเฉย ๆ ไม่พูดอะไรสักคำ

彼は聞いていただけで、何も言わなかった。

3.ล้างเฉย ๆ ไม่ต้องเช็ดก็ได้

洗うだけで、拭かなくてもいい。

จับ 触る. คำ ［話し言葉の類別詞］～言. เช็ด 拭く.

⑤เวลา....　⇨ 第７課を参照。

⑥....แล้ว....

❶ **文型：**　「動詞（句）または文A＋แล้ว＋動詞（句）または文B」

❷ **意味：**　「Aをしたら、B」

❸ **要点：**　接続詞として用いられる。Aは条件を表す状態または出来事であり、BはAによって引き起こされる状態または結果である。

1.ถึงสนามบินแล้วฉันจะโทรถึงคุณ

空港に着いたら、あなたに電話をします。

2.ทานอิ่มแล้วจะง่วง

お腹がいっぱいになると眠たくなります。

3.พูดภาษาไทยบ่อย ๆ แล้วจะพูดเก่ง

しょっちゅうタイ語を話していると上手になります。

ง่วง 眠い.

⑦ไม่ว่า....หรือ....　⇨ 第４課を参照。

第10課　หมอดู

⑧ แสดงว่า....

❶ 文型：　　「A แสดงว่า B」

❷ 意味：　　「おそらく〜」「たぶん〜」「〜だろう」

❸ 要点：　　ある特定の現状はその背景となっている事柄の証明となっていることを表す。A は現状を表す文であり、B は A に証明されている事柄を表す動詞（句）または文である。

1. ถนนเปียก แสดงว่าเมื่อคืนนี้ฝนตก

　　道路が濡れているので、夕べは雨が降っていただろう。

2. ไฟปิด แสดงว่าไม่มีใครอยู่

　　電気が消えているので、たぶん誰もいない。

3. จิโรผอมลงมาก แสดงว่างานหนัก

　　ジロウはずいぶん痩せた。仕事が忙しいのでしょう。

....

เปียก 濡れる. ไฟ 電気. ปิด (電気が) 消える. งานหนัก 仕事が忙しい.

⑨ ไม่เห็น....

❶ 文型：　　「ไม่เห็น ＋動詞（句）」

❷ 意味：　　「〜とは思わない」

❸ 要点：　　体験している現状は、持っていた情報、または予想の通りとなっていない、または予想ほどではないことを表す。

1. ฉันลองทานทุเรียนดู ไม่เห็นเหม็นเลย

　　私はドリアンを食べてみたが、臭いとは思わない。

2. เมื่อวานนี้ ฉันซื้อซีดีเพลงนั้นมาฟังแล้ว ไม่เห็นเพราะเลย

昨日、あの歌のCDを買ってきて聴いたが、美しいとは思わない。

3.ผมอ่านหนังสือเล่มนั้นแล้ว ไม่เห็นสนุกเลย

あの本を読んだが、面白いとは思わない。

เหม็น 臭い. เพลง 歌. เพราะ（歌が）美しい.

⑩ไม่....เลยสัก.... ⇨ 第９課を参照。

⑪....ไปยังงั้นแหละ

❶ **文型：**　「動詞（句）または文＋ไปยังงั้นแหละ」

❷ **意味：**　「適当に～した（だけで）」

❸ **要点：**　その場に合わせて適当に（要領よく）やること。いい加減な行動を表す。その言動に重きを置いていないこと、重要な意味がないことを表す。

1.ไม่มีรายการอะไรที่อยากจะดู เลยดูไปยังงั้นแหละ ไม่สนุกหรอก

見たい番組がないので、適当に見てるだけです。面白くはないよ。

2.กินไปยังงั้นแหละ ดีกว่าหิว

適当に食べただけですが、お腹が空くよりはましです。

3.วิชานี้ผมไม่สนใจหรอก เรียนเอาหน่วยกิตไปยังงั้นแหละ

別にこの授業に興味があるわけではないのですが、単位を取るために適当に勉強しているだけです。

รายการ 番組. วิชา 科目,授業. สนใจ 興味を持つ. หน่วยกิต 単位.

第10課　หมอดู

⑫ ไม่(ค่อย)....เท่าไร

❶ **文型**：　　「ไม่ (ค่อย) +動詞（句）+เท่าไร 」

❷ **意味**：　　「それほど〜ではない」「そんなに〜ない」

❸ **要点**：　　事実が予想していたり、期待していたりしたほどではないことを表す。

1. ปีนี้ไม่ค่อยหนาวเท่าไร
   今年はそんなに寒くない。
2. หนังเรื่องนี้ไม่ค่อยมีคนไปดูเท่าไร
   この映画はそれほど人気はない。
3. ฉันไม่ค่อยหิวเท่าไร
   私はそんなにお腹が空かない。

....

หิว お腹が空く.

⑬ ไม่....หรอก

❶ **文型**：　　「ไม่+動詞（句）+หรอก 」

❷ **意味**：　　「〜ないですよ」

❸ **要点**：　　ある情報、考え、に対する否定、反発を表す。

1. ที่เมืองไทย น้ำมันลิตรละ 30 บาทไม่ถูกหรอก
   タイでは、ガソリン1リットル当たり30バーツで、安くないですよ。
2. พ่ออยากให้ฉันเป็นครู แต่ฉันไม่อยากเป็นหรอก
   父は私に学校の先生になってほしがっているけど、私はなりたくないよ。
3. นาฬิกาเรือนนี้ไม่ตรงหรอก

この時計は合っていないよ。

4. A: ภาษาไทยคงยากน่าดูนะ

　　タイ語はずいぶん難しいでしょう。

　B: ไม่ยากหรอกค่ะ ฉันยังเรียนได้เลย

　　難しくないですよ。私でさえ勉強できるんです。

น้ำมัน ガソリン,油. ลิตร リットル. หอสมุด 図書館. นาฬิกา 時計. เรือน [時計の類別詞]
～台,～個. ตรง 合う. น่าดู ずいぶん,おどろくほど.

⑭....หรือเปล่า

❶ **文型**： 「動詞（句）または文＋หรือเปล่า」
❷ **意味**： 「〜ですか」「〜していますか」
❸ **要点**： 現状を聞くときに用いる。

1. คุณเป็นหวัดหรือ ทานยาหรือเปล่า

　風邪を引いているんですか。お薬を飲んでいますか。

2. เวลาคุณคุยกับนักศึกษาไทย คุณใช้ภาษาไทยหรือเปล่า

　タイの留学生と話すとき、あなたはタイ語を使っていますか。

3. บริษัทคุณ หยุดวันอาทิตย์หรือเปล่า

　あなたの会社は、日曜日がお休みですか。

คุย しゃべる , 話す.นักศึกษาไทย タイの留学生.

第10課　หมอดู

⑮ ....บ้าง....บ้าง

❶ 文型： 「Aบ้างBบ้าง」

❷ 意味： 「AであったりBであったりする」「AをしたりBをしたりする」

❸ 要点： 2つ以上の動作を並行して行なったり、交代に行なったり、また、それを継続したりすることを表す。AとBは語句または文である。口語では「Aมั่งBมั่ง」となることが多い。

1. อาหารเช้า ฉันทานข้าวบ้างขนมปังบ้าง
   朝ご飯、私はご飯を食べたりパンを食べたりしている。
2. เวลาว่างฉันอ่านหนังสือบ้าง ทำสวนบ้าง
   暇なとき、私は本を読んだり、園芸をしたりする。
3. จังหวะช้ามั่งเร็วมั่ง
   リズムは遅かったり速かったりだ。
4. เดือนที่แล้ว ปู่เข้าโรงพยาบาลมั่ง น้องสาวแต่งงานมั่ง ยุ่งมาก
   先月、祖父が入院したり、妹が結婚したりして、とても忙しかった。

ทำสวน 園芸をする. จังหวะ リズム.

練習問題

練習 I　下記の質問に答えなさい。

1. มะลิเชื่อเรื่องหมอดูหรือไม่
2. ซากุระเชื่อเรื่องหมอดูหรือไม่
3. มะลิเกิดราศีอะไร

4. ซากุระเกิดราศีอะไร
5. คำทำนายของหมอดูเกี่ยวกับราศีที่มะลิเกิดแม่นไหม

練習 II

1 (a)〜(o)の表現の中から5つ以上選んでタイ語で作文をしなさい。

2 1〜15 の単文のそれぞれの意味が通じるように、(a)〜(o) の中の表現を1つ選んで下線の部分に入れなさい。

(a) ทำให้....　　(b) โดยที่....　　(c) ....เฉย ๆ
(d) เวลา....　　(e) ....แล้ว....　　(f) ไม่ว่า....หรือ....
(g) ....แสดงว่า....　　(h) ....ไม่เห็น...　　(i) ไม่....เลยสัก....
(j) ....ไปยังงั้นแหละ　　(k) ไม่....เท่าไร　　(l) ไม่....หรอก
(m) ....หรือเปล่า　　(n) ....บ้าง...บ้าง　　(o) ชอบ....

1. เวลาไปคาราโอเค ผมชอบฟัง_____ไม่ชอบร้องเหมือนเพื่อนคนอื่น ๆ
2. เพลงนี้_____เราคิดถึงสมัยเรียนอยู่มัธยม
3. นักศึกษาส่วนใหญ่ได้คะแนนเฉลี่ยไม่ถึง 30 คะแนน_____ข้อสอบยาก
4. บนเกาะนั้น_____มีคนอยู่_____คน
5. 80% ของโรคที่คนเป็นอยู่สามารถรักษาหายได้_____ไม่ต้องมีหมอ
6. _____ผมนั่งหลับในห้องเรียน ครูจะเรียกถามทุกที

タイ日大辞典
พจนานุกรมไทย-ญี่ปุ่น
改訂版 ฉบับปรับปรุง

冨田竹二郎／赤木攻［編］
ตาเกยิโร โทมีต้า　โอซามุ อาคากิ

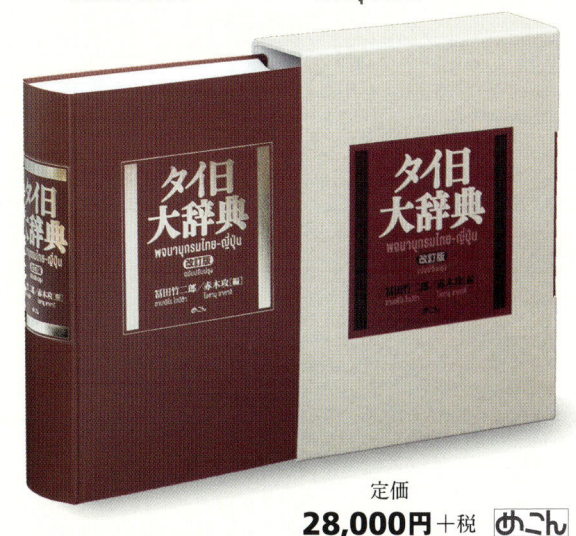

▼日本語・タイ語辞典の最高峰『タイ日大辞典』（冨田竹二郎編）を6年間かけて改訂、定評のある「冨田色」は大切にしつつ、より「読みやすく」、「引きやすい」辞書としました。▼品詞・語源・例文・語誌・発音記号などの表記を見やすく整理。新しいタイ語表現、人名を追加。さらに、類別詞一覧、王語、年表、県別人口、行政機構、教育制度、陸軍編成など、付録を充実させました。

定価
28,000円＋税

めこん

めこん
〒113-0033
東京都文京区本郷3-7-1
電話 03-3815-1688
FAX 03-3815-1810

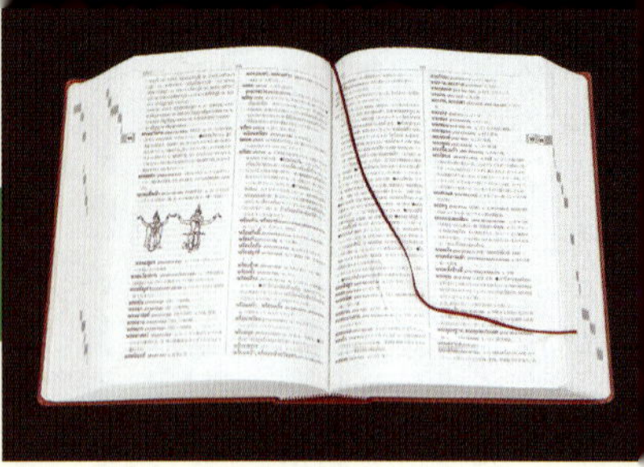

A5判上製・函入り
（薄表紙・ビニールカバー付）／
1632ページ

ISBN978-4-8396-0334-2 C3587

装丁＝臼井新太郎

編者紹介

■冨田竹二郎（とみた・たけじろう、1919年〜2000年）

大阪外国語大学名誉教授（言語学、タイ語学）。
神戸市出身。大阪外国語学校（後の大阪外事専門学校、大阪外国語大学、大阪大学）英語部卒業（1939年）、同支那語部修了（1941年）。日タイ交換学生としてタイ国チュラーロンコーン大学に留学（1942年〜46年）。大阪外事専門学校専任講師（中国語、1946年）。大阪外国語大学助教授・タイ語学科主任（1949年）。同教授（1962〜84年）。天理大学おやさと研究所教授（1984年）。同教授・タイ学科主任（1992〜96）。タイ国立タムマサート大学教養学部・チュラーロンコーン大学文学部日本研究講座主任教授（1966〜68年、1972年〜74年）。タイ国立シーナカリンウィロート大学名誉博士号（1983年）。三等白象勲章（タイ王国、1994年）。勲三等旭日中綬章（1996年）。

主な著訳書

『タイ語（日本語）基礎――日・泰双用』江南書院、1957年。
『日泰会話辞典――日泰双用』江南書院、1959年。
『標準タイ語教本（1）〜（3）』語学教育振興会、1976〜78年。
『タイ日辞典』養徳社、1987年。
『タイ日大辞典』日本タイクラブ、1997年。
『タイ国古典文学名作選』井村文化事業社、1980年。
ボータン『タイからの手紙　上巻、下巻』井村文化事業社、1979年。
カムマーン・コンカイ『田舎の先生』井村文化事業社、1980年。
リアムエーン『大王が原　上巻、下巻』井村文化事業社、1981年。

■赤木 攻（あかぎ・おさむ、1944年〜）

大阪外国語大学名誉教授（地域研究、タイ学）。
岡山県出身。大阪外国語大学卒業（1967年）。タイ国立チュラーロンコーン大学に留学（1967〜69年）。大阪外国語大学外国語学部助手（1969年）。同大学域文化学科アジア2講座教授（1988年）。同大学長（1999年）。日本学生支援機構参与（2004年）。東京外国語大学特任教授（2008年）。在タイ日本国大使館専門調査員（1985年〜1987年）。

主な著訳書

『タイの永住日本人』めこん、1992年。
『続・タイ農村の構造と変動』（共著）勁草書房、2000年。
『復刻版　タイの政治文化――剛と柔』エヌ・エヌ・エー、2015年。
『タイのかたち』めこん、2019年。
訳書：プーミポン・アドゥンヤデート陛下『奇跡の名犬物語――世界一賢いロイヤルドッグ トーンデーン』世界文化社、2006年

第10課　หมอดู

7. ผ่าตัด_____จะหายไหมครับ
8. ช่วงนี้ฮอกไกโด_____ค่อยหนาว_____หรอก ไม่ต้องเอาโค้ทไปก็ได้
9. _____วันเสาร์อาทิตย์_____วันธรรมดา ลูกค้าจะแน่นทุกวัน
10. ใครว่าอาหารที่หมดอายุแล้ว ทานแล้วจะท้องเสีย ฉันทานบ่อย ๆ _____ท้องเสียเลย
11. เงินเดือนฉันถูกหักค่าผ่อนบ้าน_____ค่าผ่อนรถ _____ เดือน ๆ นึง เหลือไม่ถึง 1 หมื่นเยน
12. ฉันทราบข่าวว่าแถวบ้านคุณเกิดแผ่นดินไหว มีใครเป็นอะไร_____
13. เขาเป็นคน_____กิน กินได้ทุกอย่างแม้กระทั่งกบและแย้
14. A: แม่บอกว่าถ้าไม่เก็บของเล่นจะทิ้งให้หมด
    B: แม่ก็พูด_____ถึงไม่เก็บจริง ๆ แม่ก็ไม่กล้าทิ้งหรอก เพราะคนซื้อคือแม่
15. ฉันเรียนภาษาไทยมา 10 ปีแล้ว ใคร ๆ ก็คิดว่าฉันพูดได้คล่อง ความจริง ฉันพูด_____ได้ _____

....

ร้อง 歌う . มัธยม 中学校 . เพลง 歌 . คะแนน 得点 . เฉลี่ย 平均 . ข้อสอบ 試験問題 . เกาะ 島 . โรค 病気 . นั่งหลับ 居眠る . เรียกถาม 当てる . ผ่าตัด 手術する . โค้ท コート . แน่น 混む . หมดอายุ 消費期限 . หัก 引き落とす . ผ่อน ローンを組む . กบ 蛙 . แย้ トカゲ . ของเล่น 玩具 . ทิ้ง 捨てる . ความจริง 実際 . พูดได้คล่อง 流暢に話せる .

練習Ⅲ　タイ語に訳しなさい。

1. タイのトラックの運転手はよくクラクションを鳴らす。

2. パソコンを使いすぎることは目が悪くなる原因にもなる。

3. おいしくなくても、彼は一言も文句を言わずに食べました。

4. 私は座っていただけで、何もしなかった。

5. バスに乗るときに、彼女はいつも一番前の席に座る。

6. 唐辛子を入れたらおいしくなった。

7. サッカーであろうと野球であろうと弟はスポーツが大好きです。

8. ひどい渋滞ですね。事故があったのでしょうね。

9. あの占い師に占ってもらったのですが、ちっとも当たらない。

10. 彼女は適当に言っただけです。本当はそう思っていないですよ。

11. 今年の日本はそんなに暑くなかったよ。去年はもっと暑かった。

12. あなたは車で通勤していますか。

13. 今日は雨が降っているので、空いているタクシーは1台もなかった。

14. 僕はバスで行ったり電車で行ったりしていますが、車で行ったことはない。

15. 図書館に行くの？ 日曜日は図書館は開いていないよ。

16. 部屋の明かりがついているのは、彼が帰っているからでしょう。

トラック รถบรรทุก, รถสิบล้อ . クラクションを鳴らす บีบแตร . 目が悪い สายตาเสีย. サッカー ฟุตบอล . 野球 เบสบอล . スポーツ กีฬา . ひどい渋滞 รถติดมาก . 事故がある เกิดอุบัติเหตุ . 図書館 หอสมุด . 明かりがついている ไฟเปิดอยู่ .

第11課　นักศึกษาไทยกับการเรียน

読解：日本人とタイ人の対話を読んで、タイの大学生が授業を受ける姿勢やクラブ活動のようなキャンパスライフについて理解する。

作文：日本人とタイ人の学生とその生活を比較しながら対話の形式で書く。

　　　　ซากุระ①อดแปลกใจไม่ได้ทุกครั้งที่เห็นมะลิรีบไปเข้าห้องเรียน②ทั้งๆที่ยังมีเวลาเหลือพอที่จะ③ค่อยๆเดินไปก็ได้ ซากุระเก็บความสงสัยไว้ในใจ④จนกระทั่งวันหนึ่ง ขณะที่มะลิเร่งให้ซากุระเดินไปห้องเรียนด้วยกัน ซากุระจึงถามมะลิถึงสาเหตุที่ต้องรีบไปเข้าห้องเรียน

ซากุระ　 －　⑤ทำไมมะลิต้องรีบไปด้วยล่ะ ยังมีเวลาอีกไม่ใช่เหรอ
มะลิ　　 －　⑥จะได้นั่งแถวหน้า⑦ไงล่ะ
ซากุระ　 －　ทำไมต้องนั่งแถวหน้าด้วยล่ะ นั่งตรงไหนก็เรียนได้เหมือนกันไม่ใช่เหรอ
มะลิ　　 －　แต่นั่งข้างหน้า อยู่ใกล้กับอาจารย์ ฟังชัดดี ซากุระไม่ชอบนั่งหน้าเหรอ
ซากุระ　 －　ไม่ใช่ไม่ชอบ ตอนเราอยู่ญี่ปุ่น นักศึกษาญี่ปุ่นไม่ค่อยมีคนชอบนั่งแถวหน้า ส่วนใหญ่จะนั่งห่างจากอาจารย์
มะลิ　　 －　ทำไมล่ะ กลัวอาจารย์เหรอ
ซากุระ　 －　ไม่ใช่กลัว เราก็ไม่รู้เหมือนกันว่าทำไม

　　　　นอกจากเรื่องนั่งแถวหน้าแล้ว ซากุระยังสังเกตเห็นว่านักศึกษาไทยไม่ค่อยโดดเรียน⑧แม้แต่นักศึกษาที่ทำกิจกรรมในชมรมต่าง ๆ ⑨พอถึงเวลาเรียนจะรีบไปเรียน มีนักศึกษาจำนวนไม่น้อยที่ทำกิจกรรมมาก แต่ก็ยังสามารถเรียนได้ดีด้วย ซากุระเคยเล่าเรื่องเพื่อนญี่ปุ่นที่ทำกิจกรรมแล้วไม่ค่อยไปเรียนให้มะลิฟัง มะลิแปลกใจถามว่า

มะลิ – แล้วไม่สอบตกเหรอ

ซากุระ – ⑩บางคนก็สอบตก บางคนก็ไม่ตก

มะลิ – คนที่สอบตกหลายวิชา ไม่โดนรีไทร์เหรอ

ซากุระ – ที่ญี่ปุ่นเรียนได้⑪ถึงแปดปี ส่วนใหญ่แล้วจะไม่มีใครโดนรีไทร์

มะลิ – ดีนะ ที่เมืองไทย ถ้าแต้มเฉลี่ย⑫ไม่ถึงเกณฑ์ที่มหาวิทยาลัยกำหนดไว้จะโดนรีไทร์ทันที

ซากุระ – มีคนเคยโดนรีไทร์ไหม

มะลิ – มีซิ รุ่นพี่เราคนนึงโดนรีไทร์ตอนอยู่ปี 3

ซากุระ – มิน่าเล่า นักศึกษาไทย⑬ถึงได้ตั้งใจเรียน

แปลกใจ 不思議に思う. รีบ 急ぐ. ห้องเรียน 教室. เหลือ 残る. เก็บ....ไว้ในใจ 心の中に収めておく. ความสงสัย 疑い. วันหนึ่ง ある日. สาเหตุ 原因. แถวหน้า 前列. ชัด はっきりと. ห่าง 離れる. กลัว 怖がる. สังเกต 気が付く. โดดเรียน 授業をさぼる. กิจกรรม (学校や大学のクラブ) 活動. ชมรม クラブ. จำนวน 数. เล่า 語る. สอบตก 落第する. รีไทร์ 退学する. ส่วนใหญ่ だいたい,殆ど. แต้มเฉลี่ย 平均点. เกณฑ์ 基準 . ทันที すぐ. มิน่าเล่า どうりで,なるほど. ตั้งใจเรียน 一所懸命勉強する.

文法＆表現

①อด....ไม่ได้

❶ **文型：** 「อด＋動詞（句）＋ไม่ได้」

❷ **意味：** 「〜せずにはいられない」

❸ **要点：** ある特定の感情、または行動を押さえることができない状態を表す。

1.ฉันไม่อยากอ้วน แต่เห็นขนมเค้กแล้วอดทานไม่ได้

第11課　นักศึกษาไทยกับการเรียน

　私は太りたくないが、ケーキを見たら食べずにはいられない。

2.พ่อไม่สบาย แต่อดสูบบุหรี่ไม่ได้

　父は病気ですが、タバコを吸わずにはいられない。

3.ลูกทะเลาะกัน แม่อดโมโหไม่ได้

　子供たちが喧嘩すると、母親は怒らずにはいられない

ขนมเค้ก ケーキ. ทะเลาะ 喧嘩する. โมโห 怒る.

② ....ทั้ง ๆ ที่....　⇨ 第3課を参照。

③ ค่อย ๆ ....

❶ 文型：　「ค่อย ๆ ＋動詞（句）」

❷ 意味：　「ゆっくりと～」

❸ 要点：　「動詞（句）＋ค่อย ๆ」であれば、「そっと～する」という
　　　　　意味になるので、要注意。

1.แม่เจ็บหัวเข่า ต้องค่อย ๆ ลุกขึ้น

　母は膝が痛いので、ゆっくりと立ち上がらなければならない。

2.เวลาทาน ต้องค่อย ๆ เคี้ยวให้ละเอียด

　食べる際細かくなるようにゆっくりと噛まければならない。

3.ยังมีเวลา ค่อย ๆ เดินไปก็ได้

　まだ時間があるので、ゆっくりと歩いていっても大丈夫です。

หัวเข่า 膝. ลุกขึ้น 立ち上がる. เคี้ยว 噛む. ละเอียด 細かい.

④....จนกระทั่ง.... ⇨ 第 1 課を参照。

⑤ทำไมต้อง....ด้วยล่ะ ⇨ 第 1 課を参照。

⑥จะได้ .... ⇨ 第 2 課を参照。

⑦....ไงล่ะ

❶ **文型：** 「名詞（句）または動詞（句）＋ไง(ล่ะ)」

❷ **意味：** 「例の（あの）～ですよ」「～ですよ」

❸ **要点：** 相手も分かるはずのこと、または相手も知っていることを言及するとき、または相手の記憶を呼び戻すときに使用される。

1.คุณโองุโระเหรอ นักฟุตบอลทีมชาติญี่ปุ่นคนที่หล่อ ๆคนนั้นไงล่ะ

大黒さんですか。あの日本代表の格好いいサッカー選手ですよ。

2. A: ทำไมทาสีขาวล่ะ

なぜ白色を塗っているの。

B: จะได้ดูสว่างไงล่ะ

明るくなるからよ。

3.ร้านนั้นไงล่ะ ร้านที่เราไปเมื่อปีที่แล้ว

あの店ですよ。我々が去年行ったあの店です。

นักฟุตบอล サッカー選手. ทีมชาติ 国の代表. ทา 塗る. สว่าง 明るい.

第11課　นักศึกษาไทยกับการเรียน

⑧ แม้แต่....　　⇨ 第 2 課を参照。

⑨ พอ....จะ....

❶ 文型：　「พอ A ,จะ B」
❷ 意味：　「A になるといつも B になる」「A になると必ず B になる」
❸ 要点：　A と B との必然的関係の表現である。その関係には予定、予測、習慣の意味合いが含まれている。

1. พอเข้าฤดูหนาว คนญี่ปุ่นจะเป็นหวัดกันมาก

　　冬に入ったら、日本人は風邪を引く人が多い。

2. พอฝนตก ดอกซากุระจะร่วง

　　雨が降ったら、桜の花が落ちる。

3. พออายุมากขึ้น ผมจะหงอก

　　歳をとったら、髪の毛が白くなる。

ร่วง 落ちる. หงอก 白くなる. ผมหงอก 白髪になる.

⑩ บาง....ก็....บาง....ก็....

❶ 文型：　「名詞（句）A ＋บาง＋類別詞＋(ก็)＋動詞（句）B ＋บาง＋類別詞＋(ก็)＋動詞（句）C」
❷ 意味：　「A には B するのもいれば、C するのもいる」
❸ 要点：　言及される A は必ずしも全て同じではなく、多種多様であるということを含意している。

1.บ้านบางหลังก็ใหม่บางหลังก็เก่า

家は新しいのもあれば、古いのもある。

2.คนไทยบางคนขาวบางคนดำ

タイ人には肌が白い人もいれば、黒い人もいる。

3.ละครทีวีบางเรื่องสนุก บางเรื่องไม่สนุก

テレビドラマは面白いものもあれば、面白くないものもある。

ละครทีวี テレビドラマ. เรื่อง ［テレビドラマ、映画の類別詞］～本.

⑪ถึง.... ⇨ 第８課を参照。

⑫ไม่ถึง.... ⇨ 第８課を参照。

⑬ถึงได้....

❶ **文型：** 「主語Ａ＋ถึงได้ ＋動詞（句）Ｂ」

❷ **意味：** 「だからAはBをするんだ」「だからこそAはBをするのだ」

❸ **要点：** 前に述べた事柄が後に述べる現状や結果の原因・理由であることが明らかになったときに用いる。動詞（句）の前に付けて、現状・結果の文を作る。会話の場合は、先頭に「มิน่าเล่า（どうりで、なるほど）」が来ることが多い。

1.ฮิโรชิเปิดบริษัทของตัวเองเหรอ มิน่าเล่า เขาถึงได้ลาออก

ヒロシは自分の会社をオープンするの？　なるほど、だから（今の会社を）

第11課　นักศึกษาไทยกับการเรียน

辞めたんだ。

2. ภรรยาเขาอยู่โอซากา เขาถึงได้ไป ๆ มา ๆ โตเกียวกับโอซากาบ่อย ๆ
　彼の奥さんは大阪にいる。だからこそ、彼はよく東京と大阪との間を行ったり来たりしているのだ。

3. มิน่าเล่า คนญี่ปุ่นถึงได้ไม่ปลูกต้นซากุระในบ้าน
　なるほど、だから日本人は桜の木を家で植えないんだ。

....

ลาออก 辞任する,辞める. ปลูก 植える.

練習問題

練習 I 　下記の質問に答えなさい。

1. ทำไมมะลิรีบเดินไปเข้าห้องเรียน
2. ทำไมมะลิอยากนั่งแถวหน้า
3. นักศึกษาญี่ปุ่นชอบนั่งแถวหน้าหรือไม่ ทำไม
4. นักศึกษาไทยชอบโดดเรียนหรือไม่
5. มหาวิทยาลัยที่เมืองไทยกับที่ญี่ปุ่นที่ไหนนักศึกษาโดนรีไทร์ง่ายกว่ากัน

練習 II

1　(a)～(m) の中の表現から5つ選んでタイ語で作文をしなさい。

2　1～14の単文のそれぞれの意味が通じるように、(a)～(m) の中の表現

を1つ選んで下線の部分に入れなさい。

(a) อด....ไม่ได้ (b) ....ทั้ง ๆ ที่.... (c) ค่อย ๆ ....
(d) จนกระทั่ง.... (e) ทำไมต้อง....ด้วยล่ะ (f) ....จะได้....
(g) ....ไงล่ะ (h) แม้แต่.... (i) พอ....จะ....
(j) บาง....ก็....บาง....ก็.... (k) ถึง.... (l) ไม่ถึง....
(m) ....ถึงได้....

1. อยู่เมืองไทย ทานข้าวร้านธรรมดา มื้อนึง อย่างแพง_____ 100บาท
2. โมมิจิไม่ยอมทานยา_____หมอสั่ง
3. ที่นั่นไม่หนาวไม่ใช่เหรอ_____ เอาโค้ทไป__
4. วันก่อนผมเพิ่งโดนจับเรื่องกินเหล้าแล้วขับรถ ผมคิดว่าจะเลิกกินเหล้าแล้ว แต่พอเห็นเหล้า ผมก็_____กิน_____
5. ลูกน้องทุกคนรออยู่_____ เจ้านายกลับ แล้วถึงกลับ
6. พอถึงฤดูใบไม้ร่วง ใบไม้จะ _____ เปลี่ยนเป็นสีแดง แล้ว___ ร่วงไปทีละใบสองใบ
7. ถ้าคุณไปเมืองไทยตอนเดือนพฤศจิกายน คุณ_____ดูลอยกระทง
8. ในฤดูหนาว แถวนี้หิมะ_____ปี ____ ตก _____ ปี ____ไม่ตก
9. ห้องนึง นอนรวมกันได้ _____ 20 คน
10. A: นี่อะไร
    B: ทุเรียน ผลไม้ที่มีชื่อที่สุดของไทย_____
11. ช่วงที่ยุ่งมาก ๆ ฉันไม่มี _____ เวลาจะอ่านหนังสือพิมพ์
12. คุณจะได้เงินค่าประกันคืน _____ ร้อยล้านเยน
13. คุณพ่อเขาทำงานอยู่บริษัทนี้เหรอ มิน่าเล่า เขา_____ รู้เรื่องบริษัทนี้ดีมาก
14. ____ หิมะตก ต้นไม้พวกนี้ ____ตายหมด

ธรรมดา 普通 . สั่ง 命令する . โค้ท コート . ฤดูใบไม้ร่วง 秋 . ใบไม้ 葉っぱ . เปลี่ยน 変える . ร่วง 落ちる . ใบ [葉っぱの類別詞] ～枚 . ทีละใบสองใบ 一枚（二枚）ずつ . นอนรวมกัน 一緒に寝る . ค่าประกัน 保険料 . ได้คืน 返ってくる . ต้นไม้ 木 . พวกนี้ これらの .

練習Ⅲ　タイ語に訳しなさい。

1. 僕はこの間スピード違反で捕まったばかりですが、運転をするとスピードを出さずにはいられない。
2. お腹が空いているが、私はご飯を食べる暇がない。
3. そのことは、ゆっくり解決方法を考えましょう。慌てないでください。
4. なぜタイの大学では、制服を着る必要があるの。私服で通学したら駄目？
5. 7人いっしょに座れるようにもう少し詰めなさい。
6. その男ですよ。夕べ私があなたに話した人です。
7. 日本の夏は非常に暑い。タイから来たばかりのタイ人でさえ日本の暑さには我慢できない。
8. 祖母は長く歩くと、いつも膝が痛くなる。
9. 大阪では雪がたくさん降る年もあれば、全然降らない年もある。
10. この切符で10回まで電車に乗ることが出来る。
11. 私の休暇の残りは後3日もない。
12. タロウは入院しているの？　なるほど、だから最近全然会っていない。
13. 母は父が晩ご飯を食べ終わるまで待って、それからお風呂に入る。

この間 เมื่อเร็ว ๆ นี้ . スピード違反で捕まる โดนจับเรื่องขับรถเร็ว. スピードを出す เร่งความเร็ว. 暇がない ไม่มีเวลา. 解決する แก้ไข. 方法 ทาง,วิธี. 慌てる รีบ. 制服

เครื่องแบบ. 私服 เสื้อธรรมดา. 詰める เขยิบเข้าไป. 我慢する ทน. 祖母 ยาย,ย่า. 膝 หัวเข่า. 切符 ตั๋ว . 休暇 วันลาหยุด. 残る เหลือ . 後 อีก. お風呂に入る อาบน้ำ .

第12課　น้ำกับคนไทย

読解：タイは暑い国であり、川の側で生活している人も多い。この人たちは水に対してどのような意識を持っているのか。

作文：日本人は水に対して特別な意識を持っているのか、そしてそれは日常生活の中にどのようなかたちで表れているのかを具体的に説明する。

　　　　　วันนี้มะลิพาซากุระไปเที่ยวอยุธยา　　ระหว่างทางซากุระขอตัวเข้าห้องน้ำ ซากุระบ่นเรื่องห้องน้ำ

ซากุระ　–　ห้องน้ำ①ไม่มีกระดาษสักห้อง มี②แต่น้ำ ③สงสัยกระดาษหมด
มะลิ　　–　ใช้น้ำล้าง④เฉย ๆ ไม่ได้เหรอ
ซากุระ　–　ต้องใช้กระดาษ⑤ด้วย มะลิล้าง④เฉย ๆ ไม่ต้องใช้กระดาษได้เหรอ
มะลิ　　–　ได้ ไม่ต้องมีกระดาษก็ได้ แต่ต้องมีน้ำ
ซากุระ　–　สำหรับเราไม่ต้องมีน้ำก็ได้ แต่ต้องมีกระดาษ
　　　　　ออกจากห้องน้ำแล้ว ทั้งสองคนก็ล้างมือ
ซากุระ　–　มะลิไม่เช็ดมือเหรอ มือเปียก เช็ดมือ⑥ซะก่อนซี
มะลิ　　–　ไม่เป็นไร ⑦เดี๋ยวก็แห้ง
　　　　　และขณะกำลังเดินดูซากโบราณสถานอยู่นั้น ฝนลงเม็ด ซากุระจึงกางร่ม แต่มะลิเดินตากฝน⑧หน้าตาเฉย
ซากุระ　–　มะลิกางร่มด้วยกันเถอะ ตากฝน⑨เดี๋ยวเป็นหวัดนะ
มะลิ　　–　ไม่เป็นไร เปียกนิดเดียว ⑦เดี๋ยว⑩ก็แห้งเองแหละ

　　　　　ซากุระเหมือนกับคนญี่ปุ่นทั่วไปจะรู้สึกรำคาญเวลาส่วนหนึ่งส่วนใดของร่างกายหรือเสื้อผ้าเปียกแม้เพียงเล็กน้อย ถ้าเสื้อเปียกน้ำซากุระจะรีบถอดเปลี่ยนทันที ตอนเป็นหวัด ไข้ขึ้น เหงื่อออก ซากุระต้องเปลี่ยนเสื้อ⑪ตั้งหลายหน เพราะทนไม่ได้ที่จะต้องใส่เสื้อชื้นๆ ⑫ในขณะที่มะลิดูเหมือน

ว่าจะรู้สึกเฉย ๆ นอกจากมะลิแล้วซากุระยังเคยเห็นคนไทยเดินลุยน้ำท่วมแล้วใส่รองเท้าโดยไม่⑬เช็ดเท้าให้แห้งก่อน เคยเห็นเพื่อนใส่เสื้อ⑭ทั้งตัวเปียกหลังอาบน้ำเสร็จ

นี่คือความแตกต่างทางวัฒนธรรม ระหว่างซากุระซึ่งเป็นคนญี่ปุ่นกับมะลิซึ่งเป็นคนไทย สำหรับคนไทยนั้น ชีวิตประจำวันมีความสัมพันธ์อย่างใกล้ชิดกับน้ำ คนสมัยโบราณนิยมปลูกสร้างบ้านเรือนริมแม่น้ำ และประเพณีสำคัญต่าง ๆ เช่น สงกรานต์ หรือ ลอยกระทง ก็แสดงให้เห็นว่าชีวิตของคนไทยผูกพันกับน้ำมากเพียงไร

ขอตัว 自分だけがその場から出ていくこと. บ่น 文句を言う,不満を言う. กระดาษ 紙. เช็ด 拭く. เปียก 濡れる. แห้ง 乾く. ซากโบราณสถาน 遺跡. ฝนลงเม็ด 雨が降り始める. กางร่ม 傘をさす. ตากฝน 雨に濡れる. รำคาญ 不愉快. ส่วนหนึ่งส่วนใด どこかの一部分. ร่างกาย 体. ถอด 脱ぐ. ไข้ขึ้น 熱が出る. เหงื่อออก 汗をかく. ชื้น 湿っている，濡れている．ลุย （水の中で）歩く．ความแตกต่าง 違い．วัฒนธรรม 文化. ชีวิตประจำวัน 日常生活. ความสัมพันธ์อย่างใกล้ชิด 親密な関係．สมัยโบราณ 昔．ปลูกสร้าง 建てる,造る. บ้านเรือน 家. ริม 傍. แม่น้ำ 川. ประเพณี 習慣. สงกรานต์ ソンクラーン祭り（水掛け祭り）.ลอยกระทง ローイクラトン祭り（灯籠流し祭り）. แสดง 表す. ชีวิต 生活. ผูกพัน 関係する .เพียงไร どれほど.

文法＆表現

①ไม่....(เลย)สัก.... ⇨ 第 9 課を参照。

②แต่.... ⇨ 第 1 課を参照。

第12課　น้ำกับคนไทย

③ สงสัย(จะ)....

❶ 文型：　　「สงสัย(จะ) ＋動詞（句）」

❷ 意味：　　「～だろう」「～ではないかしら」

❸ 要点：　　ある出来事からその原因、背景または結果を推測する表現である。推測する事柄を表す動詞（句）の前に付ける。

1.บ้านนี้ปิดประตูตลอด สงสัยไม่มีคนอยู่

　この家はずっと閉まっているので、誰も住んでいないだろう。

2.เที่ยงแล้ว เขายังไม่มาเลย สงสัยรถติด

　もう12時になったが、彼はまだ来ていない。おそらく渋滞になっているのだろう。

3.วันนี้ทาโรไม่มาทำงาน สงสัยไม่สบาย

　今日はタロウは会社を休んでいる。体の具合が悪いんじゃないかしら。

4.หิมะตกหนัก สงสัยเครื่องบินจะออกไม่ได้

　大雪です。飛行機は出られないんじゃないかしら。

ประตู戸. ตลอด ずっと. เที่ยง 正午.

④ ....เฉย ๆ　　⇨ 第10課を参照。

⑤ ....ด้วย　　⇨ 第4課を参照。

⑥....ซะก่อน

❶ 文型： 「動詞（句）+ซะก่อน」

❷ 意味： 「とりあえず～してしまいなさい」

❸ 要点： 口語の命令文である。元々は「動詞（句）+เสียก่อน」である。

1.เปลี่ยนเสื้อผ้าซะก่อน

　まず着替えなさい。

2.อาบน้ำซะก่อน แล้วค่อยทานข้าว

　まず水浴びをしなさい。それからご飯を食べよう。

3.เรียนให้จบเสียก่อนนะ เรื่องงานค่อยคิดทีหลัง

　とりあえず卒業してください。お仕事のことはまた考えましょう。

....

เปลี่ยน 替える,変える. ทีหลัง 後で.

⑦เดี๋ยว(ก็)....

❶ 文型： 「A +เดี๋ยว(ก็) + B」

❷ 意味： 「AすぐB」

❸ 要点： Aという出来事または状態は長く続かず、すぐBという出来事または状態に変わることを表す。AとBは出来事または状態を表す動詞（句）である。

1.แม่ไปซื้อของ เดี๋ยวก็กลับ

　お母さんはお買い物に行ってすぐ帰ってくる。

2.เป็นแผลแค่นี้ เดี๋ยวก็หาย

　この程度の傷であればすぐ治るよ。

第12課　น้ำกับคนไทย

3.ฝนตก เดี๋ยวก็หยุด

　雨が降っているが、すぐ止む。

....

แผล 傷.

⑧.....(อย่าง)หน้าตาเฉย

❶ 文型：　　「動詞（句）＋(อย่าง)หน้าตาเฉย」

❷ 意味：　　「平気で〜する」

❸ 要点：　　物に動じないこと、平然としていることを表す。

1.เก้าอี้สกปรกมาก แต่เขานั่งได้หน้าตาเฉย

　椅子はとても汚いですが、彼は平気で座れた。

2.เขาโกหกหน้าตาเฉยว่าไม่เคยรู้จักผู้หญิงคนนั้น

　彼はその女性を知らないと平気で嘘をついた。

3.หนาวจะตายอยู่แล้ว แต่ทาโรเดินทานไอศกรีมหน้าตาเฉย

　すごく寒いのに、タロウは平気でアイスクリームを食べながら歩いた。

....

เก้าอี้ 椅子.สกปรก 汚い.โกหก　嘘をつく.

⑨.....เดี๋ยว....

❶ 文型：　　「A ＋เดี๋ยว＋ B」

❷ 意味：　　「AをすればBになるよ」

❸ 要点：　　「Aという行動をしない方がいい、すればBという結果になるよ」
　　　　　　という注意や警告の表現である。Aはある特定の行動を表す動

詞（句）または文であり、Bは望まない結果を表す動詞（句）または文である。

1.ทานมากอย่างนี้ เดี๋ยวอ้วนนะ

こんなに食べたら太るよ。

2.โดดงานบ่อย ๆ เดี๋ยวโดนไล่ออกนะ

しょっちゅう仕事をさぼったら、首になるよ。

3.ตื่นสาย เดี๋ยวไม่ทันเครื่องบินนะ

朝寝坊をしたら、飛行機に間に合わないよ。

โดดงาน 仕事をさぼる. ไล่ออก 首にする. ตื่นสาย 朝寝坊.

⑩....ก็....เองแหละ

⇨ 第４課を参照。

⑪....ตั้ง....

❶ 文型： 「動詞（句）A ＋ตั้ง＋数量または程度を表す語句 B」

❷ 意味： 「BもAをする」

❸ 要点： ตั้งに後続する語句が表す数量や程度を強調する。

1.เมื่อวานนี้ฝนตก รถติดมาก ผมรอรถเมล์อยู่ตั้ง 3 ชั่วโมง

昨日雨が降って、渋滞がひどかったので、僕はバスを3時間も待っていた。

2.เขามีรถยนต์ตั้ง 5 คันเชียวหรือ

あの人は車を5台も持っているの？

3.ปีใหม่ปีนี้ได้หยุดงานตั้งหลายวัน

第12課　น้ำกับคนไทย

今年のお正月は何日も会社を休める。

ปีใหม่　正月.

⑫ ....(ใน)ขณะที่....

❶ 文型：　　「A～,(ใน)ขณะที่ B～」

❷ 意味：　　「Aは～であるが、それに対し、Bは～」

❸ 要点：　　対比となっている事柄または行動を説明する文をつなぐ。

1. พี่ชายเป็นคนขยัน ในขณะที่น้องชายเป็นคนขี้เกียจ

　　兄は勤勉な人です。それに対し、弟は怠け者です。

2. นโยบายเศรษฐกิจแบบนี้ คนรวยจะรวยยิ่งขึ้น ในขณะที่คนจนจะยิ่งจนลง

　　この経済政策ではお金持ちはますます金持ちになる。それに対し、貧しい人はますます貧しくなる。

3. ฝรั่งใช้นมทำขนม ในขณะที่คนไทยใช้กะทิ

　　西洋人は牛乳を使ってお菓子を作る。それに対し、タイ人はココナッツミルクを使う。

พี่ชาย 兄. ขยัน 勤勉である. น้องชาย 弟. ขี้เกียจ 怠ける. นโยบาย 政策. เศรษฐกิจ 経済. คนรวย お金持ち. รวย 金持ちである. คนจน 貧乏人. จน 貧しい. นม　ミルク,牛乳. ขนม お菓子. กะทิ ココナッツミルク.

⑬ ....ให้....

❶ 文型：　　「A + ให้ + B」

❷ 意味： 「Bの状態または結果になるようにAをする」「Bの状態または結果になるようにAをしなさい」
❸ 要点： ある状態または結果になるために、ある行動を意図的に努力して行なうこと。Aは意図的、そして努力して行なう行動を表す動詞（句）または文であり、Bはその結果を表す語句である。

1.หยุด 3 วันนี้ ฉันจะจัดห้องให้เรียบร้อย
　この3連休、私は部屋をきれいに整理する。
2.ถึงไม่หิว ก็ต้องทานให้หมด
　お腹が空かなくても、全部食べないといけない。
3.พรุ่งนี้ผมต้องตื่นให้เช้ากว่าปกติ ไม่อย่างนั้น จะไม่ทันเครื่องบิน
　明日僕はいつもより早く起きないといけない。さもないと飛行機に間に合わない。

จัด 整理する. เรียบร้อย きれいになる,きちんと. ปกติ いつも,普通.

⑭ ....ทั้ง....

❶ 文型： 「A ＋ทั้ง＋ B」
❷ 意味： 「BのままAをする」「BごとAをする」「BをしたままでAをする」
❸ 要点： Aはある行動を表す動詞（句）であり、BはAという行動を行なうときの状態を表す動詞（句）、名詞（句）または文である。

1.แอปเปิ้ลทานทั้งเปลือกได้ แต่ทุเรียนทานทั้งเปลือกไม่ได้
　リンゴは皮ごと食べられるが、ドリアンは皮ごと食べられない。
2.คนญี่ปุ่นและคนไทยไม่เข้าบ้านทั้งใส่รองเท้า

日本人とタイ人は、靴を履いたまま家に入らない。

3.พ่อนอนหลับไปทั้งแว่นตา

父はメガネをかけたままで寝てしまった。

แอปเปิ้ล リンゴ. เปลือก 皮. รองเท้า 靴. แว่นตา 眼鏡.

練習問題

練習 I　下記の質問に答えなさい。

1. ซากุระไม่พอใจห้องน้ำเรื่องอะไร
2. ความรู้สึกเกี่ยวกับน้ำของคนญี่ปุ่นกับคนไทยต่างกันอย่างไร
3. การใช้ชีวิตประจำวันและประเพณีอะไรของไทยที่แสดงให้เห็นว่า คนไทยมีความผูกพันกับน้ำเป็นพิเศษ

練習 II

1　(a)～(n) の中の表現から5つ選んでタイ語で作文をしなさい。

2　1～14 の単文のそれぞれの意味が通じるように、(a)～(n) の中の表現を一つ選んで下線の部分に入れなさい。

(a) ไม่....สัก....　(b) แต่....　(c) สงสัย....

(d) .....เฉย ๆ　(e) ....ด้วย　(f) ....ซะก่อน

(g) ....เดี๋ยวก็.... (h) ....(อย่าง)หน้าตาเฉย
(i) ....เดี๋ยว.... (j) ....ก็....เองแหละ (k) ....ตั้ง....
(l) ในขณะที่.... (m) ....ให้.... (n) ....ทั้ง....

1. ค่าโรงแรมคืนละ _____ 1 แสนเยน
2. ต้มยำกุ้งหม้อนี้ _____ มีกุ้ง ___ ตัว มี _____ เห็ด _____ พ่อครัวลืมใส่กุ้ง
3. ไปเดินดูของ ___ นะ ไม่ต้องซื้ออะไร ถ้าซื้อของมาก ___ เงินเดือนเดือนนี้ไม่พอใช้นะ
4. แดดแรง ตากผ้า _____ แห้ง
5. ตัด_____ ไม่ต้องสระ ไม่ต้องเป่า
6. ปลาแบบนี้ทอดแล้วกิน _____ ก้างได้
7. เวลาเป็นหวัดไม่ต้องกินยาหรอก นอนพัก ___ มาก ๆ _____ หาย _____
8. น้ำมันแพงขึ้น ภาษีเพิ่มขึ้น _____ เงินเดือนลดลง
9. โรคปวดหลัง ถ้าจะรักษา _____ หายขาด ต้องฝังเข็ม
10. ฉันตกใจมากที่เห็นเขาเคี้ยวพริกขี้หนูได้ _____ ทำราวกับว่าเคี้ยวอะไรที่อร่อย ๆ
11. ไม่ไกลหรอก เดินไป _____ ถึง ไม่ต้องขึ้นรถไปก็ได้
12. ก่อนที่จะไปสอบสัมภาษณ์ ควรจะไปตัดผม ___ เรียบร้อย ___ ถ้าไปสัมภาษณ์ ___ ทรงผมยังงี้ บริษัทไม่รับหรอก
13. ปีหน้าผมจะไปเที่ยวกรุงเทพฯ และจะไปเชียงใหม่กับภูเก็ต___
14. ฉันโทรไปทีไรสายไม่ว่างทุกที _____ เขาวางโทรศัพท์ไม่ดี

เห็ด キノコ. พ่อครัว コックさん. เดินดูของ ウィンドゥショッピングをする. เงินเดือน 給料. แดดแรง 日射しが強い. ตากผ้า 洗濯物を干す. เป่า (髪の毛) ブロー、吹く. ทอด 揚げる. ก้าง (魚の) 骨. ภาษี 税金. ปวดหลัง 腰痛. หายขาด 完全に治る. ฝังเข็ม 鍼療法.

ตกใจ 驚く. เคี้ยว 噛む . พริกขี้หนู 唐辛子の一種「プリック・キーヌー」. ราวกับのように. สอบสัมภาษณ์ 面接試験 . ตัดผม 髪の毛を切る . เรียบร้อย きちんと,ちゃんと. ทรงผม ヘアスタイル . รับ 受け入れる,採用する . สายไม่ว่าง 話し中 . วางโทรศัพท์ 受話器を置く.

練習Ⅲ　タイ語に訳しなさい。

1. 彼女は他人の前で平気でげっぷをするので、驚いた。
2. 彼女は肉とケーキしか食べなかったので、今は糖尿病になっている。
3. すごい咳ですね。たくさんタバコを吸っているんじゃないかしら。
4. 母はパジャマを着たままでゴミを捨てに行った。
5. 彼女はドアが開いたままのトイレに平気で入った。
6. あの女の子は電車で平気で化粧をしていた。
7. 私は見ていただけで、触らなかったよ。
8. すごい渋滞ですね。また道路工事じゃないかしら。
9. 今日はきれいに食べた。ご飯粒１つ残っていない。
10. 薬を飲むだけでは治らないよ。休養もしないといけない。
11. 電気で（お湯を）沸かしているから、すぐできる（沸く）。
12. 早く行きましょう。さもないとお店が閉まってしまうよ。
13. あの店の靴は10色もある。
14. 野菜にはたくさん農薬が付いているから、きれいに洗ってね。
15. 男子学生は成績が悪くても有名な会社に就職できた。それに対し、女子学生はいくら優秀な学生であってもなかなか就職が決まらない。

げっぷ เรอ . ～の前で ต่อหน้า..... 肉 เนื้อ . ケーキ ขนมเค้ก . 糖尿病 โรคเบาหวาน . パジャマ ชุดนอน . ゴミ ขยะ. 捨てる ทิ้ง . トイレ ห้องน้ำ . ドアが開く ประตูเปิด . 女の子 เด็กสาว , เด็กผู้หญิง .化粧をする แต่งหน้า. 触る จับ . 道路工事 ซ่อมทาง . きれいに食べる ทานเกลี้ยง .

粒 เม็ด . 残る เหลือ . 休養をする พักผ่อน . 沸かす ต้ม . 沸く เดือด . 農薬 ยาฆ่าแมลง . 成績が悪い ผลการเรียนไม่ดี , เรียนไม่ดี . 有名な มีชื่อ . 優秀な เก่ง . 就職が決まる หางานได้ .

第13課　ผีไทย

読解： タイ人の精霊信仰における様々な種類の精霊、それぞれの精霊と日常生活との関わりについて理解する。

作文： 日本人の信仰における神、お化け、精霊等について具体的な例を挙げて説明する。

　　　　ก่อนที่คนไทยจะรับพุทธศาสนาเข้ามาในสมัยสุโขทัย คนไทยเชื่อเรื่อง"ผี" ผีตามความเชื่อของคนไทยนั้นมีทั้งผีชั้นสูงชั้นต่ำ ทั้งผีดีผีร้าย ผีชั้นสูงและผีดีนั้นได้แก่พวกที่เรียกกันว่า "เทวดา" ส่วนพวกชั้นต่ำหรือร้ายก็เรียกกันว่า "ผี" ①นอกจากนั้นยังมีผีที่สถิตอยู่ตามหุบเหว เขา หรือในป่าดง คนไทยเรียกว่า"เทพารักษ์" "เจ้าป่า" "เจ้าทุ่ง" ท่านเหล่านี้คนมักจะไปกราบไหว้บูชาขอความคุ้มครอง ถ้า②ทำให้โกรธเคือง ก็ให้ร้ายได้เหมือนกัน อีกพวกหนึ่ง อยู่ในเมืองและในละแวกบ้าน เช่น พระภูมิเจ้าที่ ผีเรือนซึ่งเป็นผีปู่ย่าตายาย ลดชั้นลงมาอีกก็ถึงผีสามัญ มีชื่อเรียกต่างๆกันหลายชนิด เช่น ผีกระสือ ผีปอบ แตกต่างกันไป③ตามลักษณะและท้องถิ่นที่อยู่ ผีพวกนี้ชอบหลอกหลอน รังแก คน④จึงกลัว

ซากุระ　－　บ้านเล็ก ๆ มีเสาเดียวที่อยู่ตามหน้าบ้านคนไทยนั่นคืออะไร
มะลิ　　－　อ๋อ นั่นคนไทยเรียกว่า "ศาลพระภูมิ" เป็นที่อยู่ของพระภูมิเจ้าที่
ซากุระ　－　เราเห็นแม่ของมะลิจุดธูปไหว้
มะลิ　　－　ใช่ วันแรกที่ซากุระมาพักบ้านเรา แม่จุดธูปบอกศาลพระภูมิ ⑤ขอให้คุ้มครองซากุระให้มีความสุข ปราศจากโรคภัยไข้เจ็บ แม่จะทำอย่างนี้ทุกครั้งที่มีพวก⑥ญาติ ๆ หรือคนที่ไม่ได้อยู่บ้านนี้มาพักอยู่ด้วยนาน ๆ
ซากุระ　－　ถ้าไม่ทำล่ะ
มะลิ　　－　แม่กลัวว่าท่านจะโกรธ ทำให้คนที่มาพักด้วยไม่สบาย เมื่อหลายปีก่อนนั้น"พี่ดำ"ลูกป้าเราคนนึงมาพักอยู่ด้วย แม่⑦ลืมจุดธูปบอกศาลพระภูมิ พี่ดำไม่สบายบ่อย ๆ แม่นึกขึ้นได้④เลยจุดธูปขอขมา

และบอกฝากพี่ดำ ตั้งแต่นั้นมาพี่ดำก็⑧ไม่เป็นอะไรอีกเลย

ซากุระ – มะลิล่ะ เคยจุดธูปไหว้ศาลพระภูมิหรือเปล่า

มะลิ – เคยครั้งนึง ตอนนั้นบนขอให้สอบเข้ามหาวิทยาลัยได้ สอบได้แล้ว ④เลยเอาข้าว ขนม และเหล้าไปแก้บนท่าน

ความเชื่อ 信仰. ชั้นสูง 上級. ชั้นต่ำ 下級. ร้าย 悪い. เทวดา 神様. สถิต 居る,置かれている. หุบเหว 谷. เขา山. ป่าดง森. เทพารักษ์ 守護神. เจ้าป่า 森の神. เจ้าดง 森の神.กราบไหว้บูชา 拝む. ความคุ้มครอง 保護. โกรธเคือง 怒る. ให้ร้าย 危害を加える. ละแวก ～の辺り,～の近辺. พระภูมิเจ้าที่ 土地の神様. ผีเรือน 家霊. ผีปู่ย่าตายาย 祖先の霊. ลด 下げる,下がる. ชั้น レベル,級. สามัญ 普通の. ผีกระสือ 女に取り付き糞などの汚物を食べると思われている幽霊. ผีปอบ 人間に取り付き内臓を食べると思われている幽霊.ลักษณะ 性質. ท้องถิ่น 地域. หลอกหลอน (幽霊が) 騙す. รังแก いじめる. กลัว 怖がる.เสา 柱. ศาลพระภูมิ 屋敷のほこら. จุด 火を付ける. ธูป 線香. ไหว้ 拝む. ปราศจาก.... ～なしに. โรคภัยไข้เจ็บ 病気.ญาติ 親戚.พัก 泊まる. ไม่สบาย 病気になる.หลายปีก่อน数年前. นึกขึ้นได้ 想い出す. ขอขมา 謝罪する. บอกฝาก 加護を願う. สอบเข้า 入試,入試を受ける. ขนม お菓子. แก้บน 願かけをした所に成就のお礼のお供えをする.

文法＆表現

①นอกจากนั้นยัง.... ⇨ 第４課を参照。

②ทำให้.... ⇨ 第５課を参照。

第13課　ผีไทย

③ ตาม....
❶ 文型：　「ตาม＋名詞（句）」
❷ 意味：　「〜によれば」「〜による」「〜によって」
❸ 要点：　情報の由来に言及する表現の1つ。

1. ตามความรู้สึกของผม ผมรู้สึกว่าสีแดงน่าจะเหมาะกับห้องนี้มากกว่าสีขาว

   私の感覚ではこの部屋には白よりも赤の方が似合うような気がする。

2. ตามกฎของบริษัท พนักงานจะมาสายเกิน 3 ครั้งไม่ได้

   会社の規則によれば、従業員は3回を超えて遅刻をしては行けない。

3. มหาวิทยาลัยทั้งสองจะสามารถแลกเปลี่ยนนักศึกษากันได้ไม่เกินปีละ 3 คน ตามข้อตกลงระหว่างมหาวิทยาลัย

   大学間の協定によれば、両大学は1年に3人まで学生の交換をすることができる。

4. ข้อกำหนดในรายละเอียดแตกต่างกันไปตามสาขา

   規定の詳細は支店によって違う。

....

ความรู้สึก　感覚,気持. เหมาะ 相応しい,似合う. กฎ　規則. พนักงาน　従業員. มาสาย　遅刻する. ข้อตกลง　協定. ระหว่าง　間. แลกเปลี่ยน　交換する. ข้อกำหนด　規定. รายละเอียด　詳細. แตกต่างกัน　違う. สาขา　支店.

④ ....จึง(เลย)....　⇨ 第1課を参照。

⑤ ขอให้....

- ❶ 文型 : 「ขอให้+願望する事柄を言い表す動詞（句）または文」
- ❷ 意味 : 「〜になるように祈る」「〜とお願いする」
- ❸ 要点 : 神仏に祈るような意味合いで用いられる場合もあれば、直接人に依頼することを説明する場合に用いられることもある。

1. ขอให้มีความสุขตลอดปีใหม่นี้นะคะ

　新年が幸せな年になりますようお祈り致します。

2. ขอให้หายเร็ว ๆ นะ

　早く治りますように。

3. ฉันขอให้เพื่อนส่งพจนานุกรมมาให้

　私は友達に辞書を送ってくれるように依頼した。

ความสุข 幸せ. หาย 治る. พจนานุกรม 辞書.

⑥ ....（名詞）ๆ

- ❶ 文型 : 「名詞＋ๆ」
- ❷ 意味 : 「〜たち」「〜ら」
- ❸ 要点 : 先行する名詞を複数化にする場合に用いる。親子、兄弟、友人、親戚、大人と子供といった関係の対照にある人を表す単音節の名詞に限られる。

1. น้อง ๆ เขายังไม่มีใครแต่งงาน

　彼女の妹たちはまだ誰も結婚していない。

2. เพื่อน ๆ ผมส่วนใหญ่หางานทำกันได้แล้ว

第13課　ผีไทย

僕の友人たちはほとんど就職が決まりました。

3.ลูก ๆ ยังเล็กอยู่

子供らはまだ小さい。

หางานทำ　就職する. หางานทำได้แล้ว　就職が決まった.

⑦ ลืม....

❶ **文型**：　「ลืม+動詞（句）」

❷ **意味**：　「〜するのを忘れた」

❸ **要点**：　打ち消し形の動詞の前に付けることができない。

1.ฉันลืมทานยาที่หมอสั่งอีกแล้ว

私はまた医者に出してもらった薬を飲むのを忘れた。

2.เขาลืมปิดแอร์ก่อนออกจากบ้าน

出かける前に彼は冷房を消すことを忘れた。

3.ทานเสร็จแล้วอย่าลืมล้างจานด้วย

食べ終わったらお皿を洗うのを忘れないでね。

ยาที่หมอสั่ง　医者に出してもらう薬, 医者に処方された薬. ปิดแอร์　冷房を消す.

⑧ ไม่(ได้)....อีกเลย

❶ **文型**：　「ไม่(ได้)+動詞（句）+อีกเลย」

❷ **意味**：　「（あれ以来）全然〜していない」

❸ **要点**：　以前していたことで、ある時点から全くしなくなったことを表す。

1.หลังจากเรียนจบแล้ว เราไม่เจอเขาอีกเลย

卒業してから、彼に全然会っていない。

2.ตั้งแต่เขาย้ายไปโตเกียว ไม่เคยติดต่อพวกเราอีกเลย

彼女は東京に引っ越してから、我々に連絡をしていない。

3.หลังจากย้ายมาทำงานอยู่ที่นี่ ฉันไม่ได้ไปซื้อของร้านนั้นอีกเลย

ここに転勤してから、私はその店へ買い物に行っていない。

เรียนจบ 卒業する. ย้าย引っ越しする. ติดต่อ 連絡する. ย้ายมาทำงาน , ย้ายไปทำงาน 転勤する.

練習問題

練習 I 下記の質問に答えなさい。

1. ผีไทยแบ่งออกเป็นประเภทใหญ่ ๆ ได้กี่ประเภท คืออะไรบ้าง
2. ผีที่อยู่ตามเขาและป่า คนไทยเรียกว่าอะไรบ้าง
3. ผีที่อยู่ตามบ้านคน มีชื่อเรียกว่าอะไรบ้าง
4. ผีที่ชอบหลอกหลอนและรังแกคนมีผีอะไรบ้าง
5. "ศาลพระภูมิ" คืออะไร
6. เวลามีคนมาพักอยู่บ้านมะลิ คุณแม่ของมะลิจะทำอะไร
7. มะลิเคยจุดธูปไหว้ศาลพระภูมิหรือไม่ ตอนไหน

ประเภท 種類.

第13課　ผีไทย

練習 II

1 (a)〜(g) の中の表現から5つ選んでタイ語で作文をしなさい。

2 1〜10の単文のそれぞれの意味が通じるように、(a)〜(g) の中の表現を一つ選んで下線の部分に入れなさい。

(a) ตาม....　　(b) ขอให้....　　(c) จึง(เลย)....
(d) ลืม....　　(e) ไม่....อีกเลย　　(f) นอกจากนั้นยัง....
(g) ทำให้....

1. ผมเคยทานต้มยำกุ้งแล้วปวดท้อง ตั้งแต่นั้นมาผม＿＿＿ทาน＿＿
2. ＿＿＿ท่านเดินทางกลับโดยสวัสดิภาพ
3. มหาวิทยาลัยเปิดสอนวิชาทางด้านภาษา วัฒนธรรม มนุษยศาสตร์ สังคม ＿＿＿＿＿＿＿เปิดสอนทางด้านกฎหมายแก่นักศึกษาญี่ปุ่นและนักศึกษาต่างชาติมาได้ 80 กว่าปีแล้ว
4. ค่าเงินเยนลดลง ＿＿＿＿＿＿＿สินค้าเข้าแพงขึ้น
5. เมื่อวานนี้ผมซื้อขนมปังมาแต่ ＿＿＿＿ทาน
6. พายุเข้า ลมแรง เครื่องบิน＿＿＿＿＿บินไม่ได้
7. พนักงานทุกคนต้องใส่เครื่องแบบสีเหลือง＿＿＿＿＿กฎของบริษัท
8. อย่า＿＿＿＿＿เติมน้ำทุกสามสิบนาที
9. ตั้งแต่โดนตำรวจจับ เขา＿＿＿＿＿＿ขับรถ＿＿＿＿＿＿
10. อะไร ＿＿＿＿＿เขาเปลี่ยนไปถึงขนาดนี้

ท่าน あなた. เดินทางกลับ 帰る. โดยสวัสดิภาพ 無事に. เปิดสอน 開講する. ภาษา 語学. วัฒนธรรม 文化. มนุษยศาสตร์ 人類学. สังคม 社会. กฎหมาย 法律. นักศึกษาต่างชาติ 留

学生. ค่าเงินเยนลดลง 円安. สินค้าเข้า 輸入品. ขนมปัง パン. พายุ 台風. ลมแรง 風がきつい. เครื่องแบบ 制服. เติมน้ำ 水を入れる.

練習Ⅲ　　タイ語に訳しなさい。

1. さらに、路上駐車は交通渋滞の原因にもなる。
2. タバコの煙もガンの原因になる。
3. 学則によれば、学生は全員制服を着なければならない。
4. タイ人は精霊のことを信じているので、精霊を怖がる。
5. よい論文ができるように願っています。
6. 今、彼の子供たちは皆タイに留学をしている。
7. 昨年、運転免許証の更新を忘れた。
8. 私は生牡蠣を食べてお腹を壊したことがあるので、それ以来全然食べていない。

路上駐車 การจอดรถริมถนน . 煙 ควัน . ガン มะเร็ง. 学則 กฎของโรงเรียน. 学生 นักเรียน. 全員 ทุกคน . 論文 วิทยานิพนธ์ . 運転免許証 ใบขับขี่ . 更新する ต่ออายุ . 忘れる ลืม . 生牡蠣 หอยนางรมดิบ . お腹を壊す ท้องเสีย .

第14課　คนไทยรักสนุก

読解：タイ人の国民性の1つである"รักสนุก"は、具体的な行動にどのように表されているのか、またタイ人は何をすると"สนุก"と感じるのかを理解する。

作文：日本人の特有の国民性にはどのようなものがあるのか、そしてその中から1つを取り上げてタイ人に紹介する。

　　　เป็นที่ทราบกันดีในหมู่ชาวต่างชาติว่าคนไทย"รักสนุก" หลายครั้งที่คนไทยตัดสินใจทำอะไรสักอย่างเพราะสิ่งนั้น ①"ท่าทางจะสนุก" หรือตัดสินใจเลิกทำเพราะสิ่งนั้น "ไม่สนุก" ในยามคับขันหรือเคร่งเครียดจะมีวิธีคลายเครียดหรือผ่อนคลายสถานการณ์นั้นๆด้วยการพูดคุย②หยอกเย้ากันบ้าง ร้องรำทำเพลงกันบ้าง ในอดีตที่เห็นได้ชัดคือ เหตุการณ์ระหว่างสงครามโลกครั้งที่สอง　รัฐบาลไทยได้กำหนดให้มีการรำวงขึ้นในหมู่ชาวบ้าน　เพื่อผ่อนคลายความเครียดอันเกิดจากภาวะคับขันในยามนั้น ในชีวิตประจำวัน เหตุการณ์ที่พบเห็นได้บ่อย ๆ คือ③เวลาคนงานสไตร๊ค์มักจะมีการร้องรำผ่อนคลายบรรยากาศควบคู่ไปด้วยเสมอ หรือ เวลาทำงานซึ่งสำหรับคนญี่ปุ่นแล้วถือว่าเป็นเวลาที่ต้องเอาจริงเอาจังกับงานที่อยู่ตรงหน้าจึงมักแปลกใจที่เห็นคนไทยชอบพูดคุยเรื่องส่วนตัวหรือแหย่เย้า④กันขณะทำงาน

　　　การรักสนุกนี้ยังแสดงออกมาในคำพูด เช่น "เรียนภาษาไทยสนุกไหม" "เป็นหมอสนุกเหรอ" ฯลฯ และไม่ใช่เรื่องแปลกประหลาดเลยถ้าจะได้ยินคนไทยทักทายคนที่⑤เพิ่งกลับมาจากงานศพว่า "เป็นไง งานศพสนุกไหม" คำว่า"สนุก"ในภาษาไทย นอกจากความรู้สึกรื่นเริงสนุกสนานแล้ว จึง⑥น่าจะหมายถึง การเห็นคุณค่าและพอใจที่ได้กระทำในสิ่งนั้น ๆ ด้วย ถ้ารู้สึกพอใจที่ได้ทำอะไรที่รู้สึกว่ามีคุณค่าคุ้มกับเวลาที่เสียไป คนไทยก็จะคิดว่า "สนุก" ในทางตรงกันข้าม ถ้าไม่รู้ว่าทำไปเพื่ออะไรก็หมายถึง "ไม่สนุก" การที่คนไทยเปลี่ยนงานบ่อย ๆ ก็คงมีสาเหตุมาจากความรู้สึก "ไม่สนุก"กับงาน⑦เดิม และอาจจะเป็นเรื่องของปัจเจกบุคคล บางคนคิดว่า "เงินเดือนน้อย"เลยไม่สนุก บางคนคิดว่า"งานไม่ท้าทาย ไม่ก้าวหน้า"

เลยไม่สนุก และสำหรับบางคนอาจจะเป็นเพราะ "ไม่พอใจเจ้านายหรือเพื่อนร่วมงานเป็นการส่วนตัว " เลยไม่สนุก ฯลฯ

ซากุระ – พี่ไผ่ทำงานบริษัทญี่ปุ่น⑧มานานแล้วหรือคะ
ไผ่ – ⑨เพิ่งทำมาได้ปีเดียวเองฮะ ก่อนหน้านี้พี่ทำงานธนาคารอยู่ 3ปี
ซากุระ – ⑩ทำไมลาออกจากธนาคารเสียล่ะคะ
ไผ่ – งานธนาคารไม่สนุก
ซากุระ – แล้วงานบริษัทญี่ปุ่นสนุกหรือคะ
ไผ่ – ตอนนี้พี่รู้สึกสนุก แต่ไม่แน่ต่อไปอาจจะเบื่อก็ได้
ซากุระ – ถ้าเบื่อจะเปลี่ยนงานอีกไหมคะ
ไผ่ – อาจจะเปลี่ยนก็ได้ ถ้าเจองานที่สนุกกว่า

ตัดสินใจ 決める,決断する. ยามคับขัน 緊迫時. เคร่งเครียด（働きすぎたから）ストレスが溜まる. คลายเครียดストレスを解消する. ผ่อนคลาย和らげる. สถานการณ์ 事情,状況. หยอกเย้า からかう. ร้องรำทำเพลง 歌い踊る. อดีต 過去.เห็นได้ชัด はっきり見える. เหตุการณ์ 事情,出来事. สงครามโลกครั้งที่สอง 第2次世界大戦. รัฐบาล 政府. รำวง 輪になって踊る. ชาวบ้าน 市民,庶民. ภาวะคับขัน 緊迫した状況.ชีวิตประจำวัน 日常生活. คนงาน 労働者. สไตร๊ค์ ストをする. บรรยากาศ 雰囲気 . ควบคู่ไปด้วย 平行して（～をする）. เอาจริงเอาจัง まじめに. แปลกใจ 不思議に思う. ส่วนตัว 個人の. แหย่เย้า からかう. แสดงออก 表す.แปลกประหลาด おかしい,珍しい. ทักทาย 声をかけて挨拶する. งานศพ お葬式 . รื่นเริงสนุกสนาน 楽しい. หมายถึง....～という意味がある. เห็นคุณค่า 価値がわかる. พอใจ 満足する,気に入る. กระทำ 行なう. มีคุณค่า 価値がある. คุ้ม ～したかいがある. ในทางตรงกันข้าม 逆に. เปลี่ยน 変える. สาเหตุ 原因. ความรู้สึก 感情,気持. ปัจเจกบุคคล 個人. ท้าทาย 挑戦する. ก้าวหน้า 進歩する. เจ้านาย 上司 . เพื่อนร่วมงาน 同僚 . ลาออก 辞める. ไม่แน่ 確実ではない. เบื่อ 飽きる.

第14課　คนไทยรักสนุก

文法＆表現

①ท่าทาง(จะ)....

- ❶ 文型： 「ท่าทาง(จะ)＋動詞（句）」
- ❷ 意味： 「〜しそうだ」
- ❸ 要点： 態度、様子、雰囲気で判断、推測する表現である。

1. หนังเรื่องนี้ท่าทางจะสนุก
   この映画は面白そうです。
2. เพลงนี้ท่าทางจะติดอันดับหนึ่งต่อไปอีกนาน
   この歌は当分の間1位にランクされ続けられそうだ。
3. เขาท่าทางจะหิวมากนะ
   彼はとてもお腹が空いていそうですね。

....

ติดอันดับ ランクされる.

②....บ้าง....บ้าง　⇨ 第10課を参照。

③ เวลา....　⇨ 第7課を参照。

④....กัน

- ❶ 文型： 「動詞（句）＋กัน」
- ❷ 意味： 「〜しあう」「一緒に〜する」

❸ **要点：** 複数の人が同じ時に、同じところで、同じ行動を行なうことを表す。

1. นักศึกษาคุยกันเสียงดัง อาจารย์เลยดุ
   学生が大きな声でしゃべったので、先生は怒った。
2. สามีภรรยาคู่นี้ทะเลาะกันทุกวัน
   この夫婦は毎日喧嘩している。
3. ผู้แทนของประเทศทั้งสองจับมือกันตกลงหยุดรบชั่วคราว
   両国の代表は握手して、しばらくの間戦うことを止めることにした。

คุย しゃべる. เสียง 声. ดัง（声が）大きい. ดุ 叱る,怒る. ทะเลาะ 喧嘩をする. ผู้แทน 代表. จับมือ 握手をする. ตกลง 合意する. รบ 戦う. ชั่วคราว 一時的,しばらくの間.

⑤ เพิ่ง(จะ).... ⇨ 第5課を参照。

⑥ น่าจะ.... ⇨ 第8課を参照。

⑦ ....เดิม

❶ **文型：** 「名詞（句）+เดิม」
❷ **意味：** 「前の〜」「いつもの〜」「元の〜」
❸ **要点：** 現在からさかのぼって一番近い過去を表す。

1. เย็นนี้เจอกันที่ร้านเดิมนะ

第14課　คนไทยรักสนุก

今晩はいつもの店で会いましょうね。

2.อ่านเสร็จแล้ว กรุณาเก็บเข้าที่เดิม

読み終わったら、元の場所に戻してください。

3.บ้านเดิมของผมอยู่ใกล้สถานีรถไฟ

僕の前の家は駅の近くにあった。

....

เก็บ しまう,片付ける. สถานีรถไฟ 駅.

⑧....มา....

❶ 文型：　　　「動詞（句）＋มา」

❷ 意味：　　　「〜してきた」

❸ 要点：　　　過去から現在までの継続している行動または状態を表す。時間を表す語句が後続する。

1.เราเรียนภาษาไทยมาสองปีแล้ว

我々はタイ語を勉強してもう2年になります。

2.ฮานาโกะทำงานบริษัทนี้มานานแล้ว

ハナコはこの会社で長く働いています。

3.ทาโรดูทีวีมาตั้งแต่เช้า

タロウは朝からテレビを見ている。

⑨ เพิ่ง....เอง

❶ 文型：　　　「เพิ่ง＋動詞（句）A＋数量や単位を表す語句 B＋เอง」

❷ 意味：　　　「AをしたのはまだBしかないのに〜」「AをしたのはまだBし

かないので~」

❸ 要点： ある出来事に係わる時間、数量、程度が予想、予定、期待を下回ることを表す。後続する節は、予想外の展開、または期待はずれの事柄を表す動詞（句）または文であることが普通である。

1.ร้านนี้เพิ่งเปิดมาได้ปีเดียวเอง ปิดเสียแล้ว

　この店は開店してからまだ1年しか経っていないのに、閉店してしまった。

2.ฮิโรชิเพิ่งอ่านหนังสือได้สองบรรทัดเอง หลับแล้ว

　ヒロシは本をまだ2行しか読んでいないのに、眠ってしまった。

3.ผมเพิ่งรู้จักคนไทยคนเดียวเอง ยังบอกไม่ถูกว่าคนไทยนิสัยยังไง

　僕はタイ人をまだ1人しか知らないので、タイ人の性格はどうであるのかまだ言えない。

───

บรรทัด 行. นิสัย 性格.

⑩ทำไม....เสียล่ะ

❶ 文型： 「ทำไม +動詞（句）+เสียล่ะ」

❷ 意味： 「なぜ~してしまったのですか」

❸ 要点： 人の行動に対しての納得できない気持ち、驚き、または残念な気持ちを表す。

1.รถคันนั้นยังใหม่อยู่เลย ทำไมขายเสียล่ะ

　あの車はまだ新しいのに、なぜ売ってしまったの？

2.เขาเพิ่งแต่งงานกันเมื่อเดือนที่แล้วไม่ใช่เหรอ ทำไมหย่ากันเสียล่ะ

　彼らは先月結婚したばかりじゃないの？なぜ離婚してしまったのかしら？

3.ต้นซากุระหน้าบ้านคุณสวยนะ ทำไมตัดทิ้งเสียล่ะคะ

あなたの家の前の桜はきれいだったのに、なぜ切ってしまったのですか。

หย่า 離婚する. ทิ้ง 捨てる.

練習問題

練習 I

下記の質問に答えなさい。

1. ระหว่างสงครามโลกครั้งที่สอง รัฐบาลไทยได้กำหนดให้ชาวบ้านทำอะไร เพื่อผ่อนคลายความเครียด
2. เวลาคนงานสไตร๊ค์ สิ่งที่มักจะทำควบคู่ไปด้วยคืออะไร
3. คนไทยใช้คำว่า "สนุก" ในความหมายอะไรบ้าง
4. ความรู้สึก "ไม่สนุก" ในการทำงานของคนไทย มีสาเหตุมาจากอะไรบ้าง
5. ถ้ารู้สึกว่า งานที่ทำอยู่ไม่สนุก คนไทยจะทำอย่างไร
6. ก่อนที่ไผ่จะมาทำงานบริษัทญี่ปุ่น เขาทำงานอะไร
7. ในอนาคต ไผ่คิดจะเปลี่ยนงานอีกหรือไม่

練習 II

1　(a)〜(j) の表現の中から5つ選んでタイ語で作文をしなさい。

2　1〜10 の単文のそれぞれの意味が通じるように、(a)〜(j) の中の表

現を一つ選んで下線の部分に入れなさい。

(a) ท่าทางจะ....　　(b) ...บ้าง....บ้าง　　(c) เวลา....
(d) ....กัน　　　　　(e) เพิ่ง....　　　　　(f) น่าจะ....
(g) ....เดิม　　　　 (h) ....มา　　　　　　(i) เพิ่ง....เอง
(j) ทำไม....เสียล่ะ

1. จะกลับแล้วเหรอ____สองทุ่ม____ ยังไม่ดึกเลย
2. โมมิจิสอบทุนได้แล้ว แต่_____สละสิทธิ์_____
3. เวลาไปทำงาน เขาขับรถไป_____นั่งแท็กซี่ไป_____ ไม่เคยขึ้นรถไฟหรือรถเมล์
4. ผ้าแบบนี้_____ ใส่สบาย เหมาะกับอากาศร้อน
5. วันนี้วันหยุด เขา_____อยู่บ้าน
6. ผม____เข้าบริษัทนี้ ยังไม่รู้จักใครในบริษัทเลย
7. ____เราอยู่กับคนที่เรารัก จะรู้สึกว่าเวลาผ่านไปเร็วมาก
8. คอมพิวเตอร์เครื่องนี้คุณใช้_____สิบปีแล้วใช่ไหม ผมว่าคุณซื้อใหม่ได้แล้วล่ะ
9. เมื่อคืนฉันกับเพื่อนคุย____ทั้งคืน ไม่ได้นอนเลย
10. พรุ่งนี้เจอกันที่____ เวลา ____ นะ ฉันจะพาเพื่อนคนลาวไปด้วย

....

ดึก（夜）遅い．สอบทุน 奨学金をもらうために試験を受ける．สละสิทธิ์ 辞退する．ผ้า 生地．เหมาะ 相応しい．ผ่าน 経つ．เมื่อคืน 夕べ，昨夜．

第14課　คนไทยรักสนุก

練習Ⅲ　タイ語に訳しなさい。

1. 部下が大事な書類を忘れたので、上司はずいぶん怒っていそうだ。
2. 僕は、新聞を毎日読んでいるが、テレビは見たり見なかったりだ。
3. あの部屋から人がしゃべっている声が聞こえる。
4. 免税店で買い物をするときは、いつも飛行機の搭乗券を見せなければならない。
5. ［朝寝坊をしたので、友人にメールを送る］"今起きたばかり。すぐ行く。申し訳ないが、20分ぐらい遅れるかも"
6. この小説はとても面白いので、何かの賞を取れるはずです。
7. この椅子を元のところに戻しなさい。
8. 僕がこのスーツをあつらえてもらってから3年経ったが、まだ1回も着ていない。
9. 私はお金をまだ10万円しか貯めていないので、とても車を買えそうにない。
10. この薬はまだ使用期限が来ていないのに、なぜ棄ててしまったの？

部下 ลูกน้อง. 大事な สำคัญ. 書類 เอกสาร. 上司 เจ้านาย. ずいぶん มากทีเดียว. 怒る โมโห. 新聞 หนังสือพิมพ์. 免税店 ร้าน(สินค้า)ปลอดภาษี. 飛行機の搭乗券 บัตรขึ้นเครื่อง(บิน). 遅れる ไปสาย,มาสาย. 賞 รางวัล. 賞を取る ได้(รับ)รางวัล. 椅子 เก้าอี้. 戻す เอาไปคืน, เอาไปเก็บ. スーツ สูท. あつらえてもらう ตัด. (お金を)貯める เก็บ. 使用期限が来る หมดอายุ.

第15課　พระสงฆ์กับสตรี

読解： 女性はタイの仏教においてはどのように扱われているのか、僧侶に対しては何をしてはいけないのか、また、僧侶の行動範囲について、ある日本人女性の体験を通して理解する。

作文： 日本人の信仰における女性の位置付けを、日常生活の具体的な例から紹介する。

ซากุระ － เมื่อวานนี้เราขึ้นรถเมล์ ที่นั่งข้าง ๆ พระว่างอยู่ เรา①จะนั่ง โดนผู้ชายคนนึงดุ②เอา

มะลิ － ผู้หญิงนั่งข้างพระ③ไม่ได้ พระ④ห้ามถูกต้องตัวผู้หญิงเด็ดขาด ถ้าโดนตัวผู้หญิง พระรูปนั้น⑤จะอาบัติ

ซากุระ － แล้วผู้หญิงคนที่โดนตัวพระล่ะ

มะลิ － ⑤จะ⑥ถือว่าบาปเพราะทำให้พระอาบัติ

ซากุระ － ถ้างั้นเวลาส่งของให้พระ ต้องระวัง⑦ไม่ให้มือโดนพระใช่ไหม

มะลิ － ใช่ แต่ปกติ เวลาผู้หญิงจะถวายของพระ จะวางบนผ้าที่เตรียมไว้ เช่น ผ้าเช็ดหน้า ⑧แล้วพระจะหยิบจากผ้านั้นอีกที ไม่ส่งให้โดยตรง

ซากุระ － มิน่าเล่า วันก่อนเราส่งดอกไม้ให้พระ ท่านไม่รับ

　　ศาสนาพุทธของไทยเป็นศาสนาพุทธนิกายหินยาน พระสงฆ์ซึ่งเป็นผู้สืบทอดศาสนาต้องสำรวม ไม่วิ่ง ไม่ขี่มอเตอร์ไซค์ ไม่ขับรถ ต้องตัดขาดจากเรื่องทางโลกโดยสิ้นเชิง ⑨ไม่สามารถใช้ชีวิตร่วมกับภรรยาหรือลูกได้อย่างฆราวาสทั่วไป การถูกตัวผู้หญิงเป็นข้อห้ามที่สำคัญมาก พระที่⑩จงใจประพฤติผิดศีลข้อนี้ จะต้องถูกจับสึก ปัจจุบันมีข่าวเกี่ยวกับพระมั่วสีกาออกมาบ่อย ทำให้คนไทยทั่วไปหวั่นเกรงว่าศาสนาพุทธที่สืบทอดมานาน⑪กว่า 2000 ปีจะถึงกาลอวสานเสีย

　　นอกจากนี้ คนไทยยังมีความเชื่อว่าอะไรที่เกี่ยวข้องกับความเป็นผู้หญิงเป็นสิ่งที่ไม่สมควรสำหรับพระพุทธรูปหรือพระสงฆ์ เช่น ผู้หญิงไม่

ได้รับอนุญาตให้ขึ้นเจดีย์บางแห่ง ผู้ชายที่สวมสร้อยห้อยพระจะ⑫ไม่ยอมเดินรอดราวผ้าที่ตากผ้านุ่งหรือกระโปรงผู้หญิง ผู้ชายบางคน⑬ไม่ยอมให้ผู้หญิงซักกระโปรงในภาชนะเดียวกับที่ใช้ซักผ้าของผู้ชาย หรือไม่ยอมให้ซักรวม เวลาตากผ้าก็ต้องตาก⑭ให้กระโปรงผู้หญิงหรือชุดชั้นในผู้หญิงอยู่ในระดับที่ต่ำกว่าเสื้อผ้าของผู้ชาย เป็นต้น

（類別詞)นึง ある1～（人、匹、台等の）. ข้าง 横,傍. ถูกต้อง 触る,触れる. ตัว身体. โดน 当たる. รูป ［僧侶を表す言葉の類別詞］～人. อาบัติ 僧侶の破戒罪. บาป 罪. ส่ง 渡す. มือ 手. ปกติ 普通. ถวาย（僧侶や王様に）差し上げる,渡す. วาง 置く. ผ้า 布.เตรียม 用意する. เช่น たとえば. ผ้าเช็ดหน้า ハンカチ. หยิบ 取る. โดยตรง 直接に. รับ 受ける. นิกาย 宗派. นิกายหินยาน 小乗派の（仏教）. สืบทอด 後を継ぐ. สำรวม 細心の注意を払う,慎重にする. ตัดขาด 切り離す. ทางโลก 俗の. โดยสิ้นเชิง 完全に. ใช้ชีวิต 暮らす. ร่วม 共に. ฆราวาส 在家. ทั่วไป 一般の. ข้อห้าม 禁じられること. จงใจ.... わざと～. ประพฤติ 行なう. ผิดศีล 戒律を破る. ข้อ 項目. จับสึก 還俗する. มั่ว 悪いことを繰り返す. สีกา 在家の女性. หวั่นเกรง 不安を覚える,心配する. กาลอวสาน 終わり. เกี่ยวข้อง 関わる. ความเป็นผู้หญิง 女性であること. สมควร 相応しい. พระพุทธรูป 仏像. อนุญาต 許可する. เจดีย์ 仏塔. แห่ง ～ところ，［場所を表す言葉の類別詞］～ヶ所. สวม つける,はめる,被る. สร้อย ネックレス. ห้อย ぶら下げる. พระ 仏像や有名な僧侶を形どったペンダント状のお守り. รอด 下をくぐる. ราวผ้า 物干し竿. ตาก 干す. ผ้านุ่ง タイ風のスカート. กระโปรง 洋風のスカート. ภาชนะ 容器. .....รวม 共に～する. ชุดชั้นใน 下着. ระดับ 高さ. ต่ำ 低い. เป็นต้น など.

文法＆表現

①จะ....

❶ **文型：**　「จะ＋動詞（句）」

❷ **意味：**　「～する（つもり）」

第15課　พระสงฆ์กับสตรี

❸ 要点： 意思や意図を表す表現。必ずしも未来の出来事であるとは限らない。

1.พรุ่งนี้ ผมจะพาคุณไปดูดอกซากุระ เอาไหม
　明日私があなたを花見に連れて行きましょうか。
2.เมื่อวานนี้ผมจะขึ้นรถไฟกลับ แต่รถไฟหมด เลยต้องนั่งแท็กซี่
　昨日電車で帰るつもりだったが、電車がもうなくなったので、タクシーで帰らなければならなかった。
3.ตอนนั้นฉันจะเรียนกฎหมาย แต่สอบเข้าคณะนิติศาสตร์ไม่ผ่านเลยเรียนเศรษฐศาสตร์
　あの時は法律を勉強するつもりだったが、法学部の入学試験に失敗したので、経済学を勉強することにした。

....

หมด なくなる. กฎหมาย 法律. คณะนิติศาสตร์ 法学部. สอบเข้า 入学試験を受ける.
ไม่ผ่าน 通らない. เศรษฐศาสตร์ 経済学.

②....เอา

❶ 文型： 「A＋動詞（句）＋เอา」
❷ 意味： 「Aに〜されてしまう」「Aに〜されてしまった」
❸ 要点： ある行動をとる（とった）ことにより、予想外の結果（被害を受けたり、望まれないこと）を引き起こしてしまう（しまった）ことを表す。

1.ทาคาชิโทรไปหาอาจารย์ตอนดึก อาจารย์เลยดุเอา
　タカシは夜中に先生に電話をかけたので、先生に叱られてしまった。
2.เมื่อวานนี้ฮิโรชิจอดรถริมถนน ตำรวจเลยจับเอา

昨日ヒロシは路上駐車をしたので、警察に捕まってしまった。

3.ไม่ควรใส่ชุดดำไปงานแต่งงานคนไทยนะ เดี๋ยวเขาเข้าใจผิดเอา

黒いドレスを着てタイ人の結婚式に行くべきではない。（悪意があると）誤解されてしまうよ。

ดึก 夜遅く,夜中. จอดรถ 駐車する. ริมถนน 道端. ชุดดำ 黒いドレス. งานแต่งงาน 結婚式. เข้าใจผิด 誤解する.

③....ไม่ได้

❶ 文型： 「動詞（句）＋ไม่ได้」
❷ 意味： 「〜してはいけない」「〜することができない」
❸ 要点： ある規則、習慣、常識に反する行動を表す。「....ได้」であれば、その規則、習慣、または常識からすれば、「〜しても許される」行動を表す。

1.ที่เมืองไทยใช้มือถือระหว่างประชุมได้ แต่ที่ญี่ปุ่นไม่ได้

タイでは会議中に携帯を使ってもいいが、日本ではだめだ。

2.คุยกันในห้องสมุดไม่ได้นะ

図書室でしゃべってはいけないよ。

3.เด็กซ้อนท้ายจักรยานได้ แต่ผู้ใหญ่ไม่ได้

子供は自転車の後ろに乗ってもいいですが、大人はだめです。

ประชุม 会議. ห้องสมุด 図書室. ซ้อนท้าย （自転車やバイクの）後ろに乗せてもらう,後ろに乗る.

第15課　พระสงฆ์กับสตรี

④ห้าม....เด็ดขาด

❶ 文型：　　　「ห้าม＋動詞（句）＋เด็ดขาด」

❷ 意味：　　　「絶対〜してはだめ」「絶対〜するな」

❸ 要点：　　　強く禁じることを表す。

1. เวลากินเหล้า ห้ามขับรถเด็ดขาด

   お酒を飲むとき、絶対運転してはいけない。

2. ฉันจะบอกคุณ แต่ห้ามไปบอกคนอื่นเด็ดขาดนะ

   私はあなたに言うが、あなたは他の人に絶対言ってはいけないよ。

3. เวลาเกิดแผ่นดินไหว ห้ามใช้ลิฟต์เด็ดขาด

   地震のとき、絶対エレベーターを使うな。

....

คนอื่น 他の人. แผ่นดินไหว 地震. ลิฟต์ エレベーター.

⑤จะ....

❶ 文型：　　　「จะ＋動詞（句）」

❷ 意味：　　　「とかく〜しがち」「いつも〜」「必ず〜」

❸ 要点：　　　ある出来事の習慣性、規則性、必然性を表す。

1. ฉัน เวลาทานช็อกโกแลตมาก ๆ สิวจะขึ้น

   私はチョコレートをたくさん食べたら、ニキビが出きる。

2. ถ้าเหนื่อยเกินไป จะนอนไม่หลับ

   疲れすぎると、眠れなくなる。

3. พอฝนตก ดอกซากุระจะร่วง

   雨が降ったら、桜の花が落ちる。

ช็อกโกแลต チョコレート. สิว ニキビ. สิวขึ้น ニキビが出きる.

⑥ **ถือว่า....** ⇨ 第7課を参照。

⑦ **....ไม่ให้....**

❶ **文型**： 「動詞（句）または文 A＋ไม่ให้＋動詞（句）または文 B」
❷ **意味**： 「BにならないようにAをする」
❸ **要点**： 慎重や警戒の行動を表す。

1. พูดค่อย ๆ ไม่ให้คนอื่นได้ยิน

   他の人に聞こえないように小さな声でしゃべる。

2. ตอนเช้าต้องปิดม่านไม่ให้แสงแดดส่องเข้ามา

   朝は日射しが入ってこないようにカーテンを閉めなければならない。

3. ลำไยต้องระวังไม่ให้โดนฝน ถ้าโดนฝนจะเน่า

   龍眼（果物）は雨に濡れないように気を付けなければならない。雨に濡れたら腐ってしまう。

ม่าน カーテン. แสงแดด 日射し. ส่อง 照らす. ลำไย［果物］ラムヤイ（龍眼）. เน่า 腐る.

⑧ **....แล้ว....อีกที**

❶ **文型**： 「動詞（句）または文A＋แล้ว＋動詞（句）または文B＋อีกที」
❷ **意味**： 「AをしてからBをする」「（とりあえず）Aをして、それからBをする」

第15課　พระสงฆ์กับสตรี

❸ 要点： 直接的ではなく、いったん中断したり、または間をおいてから目的の行動を行なうということを表す。

1. คุณส่งมาที่ฉัน แล้วฉันจะเอาไปให้เขาอีกที

あなたがまず私に送ってきて、それから私が彼に渡す。（＝彼に直接送らない、または渡さないという意味。）

2. ตอนคืนหนังสือ คุณเอาไปวางไว้ที่เคาน์เตอร์ แล้วเจ้าหน้าที่หอสมุดจะเอาไปเก็บเข้าที่เก่าอีกที

本を返却する際は、カウンターに本を持っていって（おいて）ください。それから図書館の職員が元の場所に戻します。

3. เวลาซักต้องแช่ไว้สักสิบนาที แล้วเอาลงเครื่องซักอีกที

洗濯するときは、10分ぐらい浸けて置いて、それから洗濯機に入れる。

คืน 返す,返却する. เคาน์เตอร์ カウンター. เจ้าหน้าที่ 職員. หอสมุด 図書館. เก็บ 置く,保管する. ที่เก่า 元の場所. แช่ （水や液体の中に）浸ける. เครื่องซัก(ผ้า) 洗濯機.

⑨ ไม่....อย่าง....

❶ 文型：　「ไม่＋動詞（句）A ＋อย่าง＋名詞（句）B」
❷ 意味：　「Bと違ってAではない」「Bのように～Aではない」「BほどAではない」
❸ 要点：　比較表現の1つである。

1. พ่อไม่ใช่คนขี้บ่นอย่างแม่

父は母のようによく文句を言う人ではない。

2. รถคันนี้ไม่กินน้ำมันอย่างคันเก่า

この車は前の車と違って、あまりガソリンを食わない。

3.ค่าเล่าเรียนมหาวิทยาลัยของรัฐไม่แพงอย่างมหาวิทยาลัยเอกชน

　　国公立大学の授業料は私立大学ほど高くない。

ขี้บ่นよく文句を言う．กินน้ำมัน ガソリンを食う．ค่าเล่าเรียน 授業料．มหาวิทยาลัยของรัฐ 国公立大学．มหาวิทยาลัยเอกชน 私立大学．

⑩จงใจ....

❶ **文型** ：　　「จงใจ＋動詞（句）」
❷ **意味** ：　　「意図的に〜する」「わざと〜する」
❸ **要点** ：　　意図的な行動を表す。否定形は「ไม่ได้จงใจ＋動詞（句）」となる。

1.ฉันว่าเขาจงใจเดินชนคุณ

　　あの人はわざとあなたにぶつかったと思う。

2.ฮานาโกะจงใจไปสาย เพราะไม่อยากเจอโมมิจิ

　　ハナコはモミジに会いたくないので、わざと遅れて行った。

3.เราไม่ได้จงใจปิดเป็นความลับ

　　我々はわざと秘密にしているわけではない。

ชน ぶつかる．ปิดเป็นความลับ 秘密にする．

⑪กว่า....

❶ **文型** ：　　「กว่า＋数量、単位を表す語句」
❷ **意味** ：　　「〜を超える」

❸ **要点：**　กว่าの以下の語句が表す範囲を大雑把に言って、超える状態を説明する。

1.ตึกหลังนี้ใช้งบประมาณก่อสร้างกว่า 20 ล้านบาท

このビルは建設に必要な予算は2000万バーツを超える。

2.ต้นไม้ต้นนี้อายุกว่า 100 ปี

この木の年齢は100年を超える。

3.มีคนติดอยู่ในลิฟต์กว่า 5 คน

エレベーター内に閉じこめられている人は5人を超える。

งบประมาณ 予算. ก่อสร้าง 建設する. ติด 閉じこめる.

⑫(ไม่)ยอม....

❶ **文型：**　「(ไม่)ยอม＋動詞（句）」

❷ **意味：**　「～することを認める（認めない）」「～することを許す（許さない）」「従って～をする（しない）」「抵抗せずに～する（抵抗してなかなか～しない）」

❸ **要点：**　依頼、指示、助言、強制に従って、ある特定の行動をする場合は「ยอม....」であり、依頼、指示、助言、強制に従わない、または抵抗する場合は「ไม่ยอม....」となる。第２課も参照。

1.เขาไม่ยอมเลิกใช้มือถือในรถไฟ ทั้ง ๆ ที่เจ้าหน้าที่เตือน

係員に注意されたのに、彼は携帯電話の使用を止めなかった。

2.ภรรยาเขาขอร้องให้เขาหยุดงาน แต่เขาไม่ยอมหยุด

彼の奥さんは仕事を休むように願ったが、彼は休まなかった。

3.ผมยอมแต่งงานกับผู้หญิงที่คุณพ่อคุณแม่เลือกให้
　僕は両親の選んでくれた女性と結婚しました。

เจ้าหน้าที่ 係員,職員. เตือน 注意する. ขอร้อง 依頼する,お願いする. เลือก 選ぶ.

⑬(ไม่)ยอมให้....

❶ 文型 : 　　「(ไม่)ยอมให้＋動詞（句）または文」

❷ 意味 : 　　「に従って～をさせる（させない）」「抵抗せずに～させる（抵抗してなかなか～させない）」

❸ 要点 : 　　依頼、指示、助言、強制に従って、ある人物または動物にある特定の行動を許す場合は「ยอมให้....」であり、依頼、指示、助言、強制に従わない、または抵抗し、ある人物または動物にある特定の行動を許さない場合は「ไม่ยอมให้....」となる。

1.ฉันอยากไปเรียนต่อที่เมืองไทย แต่พ่อไม่ยอมให้ไป
　私はタイに留学したいのですが、父は行かせてくれない。
2.แม่ยอมให้ฉันขับรถ แต่ไม่ยอมให้ขี่มอเตอร์ไซค์
　母は車を運転させてくれたが、バイクには乗らさせてくれない。
3.รัฐบาลยอมให้อเมริกาเข้ามาตั้งฐานทัพในประเทศ
　政府は国内にアメリカの基地を置くことを認めた。

เรียนต่อ 進学する,留学する. รัฐบาล 政府. ตั้ง 置く. ฐานทัพ 基地.

⑭....ให้....　⇨ 第12課を参照。

第15課　พระสงฆ์กับสตรี

練習問題

練習 I　下記の質問に答えなさい。

1. ตอนซากุระขึ้นรถเมล์ที่เมืองไทย และจะไปนั่งข้าง ๆพระ ทำไมจึงโดนคนอื่นดุเอา
2. ถ้าพระโดนตัวผู้หญิงแล้วจะเป็นอย่างไร
3. เวลาผู้หญิงจะถวายของพระ จะต้องทำอย่างไร
4. จงยกตัวอย่างของการประพฤติปฏิบัติที่พระในพุทธศาสนาของไทยไม่สามารถทำได้อย่างฆราวาสทั่วไป
5. ในเรื่องเกี่ยวกับศาสนาผู้หญิงไทยไม่ได้รับอนุญาตให้ทำอะไรบ้าง

練習 II

1　(a)～(m) の表現の中から5つ選んでタイ語で作文をしなさい。

2　1～14 の単文のそれぞれの意味が通じるように、(a)～(m) の中の表現を1つ選んで下線の部分に入れなさい。

(a) จะ....　　　　(b) ....เอา　　　　(c) ....ไม่ได้
(d) ห้าม....เด็ดขาด　(e) ถือว่า....　　(f) ....ไม่ให้....
(g) แล้ว....อีกที　(h) อย่าง....　　(i) จงใจ....
(j) กว่า....　　　(k) ไม่ยอม....　　(l) ไม่ยอมให้....
(m) ....ให้....

1. ถ้าทานมาก น้ำหนัก ______ ขึ้น ถ้าน้ำหนักขึ้น ______ใส่เสื้อผ้าที่เคยใส่อยู่ไม่ได้
2. หมาตัวนี้ดุมาก ถ้าเล่นกับมัน ต้องระวัง เดี๋ยวมันกัด___
3. ซูเปอร์มาเก็ตอยู่ห่างจากบ้านประมาณ 200 เมตร แต่เขาจะขับรถไป ________ เดินไป
4. เขตไฟฟ้าแรงสูง _______ เข้า _____
5. เมื่อเช้านี้ ผม_____ ไปวิ่งในสวน แต่ฝนตกเลยไม่ได้ไป
6. คนญี่ปุ่น_______เลข 4 กับเลข 9 ไม่เป็นมงคล จึงพยายามหลีกเลี่ยงเลขสองตัวนี้ในงานมงคลต่าง ๆ
7. พวกนางแบบกับนักมวยต้องคอยระวัง________ น้ำหนักขึ้น
8. ตามปกติ ผม____เขียนด้วยมือก่อน________พิมพ์ลงคอมพิวเตอร์ ________
9. ตัวหนังสือในภาษาไทยไม่ยุ่งยาก _____ตัวหนังสือในภาษาญี่ปุ่น
10. ฆาตกรต่อสู้เพื่อป้องกันตัว ไม่ได้ ______ ฆ่า
11. ค่าใช้จ่ายในบ้านแต่ละเดือน______1 ล้านเยน
12. บริษัท___________พนักงานลาหยุดตอนปีใหม่
13. เวลาขับรถ จะใช้มือถือ_______
14. เวลาเป็นหวัด ต้องนอนหลับ พักผ่อน______มาก จะได้หายเร็ว ๆ

เมื่อเช้านี้ 今朝. สวน公園. ดุ 怖い. กัด 噛む. ห่าง 離れる. เขต 地域,区域. ไฟฟ้าแรงสูง 高圧電力. เลข 数字. มงคล 吉祥. พยายาม 努力する,できるだけ. หลีกเลี่ยง 避ける. งานมงคล お祝い. นางแบบ（女性の）モデル. นักมวย ボクサー.พิมพ์ タイプをする,入力する. ยุ่งยาก ややこしい. ฆาตกร 犯人. ต่อสู้ 戦う. ป้องกันตัว 自己防衛. ฆ่า 殺す. ค่าใช้จ่าย 生活費、出費. แต่ละ 各,毎. ลาหยุด 休暇をとる. ซูเปอร์มาเก็ต スーパーマーケット. พักผ่อน 休養する.

第15課　พระสงฆ์กับสตรี

練習Ⅲ　　タイ語に訳しなさい。

1. 昨日、私はサッカーを見に行くつもりでしたが、雨がはげしく降っていたので、行けなかった。
2. 彼女は公園で咲いているバラの花を摘んだので、そこの従業員に叱られた。
3. 仕事をしているときは絶対しゃべるな。
4. 僕は遅刻したら、いつも課長に叱られる。
5. タイ人は「9」が吉祥の数字だと考える。
6. 糖尿病の患者は血糖が上がらないように気を付けなければならない。
7. そのため、（糖尿病の患者さんは）塩辛いものを食べてはいけない。
8. とりあえず私の所に送って下さい。それから私がヨウコさんに渡します。
9. タイの交通は日本のように便利ではない。
10. ［野球の試合で］彼はわざとあのボールをとらなかった。
11. 入札に参加する会社は毎年200社を超える。
12. 先生は彼女が再試を受けることを認めない。
13. 私は一所懸命説得しましたが、マリは水着を着て海で泳ごうとしない。
14. 後ろの人が聞こえるように大きな声で話してください。

咲く บาน．バラの花 ดอกกุหลาบ．摘む เด็ด．従業員 เจ้าหน้าที่．叱る ดุ．課長 หัวหน้า．糖尿病 โรคเบาหวาน．患者 คนไข้．血糖 น้ำตาลในเลือด．渡す เอาไปให้．交通 การจราจร．便利である สะดวก．ボールを取る รับลูก．入札 การประกวดราคา．参加する เข้าร่วม．再試を受ける สอบใหม่．一所懸命 พยายาม．説得する เกลี้ยกล่อม．水着 ชุดอาบน้ำ．海 ทะเล．後ろ ข้างหลัง．

第16課　การสักบนผิวหนัง

読解：タイの入れ墨の歴史の一面に触れている文章を読んで、昔のタイ人にとっての入れ墨の意味を理解する。

作文：日本人は入れ墨に対してどのような考えを持っているのかということについて、過去と現状の事例を取り上げて説明する。

　　　ผู้ชายไทยสมัยก่อนนิยมสัก①ตามส่วนต่าง ๆ ของร่างกายเช่น แขน หลัง หน้าอก โดยเฉพาะอย่างยิ่งพวกชาวเขาเผ่าต่าง ๆ เพราะเชื่อกันว่ารอยสักเป็นเสมือนเกราะป้องกันตัว ②อีกทั้งยังช่วยให้มีความรู้และเล่ห์กลต่าง ๆ ในการเอาชนะศัตรูได้อีกด้วย จากบันทึกทางประวัติศาสตร์ทำให้ทราบว่า คนกลุ่มแรกที่สักยันต์ตามร่างกายคือคนที่อาศัยอยู่ทางใต้ของประเทศจีน ในราวพุทธศตวรรษที่ 9 คนไทยทางภาคเหนือสมัยล้านนาก็นิยมสักยันต์กันทั่วไป ③ไม่ว่าจะเป็นขอทาน ทหารหรือกษัตริย์มาตั้งแต่ช่วงทศวรรษ 2420 และใช้ฝิ่นบรรเทาความเจ็บปวดที่เกิดขึ้นจากการสัก นิยมสักที่หน้าอก หลัง ด้วยหมึกสีดำหรือแดงเป็นลวดลายสัตว์ทั่วไปหรือสัตว์ในตำนาน และเชื่อกันว่ารอยสักจะศักดิ์สิทธิ์มากแค่ไหน④ขึ้นอยู่กับความเจ็บปวดที่ได้รับตอนสัก　รอยสัก⑤ถือเป็นสัญลักษณ์แสดงถึงความกล้าหาญ แสดงความเป็นชาย ⑥ไม่ใช่ผู้ชายทุกคนที่จะทนความเจ็บปวดทรมานที่เกิดจากการสักได้ ⑦บางคนทนความเจ็บปวด⑧ไม่ไหว เลิกไป⑨เสียก่อนก็มี บางคนทนความเจ็บปวดทรมานเพื่อให้ผู้หญิงเกิดความพอใจ มีผู้หญิงจำนวนไม่น้อยที่⑩ไม่ยอมแต่งงานกับผู้ชายที่ไม่มีรอยสัก

　　　ปัจจุบัน ①ตามสถานท่องเที่ยวต่าง ๆ ยังมีร้านสักอยู่จำนวนมาก นักท่องเที่ยวชาวต่างชาติที่นิยมสักมีอยู่ไม่น้อย นักฟุตบอลชื่อดังของโลกคนหนึ่งก็สักชื่อลูกและเมียไว้ที่ก้นและต้นขา

ซากุระ – เมื่อเร็ว ๆ นี้ เราไปพัทยามา เห็นร้านสักเต็มไปหมด คนไทยชอบสักกันหรือ

มะลิ　– เราเคยเห็นปู่เราสักที่หน้าอก แต่พ่อเราไม่สัก พี่ไผ่ก็ไม่สัก
　　　　คนญี่ปุ่นชอบสักกันไหม

ซากุระ – คนทั่วไปไม่ชอบสัก แต่วัยรุ่นบางคนสัก⑪เป็นแฟชั่น

มะลิ　– ซากุระสัก⑫บ้างหรือเปล่า

ซากุระ – เรา⑬ไม่อยากสักหรอก ⑭ได้ข่าวว่านักร้องผู้หญิงบางคนก็สักนะ

มะลิ　– ผู้หญิงก็สักด้วยเหรอ คนไทยผู้หญิงไม่สักหรอกนะ

สัก 入れ墨を入れる. สมัยก่อน 昔. แขน 腕. หลัง 背中. หน้าอก 胸. โดยเฉพาะอย่างยิ่ง 特に.ชาวเขา 山岳民族. เผ่า 部族. รอยสัก 入れ墨. เสมือน.... ～のような. เกราะ 鎧. ป้องกัน 防ぐ. ความรู้ 知識. เล่ห์กล. 奇略,トリック. ศัตรู 敵. วิธี 方法. วิญญาณ 霊,魂. ปฏิบัติ 行なう. ทั่วไป 一般の. กลุ่ม 集団. แรก 始めの,最初の. ยันต์ 護符. อาศัย 住む. พุทธศตวรรษ 仏暦世紀. สมัย 時代. ล้านนา ラーンナー（タイの北部）. ขอทาน 乞食. ทหาร 軍人,兵隊. กษัตริย์ 王. ทศวรรษ 年代.ฝิ่น アヘン. บรรเทา 和らげる. ความเจ็บปวด 痛み. เกิดขึ้น 起こった. หน้าอก 胸. หมึก インク. ลวดลาย 模様. สัตว์ 動物. ตำนาน 伝説. เชื่อ 信じる. ศักดิ์สิทธิ์ 聖的,神秘的. เพียงใด どれほど. ทรมาน 苦しむ. สัญลักษณ์ 印. ธรรมดา 普通の. นก 鳥. กรอบ ふち,枠. ตกแต่ง 飾る. หัวเข่า 膝. ความกล้าหาญ 勇気,勇敢.ความเป็นชาย 男らしさ.ทน 耐える.พอใจ 満足する. สถานท่องเที่ยว 観光地. จำนวนมาก 多くの. นักท่องเที่ยว 観光客. ต่างชาติ 外国人. นักฟุตบอล サッカー選手. ชื่อดัง 有名な. ก้น 尻. ต้นขา 太股. เต็มไปหมด いっぱい. วัยรุ่น ティーンエイジャー. แฟชั่น 流行,ファッション. นักร้อง 歌手.

文法＆表現

①ตาม....　⇨ 第 3 課を参照。

②อีกทั้งยัง....อีกด้วย

❶ **文型：**　「อีกทั้งยัง ＋ A ＋ อีกด้วย」

❷ **意味：**　「さらに〜」

❸ **要点：**　追加を表す表現の1つであり、書き言葉の表現である。Aは追加の事柄を表す動詞（句）である。

1.อีกทั้งยังเป็นการทำลายชื่อเสียงของมหาวิทยาลัยอีกด้วย

さらに大学の名誉を傷つける。

2.การออกกำลังกายเป็นประจำจะช่วยให้ร่างกายแข็งแรง อีกทั้งยังช่วยผ่อนคลายความรู้สึกตึงเครียดอีกด้วย

常に運動をすることは健康によいし、さらにストレス解消にもなる。

3.การลดความอ้วนโดยการรับประทานยาบางชนิด จะก่อให้เกิดผลเสียแก่อวัยวะภายในของร่างกาย อีกทั้งยังจะทำให้อ้วนยิ่งขึ้นกว่าเดิมอีกเมื่อร่างกายชินกับยาชนิดนั้นแล้ว

減量するためにある種の薬を飲むことは内臓に悪い影響を与えるし、さらに、体がその薬に慣れると元よりもっと太るようになる。

ทำลาย 壊す,失墜する. ชื่อเสียง 名声,名誉. มหาวิทยาลัย 大学. การออกกำลังกาย 運動. เป็นประจำ 常に. แข็งแรง 健康的 ,元気な. ผ่อนคลาย 緩む , 解消する. ความรู้สึกตึงเครียด ストレス.การลดความอ้วน 減量. ยา薬. ก่อให้เกิด 起こす,与える. ผลเสีย 悪い影響. อวัยวะภายใน 内臓. เดิม 元の. ชิน 慣れる.

③ ไม่ว่า....หรือ....

⇨ 第４課を参照。

④ ขึ้นอยู่กับ....

- ❶ 文型： 「ขึ้นอยู่กับ ＋名詞（句）」
- ❷ 意味： 「～次第」「～による」
- ❸ 要点： ある出来事や事情の展開または結果は、ある特定の人、動物、または物事の基準や状況によることを表す。

1. หนังสือเล่มนี้ดีมาก แต่ จะได้รางวัลหรือไม่ ขึ้นอยู่กับการตัดสินของคณะกรรมการ

   この本はとてもよいですが、賞を受けるかどうかは委員会の判断によります。

2. การลดความอ้วนของคุณจะประสบผลสำเร็จหรือไม่ ขึ้นอยู่กับความพยายามและความอดทนของคุณ

   あなたの減量が成功するかどうかはあなたの努力と我慢次第です。

3. ค่าห้องจะแพงหรือถูกขึ้นอยู่กับชนิดของห้องที่คุณเลือกพัก

   部屋代が高いか安いかはあなたがご希望の部屋のタイプによります。

รางวัล 賞. การตัดสิน 判決. คณะกรรมการ 委員会. ประสบผลสำเร็จ 成功する. ความพยายาม 努力. ความอดทน 我慢,忍耐. ค่าห้อง 部屋代. ชนิด 種類,タイプ. เลือก 選ぶ.

⑤ ถือเป็น....

- ❶ 文型： 「A ถือเป็น B」
- ❷ 意味： 「AはBと見なされる（Bとして見なされる）」「AはBと考えられる（Bとして考えられる）」
- ❸ 要点： Aはある特定の物事を表す名詞（句）またはある特定の行動を表す名詞（句）、動詞（句）、あるいは文であり、BはAの目的または成果を表す名詞（句）である。

第16課　การสักบนผิวหนัง

1. คนไทยจำนวนมากห้อยพระองค์เล็ก ๆที่คอ ถือเป็นเครื่องรางประจำตัวอย่างหนึ่ง

多くのタイ人は首飾りに小さな僧侶像のペンダントを付けて、その人のお守りとして考えている。

2. ฉันย้ายมาอยู่ที่นี่ ถือเป็นจุดเริ่มต้นชีวิตใหม่

私は、ここに引っ越してきたことを、新しい人生のスタートだと考えます。

3. การปฏิวัติครั้งนั้น ถือเป็นการเปลี่ยนแปลงที่สำคัญยิ่งในประวัติศาสตร์ไทย

その時の革命は、タイの歴史の中の最も重要な変化であると見なされている。

ห้อย ぶら下げる. พระ 仏像,僧侶. องค์ [仏像の類別詞] ～体. เครื่องราง お守り. ประจำตัว 携帯する,個人の. ย้าย 引っ越す. จุดเริ่มต้น スタート. ชีวิต 人生. การปฏิวัติ 革命. ครั้ง 時,回. การเปลี่ยนแปลง 変化. สำคัญ 重要,大切.

⑥ไม่ใช่(ว่า)ทุก....(ที่)จะ....

❶ 文型：　　「ไม่ใช่(ว่า)ทุก A (ที่)จะ B」

❷ 意味：　　「Aは皆（すべて）同じようにBをする（である）とは限らない」

❸ 要点：　　Aは言及される人、動物、または物事を表す類別詞であり、Bは特定の性質または行動を表す動詞（句）である。

1. รถแบบนี้ไม่ค่อยกินน้ำมัน แต่ไม่ใช่ว่าทุกคันจะไม่กินน้ำมันนะ

このような車はあまりガソリンを食わない。しかし、全てがガソリンを食わないとは限らないよ。

2. นักศึกษาที่นี่เก่งภาษาลาว แต่ไม่ใช่ทุกคนจะพูดภาษาลาวได้

ここの学生はラオス語がよくできる。しかし、全員がラオス語ができると

は限らない。

3.คนที่สูบบุหรี่จัดมีโอกาสจะเป็นมะเร็งที่ปอดสูง แต่ไม่ใช่ว่าทุกคนที่สูบบุหรี่จะเป็นมะเร็งที่ปอด

タバコをたくさん吸う人は肺ガンになる可能性が高い。しかし、タバコを吸う人が皆肺ガンになるとは限らない。

น้ำมัน 油,ガソリン. สูบบุหรี่จัด たくさんタバコを吸う. โอกาส 機会. มะเร็ง ガン. ปอด 肺.

⑦บาง.... ⇨ 第 11 課を参照。

⑧....ไม่ไหว ⇨ 第 8 課を参照。

⑨....เสียก่อน

❶ **文型：** 「動詞（句）＋เสียก่อน」

❷ **意味：** 「（先に）～してしまった」「（先に）～になってしまった」

❸ **要点：** 予定、予想していたことがまだ実現していない、または目標にまだ到達していない間に、予想外の出来事が起こってしまうことを表す。口語は「....ซะก่อน」になることが多い。

1.ขับรถไปยังไม่ถึงเลย น้ำมันหมดเสียก่อน

車で行ったが、まだ着いていない内にガソリンがなくなってしまった。

2.พูดกันยังไม่รู้เรื่องเลย แบตมือถือหมดซะก่อน

まだ話がわかっていなかったのに、携帯電話のバッテリーが切れてしまった。

第16課　การสักบนผิวหนัง

3.ผมดูหนังยังไม่จบเลย หลับเสียก่อน เลยไม่รู้ว่าตอนจบเป็นยังไง
　僕は映画を観終わらないうちに眠ってしまったので、最後がどうなったのか分からなかった。

รู้เรื่อง分かる．แบต バッテリー．มือถือ 携帯電話．ตอนจบ（小説や映画の）最後．

⑩ **ไม่ยอม....**　　　⇨ 第2課を参照。

⑪ **เป็น....**　　　⇨ 第3課を参照。

⑫ **....บ้าง**　　　⇨ 第4課を参照。

⑬ **ไม่....หรอก**　　　⇨ 第10課を参照。

⑭ **ได้ข่าวว่า....**
❶ 文型：　　「ได้ข่าวว่า + 動詞（句）または文」
❷ 意味：　　「～だそうです」「～らしい」
❸ 要点：　　後続する動詞（句）または文が表す引用は噂、新聞、テレビなどから得た情報である。

1.ได้ข่าวว่าตึกหลังนั้นมีผี จริงหรือเปล่า

203

そのビルには幽霊が出るそうですが、本当ですか。

2.ได้ข่าวว่ามหาวิทยาลัยโอซาการไกไดจะรวมกับมหาวิทยาลัยโอซากา

大阪外大と大阪大学が統合するらしい。

3.ได้ข่าวว่ารัฐบาลจะเพิ่มภาษีบริโภคเป็นสิบเปอร์เซ็นต์

政府は消費税を10パーセントに引き上げるそうです。

ตึก ビル. ผี 幽霊. รวม 統合する. รัฐบาล 政府. ภาษีบริโภค 消費税.

練習問題

練習 I

下記の質問に答えなさい。

1. ทำไมคนไทยสมัยก่อนนิยมสักตามส่วนต่าง ๆ ของร่างกาย
2. ตามประวัติศาสตร์ คนพวกแรกที่สักตามร่างกายคือคนพวกไหน
3. คนไทยสมัยก่อนใช้อะไรบรรเทาความเจ็บปวดที่เกิดขึ้นจากการสัก
4. ผู้ชายทนต่อความเจ็บปวดทรมานที่เกิดจากการสักเพื่ออะไร
5. ปัจจุบันนี้ คนไทยยังนิยมสักตามร่างกายกันหรือไม่

練習 II

1 (a)～(n)の表現の中から5つ選んでタイ語で作文をしなさい。

2 1～15 の単文のそれぞれの意味が通じるように、(a)～(n) の中の表現を1つ選んで、下線の部分に入れなさい。

第16課　การสักบนผิวหนัง

(a) ตาม....   (b) อีกทั้งยัง....อีกด้วย   (c) ไม่ว่า....หรือ....
(d) ขึ้นอยู่กับ   (e) ถือเป็น....   (f) ไม่ใช่(ว่า)....(ที่)จะ....
(g) บาง....   (h) ไม่ไหว   (i) เสียก่อน
(j) (ไม่)ยอม....   (k) เป็น   (l) บ้าง
(m) ไม่....หรอก   (n) ได้ข่าวว่า

1. กระเป๋ายี่ห้อนี้มีคนนิยมมาก แต่_____ทุกแบบ_____สวย
2. บุหรี่ทำให้ผู้สูบมีโอกาสเป็นโรคมะเร็งสูง_____เป็นตัวการที่ทำให้ผิวและริมฝีปากหมองคล้ำ_____
3. _____ชอบ_____ไม่ชอบ ก็ต้องทานให้หมด
4. ใครที่ไม่ทำตามกฎจะต้องได้รับการลงโทษ_____เด็ก___ผู้ใหญ่_____ผู้หญิง____ผู้ชาย
5. การไปซื้อของ หรือการได้คุยกับเพื่อนสนิทก็_____ การระบายความเครียดวิธีหนึ่ง
6. เราหาที่จอดรถไม่ได้เลย จะจอดริมถนน ตำรวจก็ไม่_____ให้จอด
7. พจนานุกรมเล่มนี้ ฉันไปเดินหา_____ร้านหนังสือแถวบ้านหลายแห่งไม่มีวางขาย
8. ฉันตั้งใจจะไปดูหนังเรื่องนั้น แต่ยุ่งมาก ไม่มีเวลา พอว่างไปดู มันก็ออกโรงไป _____ แล้ว เลยไม่ได้ดู
9. รายได้เดือนละสองแสนเยน ถ้าจะผ่อนบ้านเดือนละหนึ่งแสนห้าหมื่นเยนละก็ _____ หรอก
10. มหาวิทยาลัย_____แห่งจัดสอบเข้าปีละมากกว่าสองครั้ง
11. _____ปีหน้าคุณจะไปเรียนต่อที่เขมร ใช่ไหม
12. เดี๋ยวนี้ คนญี่ปุ่นนิยมไปจัดงานแต่งงานที่ต่างประเทศ เราเลยจะไป _____
13. ผมเขียนรูปนี้ให้เพื่อน _____ ของขวัญวันแต่งงาน

14. ค่าเช่าบ้านที่เมืองไทย___ถูก___ ผมเช่าเดือนละตั้งสามหมื่นบาท
15. รูปถ่ายจะออกมาสวยหรือไม่สวย__________ฝีมือของคนถ่าย

กระเป๋า バッグ,鞄. ยี่ห้อ ブランド. แบบ デザイン,タイプ. โอกาส 機会. โรคมะเร็ง 癌. ตัวการ 原因,思う. ผิว 肌. ริมฝีปาก 唇. หมองคล้ำ くすんだ. กฎ 規則. การลงโทษ 罰を与えること. เพื่อนสนิท 親友. ระบาย 発散する. ความเครียด ストレス. วิธี 方法. ที่จอดรถ 駐車場. ริมถนน 道端. ตำรวจ 警察. พจนานุกรม 辞書,辞典. เดินหา 探し回る. วางขาย 陳列する. ยุ่ง 忙しい. ว่าง 暇である. รายได้ 収入. ผ่อน ローンを組む. จัดสอบ 試験を行なう. สอบเข้า 入学試験. เรียนต่อ 留学する,進学する. เขียนรูป 絵を描く. ของขวัญ プレゼント. ค่าเช่าบ้าน 家賃. รูปถ่าย 写真. ฝีมือ 腕,能力. ถ่าย（写真を）撮る.

練習Ⅲ タイ語に訳しなさい。

1. 毎日パソコンを長時間使用すると、体が悪くなり、さらに目も悪くなるということは誰でも知っていることです。
2. 日本人は納豆を食べますが、皆納豆が好きとは限らない。
3. 今回の麻薬密売掃討は、この政府が行なった今までで一番大きな掃討だと考えられる。
4. 携帯であろうとインターネットであろうと、現在のビジネスの世界には欠かせないものです。
5. 私は先生に会いに行きましたが、途中渋滞だったので、着いたときにはかなり遅くなって、先生はすでに帰ってしまっていたので、会えませんでした。
6. 北海道に留学した彼は寒さに耐えることが出来なかったので、まだ卒業していないのに、国に帰ってしまった。
7. この薬は一般の薬局で売っています。

8. これらの書類を証拠として保管してください。

9. その店がバーゲンをしているので、明日からは他の店もバーゲンをする。

10. 日本ではガソリン1リットルが140円であるのは高くないと思いますよ。

11. 今の大統領は辞任するそうですが、本当ですか。

12. 授業料を払えない学生もいるそうですね。

13. あなたが来年、昇進できるかどうかは今年の業績次第です。

14. この発見は人類の最大の発見と見なされている。

パソコン คอมพิวเตอร์ . 長時間 เวลานาน . 体が悪い สภาพร่างกายไม่ดี . 目が悪い สายตาไม่ดี , สายตาแย่ . 知る รู้ . 納豆 ถั่วหมัก . 麻薬 ยาเสพติด . 密売 การลักลอบค้า .掃討 การกวาดล้าง . インターネット อินเตอร์เน็ต ビジネス ธุรกิจ . 世界 วงการ . 欠かせない ขาดไม่ได้ . 滑る ลื่น . 事故 อุบัติเหตุ . 教える บอก . 途中 กลางทาง . 渋滞 รถติด . 寒さ ความหนาว . 耐える ทน . 薬局 ร้านขายยา . 書類 เอกสาร .証拠 หลักฐาน . 保管する เก็บรักษาไว้ . バーゲン ลดราคา . リットル ลิตร . 大統領 ประธานาธิบดี . 辞任する ลาออก . 払う จ่าย . 昇進する เลื่อนตำแหน่ง . 業績 ผลงาน . 発見 ค้นพบ . 人類 มนุษยชาติ . 最大 ยิ่งใหญ่ที่สุด .

第 17 課　เมื่อคนไทยไปงานศพ

読解：人が亡くなってからお葬式を行なうまでタイ人は何をするのか、お葬式へ行くとき、お葬式から帰ってきたときに何をするのか、またタイ人の死に対する考え、慣習についても理解する。

作文：死に対する日本人の考え、日本人のお葬式について説明する。

พิธีกรรมต่าง ๆ ในชีวิตประจำวัน①ดูเหมือนว่า งานศพจะเป็นงานเดียวที่ผู้ไปร่วมเต็มใจไป ②ทั้งๆที่ไม่ได้รับเชิญ ③ถึงแม้ว่าจะมีภารกิจยุ่งยากแค่ไหนคนทั่วไปก็④ยังคงไปร่วมงานศพ⑤แทบจะทุกครั้งที่ได้ทราบข่าวการเสียชีวิตของคนรู้จัก ⑥ยกเว้นว่าติดธุระสำคัญจริงๆ และส่วนใหญ่เต็มใจไปร่วม⑦ทั้งพิธีสวดศพและพิธีเผาศพ เวลาไปงานศพคำพูดที่คนไทยส่วนใหญ่นิยมพูดคือ "เขาไปสบายแล้ว" คนกรุงเทพฯบางคนอาจจะพูดว่า"เสียใจด้วยนะ" ส่วนเงินที่ใส่ซองทำบุญอยู่ในราว200-500บาท บางคนให้เป็นพวงหรีด ซึ่งทำมาจากดอกไม้ล้วนหรือผ้าขนหนู ในระหว่างพิธีงานศพ เจ้าภาพจะจัดหาอาหารและเครื่องดื่ม⑧ไว้⑨คอยบริการผู้มาร่วมงาน ซึ่งส่วนใหญ่จะเป็น"ข้าวต้ม" หลังจากกลับจากงานศพแล้วคนไทยบางคน"ล้างหน้าด้วยน้ำเปล่า" บางคน"ล้างหน้าด้วยน้ำแช่ใบทับทิม" หรือบางคน"ผูกสายสิญจน์แดง" ในขณะที่บางคนไม่ได้ทำอะไร เพราะไม่เชื่อหรือไม่รู้ธรรมเนียมแต่โบราณ การไปงานศพเป็นการย้ำคำสอนของศาสนาพุทธที่สอนถึงสัจธรรมของชีวิตว่าท้ายที่สุดก็คือความตาย จึงควรเร่งทำความดีในระหว่างที่มีชีวิตอยู่

มะลิ – ปู่เราเสียเมื่อคืนนี้ วันนี้จะสวด

ซากุระ – ตายจริง คืนนี้ เราต้องไปงานแต่งงานเพื่อน

มะลิ – ไม่เป็นไรหรอก มีสวด 7 วัน

ซากุระ – สวด⑩ตั้ง 7 วัน⑪เชียวหรือ

มะลิ – ใช่ คนไทยสวด⑫อย่างน้อย 7 วัน

ซากุระ - แล้วเผาเมื่อไร
มะลิ   - สวด 7 วัน ⑬แล้วเผา⑭เลย
ซากุระ - เป็นประเพณีไทยเหรอ
มะลิ   - ใช่ บางคนสวด 7 วัน แล้วเผา บางคนสวด 100 วันก็มี โดยเฉพาะคนมีชื่อเสียง แล้วบางคนก็เผาเลย บางคนจะเก็บศพไว้ที่ป่าช้าในวัดก่อน ⑮แล้วค่อยเผาวันหลัง
ซากุระ - เก็บศพไว้นานไหม
มะลิ   - ⑯แล้วแต่คน ตอนย่าเราเสีย เก็บไว้ 1 ปี ⑰แล้วถึงเผา

พิธีกรรม 儀礼. ชีวิตประจำวัน 日常生活. งานศพ お葬式. ร่วม 参加する,出席する. เต็มใจ.... 喜んで〜する. เชิญ 招待する. ภารกิจ 用事. ยุ่งยาก 忙しい. ข่าว 情報, ニュース,噂. เสียชีวิต 死亡する. คนรู้จัก 知人. ธุระ 用事. สำคัญ 重要,大切. พิธีสวดศพ お通夜. พิธีเผาศพ お葬式（火葬式）. นิยม 好む. สบาย 楽になる. เสียใจ 悲しむ. ใส่ซองทำบุญ お香典を渡す. พวงหรีด（お葬式の）花輪. ดอกไม้ 花. ล้วน すべて. ผ้าขนหนู タオル. เจ้าภาพ 主催者,喪主. บริการ サービスする. ผู้มาร่วมงาน 式の参加者. ข้าวต้ม お粥. โบราณ 昔. น้ำเปล่า 水. แช่ 浸ける. ใบทับทิม ザクロの葉. สัจจธรรม 事実. มนุษย์ 人間. ท้ายที่สุด 最終的. ความตาย 死. เร่ง 催促する,急ぐ. ความดี 善. เสีย 亡くなる. สวด お通夜をする. ตายจริง 大変だ！. ประเพณี 習慣. โดยเฉพาะ 特に. คนมีชื่อเสียง 有名人. เก็บศพ 遺体を保管する. ป่าช้า お寺の中にある遺体安置所.

文法 & 表現

①ดูเหมือนว่า....

❶ 文型： 「ดูเหมือนว่า＋事柄を表す文」

❷ 意味： 「〜らしい」「〜そうだ」

❸ **要点：**　自分の経験や伝え聞いた情報から判断して述べる場合に用いる。

1.ดูเหมือนว่า นักศึกษาที่เมืองไทยต้องใส่เครื่องแบบ จริงไหมคะ
タイの大学生は制服を着ないといけないそうですが、本当ですか。
2.ดูเหมือนว่าผู้หญิงไทยไม่ชอบสูบบุหรี่และทานเหล้า
タイの女性は喫煙と飲酒が好きではないらしい。
3.ดูเหมือนว่าคนญี่ปุ่นชอบทานปลาดิบ
日本人は刺身が好きらしい。

เครื่องแบบ 制服. ปลาดิบ 刺身.

②ทั้ง ๆ ที่....

⇨ 第 3 課を参照。

③ถึงแม้ว่า....ก็....

⇨ 第 7 課を参照。

④ยังคง....(อยู่)

❶ **文型：**　「ยังคง ＋ 動詞（句）＋(อยู่)」

❷ **意味：**　「相変わらず、まだ～」

❸ **要点：**　以前から継続している行動または状態が不変であることを表す。

1.รถคันนี้ขับมา 10 ปีแล้ว แต่เครื่องยังคงดีอยู่เหมือนตอนซื้อมาใหม่ ๆ
この車は10年も乗っていますが、買ってきたばかりの時のようにエンジンはまだまだ調子がいい。

2.พ่อยังคงต้องไปหาหมออยู่ทุกสองอาทิตย์

父は相変わらず2週間に1回病院に行かなければならない。

3.เศรษฐกิจปีนี้ยังคงแย่เหมือนปีที่แล้ว

今年の景気は去年と同じように悪いです。

4.คุณศักดิ์ยังคงกลับดึกทุกวัน

サックさんは相変わらず毎日遅く帰る。

เครื่อง エンジン. ขับ 運転する. อาทิตย์ 週. แย่ 悪い. ดึก 夜遅く.

⑤แทบ(จะ)ทุก....

❶ **文型：**　「แทบ (จะ)ทุก+類別詞（「คัน台」「วัน日」「ตัว匹」など)

❷ **意味：**　「ほとんど毎～」「ほとんどすべての～」

❸ **要点：**　主観的な表現である。客観的な表現では「เกือบ (จะ) ทุก....」を用いる。

1.จิโรไปเที่ยวเมืองไทยแทบทุกเดือน

ジロウはほとんど毎月タイに遊びに行く。

2.ผมว่างแทบทุกวัน

私はほとんど毎日暇です。

3.นิยายของนักเขียนคนนี้ผมอ่านมาแล้วแทบจะทุกเล่ม

この作家の小説は私はほとんど読みました。

นิยาย 小説. นักเขียน 作家.

第17課　เมื่อคนไทยไปงานศพ

⑥ <u>ยกเว้น....</u>　　⇨　第９課を参照。

⑦ <u>ทั้ง....และ....</u>　　⇨　第１課を参照。

⑧ <u>....ไว้....</u>　　⇨　第８課を参照。

⑨ <u>คอย....</u>
❶ 文型：　「คอย＋動詞（句）」
❷ 意味：　「いちいち（いつも）～する」「注意して～する」
❸ 要点：　注意を喚起する行動を示す。

1. ถ้าน้ำหมด ต้องคอยเติมนะ
　お水がなくなったら、加えてくださいね。
2. แม่ต้องคอยเตือน ไม่อย่างนั้นทาโรไม่ยอมดูหนังสือ
　母親はいちいち（いつも）注意しなければならない。さもないとタロウは勉強しない。
3. เราต้องคอยสังเกตว่าลูกค้าชอบหรือไม่ชอบอะไร
　お客さんが何が好きか、何が嫌いであるかについて注意して観察しなければならない（注意して見なければならない）。

....

หมด なくなる. เติม 加える. เตือน 注意する. ดูหนังสือ 勉強する. สังเกต 注意して（～する）, 気を付けて（～する）. ลูกค้า（商売の）客.

⑩ ....ตั้ง....　⇨　第12課を参照。

⑪ ....เชียว

❶ 文型： 　1.「動詞（句）+เชียว」

　　　　　2.「動詞（句）+ขนาดนั้นเชียวหรือ」

❷ 意味： 　1.「すごく～」

　　　　　2.「そんなに～なの？」

❸ 要点： 　1.程度が予想を上回っていることの意外性を表す。

　　　　　2.そのことへの驚きの感情や納得できない気持ちを表す場合に用いられる。

1.แต่งตัวสวยเชียว จะไปไหนเหรอ

　すごくきれいですね。どこへ行きますか。

2.ดูท่าทางไม่น่าเผ็ด ลองชิมดู เผ็ดเชียว

　見た感じはあまり辛くなさそうですが、味を見たらすごく辛いです。

3.นาฬิกาเรือนนี้แพงขนาดนั้นเชียวหรือ

　この時計はそんなに高いですか。

4.ค่าตั๋วเครื่องบินเดี๋ยวนี้ถูกขนาดนั้นเชียวหรือ

　今の航空券はそんなに安いですか。

....

แต่งตัว 着飾る. ชิม 味見をする. นาฬิกา 時計. เรือน [時計の類別詞] ～台.

⑫ อย่างน้อย....　⇨　第4課を参照。

第17課　เมื่อคนไทยไปงานศพ

⑬ ....แล้ว....
- ❶ **文型**：　「A +แล้ว+ B」
- ❷ **意味**：　「AをしてからBをする」
- ❸ **要点**：　複数の行動の順序を説明する。行動を表す動詞（句）または文であるAとBを接続する。

1. เมื่อวานนี้ผมไปดูหนังแล้วไปร้านหนังสือมา
　昨日僕は映画を観に行ってから本屋に行きました。
2. เมื่อก่อนบ้านฉันอยู่โตเกียว แล้วย้ายมาอยู่โอซากาเมื่อ 10 ปีก่อน
　昔私の家は東京にありました。それから10年前に大阪に引っ越ししてきました。
3. ปิดเทอมหน้าร้อนปีนี้เราจะไปกรุงเทพฯ 3 วัน แล้วจะไปเชียงใหม่ 2 วัน
　今年の夏休みは、我々は3日間バンコクに行って、それから2日間チェンマイに行きます。

....

ปิดเทอมหน้าร้อน 夏休み.

⑭ ....เลย
- ❶ **文型**：　「動詞（句）+เลย」
- ❷ **意味**：　「（躊躇せずに）そのまま～する」「（何も待たずに）すぐ～する」「（遠慮なく）～する」
- ❸ **要点**：　躊躇しない行動を表す。

1. ทานเลยค่ะ ไม่ต้องเกรงใจ
　遠慮なくお召し上がり下さい。

2.บอกมาเลยว่าคุณต้องการอะไรบ้าง
何が必要なのか遠慮なく言ってください。

3.แต่งงานแล้ว เราจะย้ายไปอยู่เมืองไทยกันเลย
結婚してからすぐタイに引っ越します。

เกรงใจ 遠慮する. ย้าย 引っ越す.

⑮....แล้วค่อย....

❶ 文型： 「動詞（句）A＋แล้วค่อย＋動詞（句）B」
❷ 意味： 「AをしてからBをする」
❸ 要点： 慌てず、順序よく行動することを表す。

1.ปกติผมจะอาบน้ำแล้วค่อยทานข้าว
普通、僕はお風呂に入ってからご飯を食べます。

2.ผมจะเก็บเงินให้ได้ 3 ล้านเยน แล้วค่อยซื้อรถ
お金を300万円貯めてから車を買うつもりです。

3.ฉันจะไปเรียนที่เมืองไทยก่อน กลับมาแล้วค่อยหางานทำ
私はタイに留学して、帰ってきてから就職します。

เก็บเงิน お金を貯める. หางานทำ 就職する,就職活動する.

⑯....แล้วแต่....

❶ 文型： 「แล้วแต่＋名詞（句）」
❷ 意味： 「～よる」「～次第」「～に任せる」

216

第17課　เมื่อคนไทยไปงานศพ

❸ **要点：**　　人、物事または事柄の成り行きに任せることを表す。

1. A: พรุ่งนี้เราจะไปเที่ยวไหนกันดี
    明日どこへ行きましょうか。
   B: แล้วแต่คุณ
    あなたに任せます。
2. ผมยังไม่ได้ตัดสินใจว่าจะลาออกจากพรรคนี้หรือไม่ แล้วแต่สถานการณ์ทางการเมือง
    私はこの党を辞めるかどうかはまだ決めていない。政治的な事情次第です。
3. ลูกค้าบางคนชอบหวาน บางคนชอบเค็ม แล้วแต่รสนิยมของแต่ละคน
    お客さんはそれぞれの好み次第です。甘いものが好きな人もいれば、辛いものが好きな人もいます。

....

ลาออก 辞める. สถานการณ์ 事情. การเมือง 政治. รสนิยม 趣味. แต่ละ.... 各～.

⑰ **....แล้วถึง....**　　⇨ 第8課を参照。

練習問題

練習 Ⅰ　　下記の質問に答えなさい。

1. เวลาไปงานศพ คำพูดอะไรที่คนไทยนิยมพูดกับเจ้าภาพ
2. ตามธรรมเนียมไทย คนไทยสวดศพอย่างน้อยกี่วัน
3. หลังจากกลับจากงานศพแล้วคนไทยทำอะไร

練習 II

1 (a)～(r)の表現の中から5つ選んでタイ語で作文をしなさい。

2 1～19の単文のそれぞれの意味が通じるように、(a)～(r) の中の表現を一つ選んで下線の部分に入れなさい。

(a) เป็นที่....　(b) ยังคง....(อยู่)　(c) แทบ(จะ)ทุก....
(d) ยกเว้น....　(e) ทั้ง....และ....　(f) ตั้ง....
(g) คอย....　(h) ดูเหมือนว่า....　(i) ทั้ง ๆ ที่....
(j) ถึงแม้ว่า....ก็....　(k) ....ไว้　(l) ....เชียว
(m) อย่างน้อย....　(n) แล้ว....　(o) ....เลย
(p) ....แล้วค่อย....　(q) แล้วแต่....　(r) แล้วถึง....

1. รถที่ขายที่นั่น_____คัน ผลิตในต่างประเทศ
2. มีพลเมือง_____1ล้านคน ที่พูดได้แต่ภาษาถิ่น
3. ผมทรงนี้ยาวแล้วไม่สวย พอยาวต้อง _____ ตัด
4. ปีนี้ผมไปดูเบสบอลมาทุกนัด_____นัดชิงชนะเลิศครั้งสุดท้าย
5. งานแบบนี้ผิดพลาดไม่ได้เลย เสีย_____เงิน_____เวลา
6. เวลาผ่านไป 20 ปีแล้ว ฉันก็_____คิดถึงเขา ___
7. งานแบบนี้ _____นิยมในหมู่ผู้หญิงมากกว่าผู้ชาย
8. เอกสารที่พิมพ์แล้ว ถ่ายเอกสารก่อน_____ส่ง
9. เครื่องสำอางขวดเล็กนิดเดียว ราคาตั้ง 3 หมื่นเยน_____หรือ
10. พรุ่งนี้ผมจะไปงานแต่งงานเพื่อน_____จะไปโตเกียว___
11. เราจะรอให้ลูกเรียนจบ_____จะย้ายบ้าน
12. เงินนี้ ฉันจะเก็บ_____ซื้อบ้าน

第17課　เมื่อคนไทยไปงานศพ

13. _____ เขาจะไม่รู้ภาษาอังกฤษเลย แต่เขา ____ ไปเที่ยวประเทศต่าง ๆ มาเกือบทั่วโลกแล้ว
14. ผมจะออกไปวิ่งรอบสวนก่อน _____ ไปทำงานทุกวัน
15. เราต้องจ่ายภาษีบริโภค_____ 5 ล้านเยน
16. _____ คนญี่ปุ่นที่ไปเมืองไทยมีปีละ ____ สองสามหมื่นคน
17. เขาทำงานนี้ _____ ไม่ได้รับค่าตอบแทนเลยสักเยน
18. เขาออกจากบริษัทนั้น _____ มาเปิดร้านอาหารไทยที่นี่
19. A: รถเมล์คันนึงนั่งได้กี่คน
    B: _____ ขนาดของรถเมล์

....

ผลิต 生産する. ต่างประเทศ 海外. พลเมือง 国民. ภาษาถิ่น 方言. การศึกษา 教育. รับการศึกษา 教育を受ける. ทรง 形,スタイル. ผิดพลาด 失敗,間違い. ผ่าน 過ぎ去る. คิดถึง 懐かしく思う. เบสบอล野球. นัด [競技などの類別詞] ～試合. นัดชิงชนะเลิศ 決勝戦. ครั้งสุดท้าย 最後の. เอกสาร 書類. พิมพ์ プリントアウト,タイプを打つ. ถ่ายเอกสาร コピーする. เครื่องสำอาง 化粧品. งานแต่งงาน 結婚式. เก็บ 貯める. โลก 世界. รอบ 回る. สวน 公園. ภาษีบริโภค 消費税. ค่าตอบแทน 礼金. ขนาด 大きさ.

練習Ⅲ　タイ語に訳しなさい。

1. このようなファッションは若者の間に人気がある。
2. ダイエットを始めてもう半年経ちますが、相変わらずまだ太っています。
3. 彼はほとんど毎日朝寝坊をしている。
4. 野菜はトマト以外なら何でもある。
5. 兄も妹もコンピュータを専攻している。
6. この研究には少なくとも3億円の予算を必要とする。

7. お客さんが来店したらおもてなしするように心掛けて下さい。
8. 肉が柔らかくなるまで煮てから野菜を入れる。
9. 最近、日本人の若者の間では海外で結婚式を挙げることが人気があるらしい。
10. その2人はとても愛し合っているのに、親に反対されて、結婚できなくなった。
11. この党は、3年の間に、党首を5人も替えた。
12. おいしいと言われても、好きでなければ、彼は食べない。
13. 老後に使うために貯金している。
14. ここから会社までバスで2時間もかかるの？
15. A: 何色にしましょう。
    B: あなた次第です。
16. 車は、車検を受けないといけない。それから保険が更新できる。
17. ドラマが終わったら、テレビを消してね。
18. 来年6ヵ月間カンボジア語を勉強して、それからカンボジアにボランティアをしに行くつもりです。

ファッション แฟชั่น．若者 วัยรุ่น，คนหนุ่มสาว．ダイエットをする อดอาหารลดความอ้วน．半年 ครึ่งปี．朝寝坊をする นอนตื่นสาย．野菜 ผัก．トマト มะเขือเทศ．コンピュータ คอมพิวเตอร์．専攻する เรียน, เอก．研究 การวิจัย，งานวิจัย．億 ร้อยล้าน．予算 งบประมาณ．もてなす บริการ．柔らかい เปื่อย．煮る ต้ม．野菜 ผัก．若者 คนหนุ่มสาว．結婚式を挙げる จัดงานแต่งงาน．愛し合う รักกัน．反対する ขัดขวาง, กีดกัน．(政)党 พรรค．〜の間, 時間（期間）ในช่วง．党首 หัวหน้าพรรค．老後 ตอนแก่．貯金する ฝากเงิน，เก็บเงิน．車検を受ける ตรวจสภาพรถ．保険 ประกัน．更新する ต่ออายุ．カンボジア語 ภาษาเขมร．ボランティア อาสาสมัคร．ボランティアをしに行く ไปเป็นอาสาสมัคร．

第 18 課　ขวากับซ้าย

読解：タイ人のものの考え方においては、右・左、男性・女性、そして吉祥・不吉はどのような意味を持つのか。伝統的な考えかたと現在の状態を理解する。

作文：右・左、男性・女性、そして吉祥・不吉等について、日本人はどう思っているのか、タイ人と比較しながら説明する。

การแบ่งสรรพสิ่งต่าง ๆ ในโลกนี้ออก①เป็นขวากับซ้ายนั้นมีมาแต่สมัยโบราณ และมักถือกันว่า ขวาเป็นมงคล ②ส่วนซ้ายเป็นอวมงคล ขวาเป็นเพศชาย ส่วนซ้ายเป็นเพศหญิง คนไทยสมัยโบราณ③ยังแบ่งทิศออก①เป็นเพศอีกด้วย ทิศตะวันออกและทิศใต้ถือเป็นฝ่ายขวา เพศชาย ②ส่วนทิศตะวันตกและทิศเหนือถือเป็นฝ่ายซ้าย เพศหญิง คนสมัยก่อนจึงนิยมนอนหันศีรษะไปทางทิศใต้ และ④ในเมื่อคนเป็นนอนหันศีรษะไปทางทิศใต้ จึงกำหนดให้คนตายนอนหันศีรษะไปทางทิศเหนือ

ทิศใต้มีชื่อเรียกอีกอย่างว่า "ทักษิณ" ซึ่งแปลว่า ขวา เวลาคนไทยจะทำพิธีกรรมทางศาสนาในงานมงคลที่มีการเดินรอบพระเจดีย์ หรือพระอุโบสถ จะเดินเวียนขวา ซึ่งเรียกว่า"ทักษิณาวรรต" โดยเอาพระเจดีย์อยู่ทางขวามือ การเดินเวียนซ้ายจะใช้ในงานอวมงคล เช่น การนำโลงศพเวียนซ้ายรอบจิตกาธาน เป็นต้น

⑤สำหรับแม่น้ำที่ไหลผ่านภูมิประเทศต่าง ๆ นั้น คนไทยสมัยโบราณถือว่า ฝั่งที่พระอาทิตย์ขึ้นเป็นฝั่งขวา ส่วนฝั่งที่พระอาทิตย์ตกเป็นฝั่งซ้าย จึงนิยมตั้งเมืองบนฝั่งขวาของแม่น้ำ จะสังเกตเห็นได้ว่าสถานที่ที่ตั้งอยู่ทางฝั่งซ้ายของแม่น้ำ จะมีชื่อเรียกเป็นสตรีเพศ วัดต่าง ๆ ในกรุงเทพฯก็เช่นกัน วัดที่อยู่ฝั่งซ้ายของแม่น้ำเจ้าพระยา มักมีชื่อเป็นเพศหญิง เช่น วัดหงส์รัตนาราม วัดนางชี วัดบุปผาราม วัดกัลยา วัดอนงคาราม วัดอัปสรสวรรค์ วัดภคินีนาถ วัดสุวรรณาราม เป็นต้น

ซากุระ – มะลิ ถนัดซ้ายเหรอ

มะลิ   - เวลาทานข้าว เราใช้มือซ้าย เวลาเขียนหนังสือ ใช้มือขวา
ซากุระ - เวลาจับไม้เทนนิสล่ะ
มะลิ   - ใช้มือซ้าย
ซากุระ - มะลิใช้มือซ้ายเขียนหนังสือได้ไหม
มะลิ   - ได้⑥เหมือนกัน ความจริงเราถนัดซ้าย แต่ตอนเด็ก โดนแม่
           ⑦บังคับให้เขียนมือขวา

แบ่ง 分ける,区別する. สรรพสิ่ง 全てのもの. สมัยโบราณ 昔. มงคล 吉. อวมงคล 不吉. ทิศ 方角. ตะวันออก 東. ใต้ 南. ตะวันตก 西. เหนือ 北. กล่าว 言う,語る. โบราณชน 昔の人. หัน 向く,向ける. ศีรษะ 頭. คนเป็น 生きている人. แปลว่า.... ～という意味がある. ความเจริญ 繁栄. พิธีกรรม 儀礼. รอบ 周り. พระเจดีย์ 仏塔. พระอุโบสถ 本堂. เวียน回る. โลงศพ 棺桶. จิตกาธาน 火葬台. แม่น้ำ 川. ผ่าน 通る. ภูมิประเทศ 地勢. พระอาทิตย์ขึ้น 陽が昇る. พระอาทิตย์ตก 陽が沈む. เมือง 町. สังเกตเห็น 見て分かる,気が付く. สถานที่ 場所. สตรีเพศ 女性. แม่น้ำเจ้าพระยา チャオプラヤー川. ถนัดซ้าย 左利き. เขียนหนังสือ 字を書く. จับ 持つ,つかむ. ไม้เทนนิส テニスのラケット. บังคับ 強制する.

文法＆表現

①....เป็น....   ⇨ 第3課を参照。

②ส่วน....   ⇨ 第3課を参照。

第18課　ขวากับซ้าย

③ ยัง....อีกด้วย

❶ 文型：　　「ยัง＋動詞（句）＋อีกด้วย」

❷ 意味：　　「さらに～する」

❸ 要点：　　追加の行動や状態を強調する。

1. เขาไม่ใช่หัวดีอย่างเดียว ยังขยันอีกด้วย

　　彼は頭がいいだけではなく、さらに勤勉です。

2. ช่วงนั้น ตั๋วเครื่องบินยังถูกอีกด้วย

　　さらに、その頃は、航空券も安いです。

3. ตัวหนังสือเล็ก และยังอ่านยากอีกด้วย

　　字が小さいし、さらに読みにくい。

....

หัวดี 頭がいい. ขยัน 勤勉である. ช่วงนั้น その頃. ตัวหนังสือ 文字.

④ ในเมื่อ....

❶ 文型：　　「ในเมื่อ +条件または状況を表す動詞（句）または文A」

❷ 意味：　　「Aのため、（仕方なく）～」「Aなら、（仕方なく）～」

❸ 要点：　　ある特定の条件または状況によって強いられた結果であること
　　　　　　を強調する表現である。言及された条件または状況によって引
　　　　　　き起こされる（た）出来事を表す文が後続することが普通である。

1. ในเมื่อทาน 1 เม็ด แล้วอาการไม่ดีขึ้น ฉันเลยทานเพิ่มอีก 1 เม็ด

　　1錠飲んでもよくならなかったので、もう1錠飲んだ。

2. ในเมื่อฝากธนาคารแล้วไม่ได้ดอกเบี้ย เอาเงินไปซื้อที่ดินไม่ดีกว่าหรือ

　　銀行に預けても利子が付かないので、そのお金で土地を買った方が良くな

い？
3.ในเมื่อคุณอยากได้ที่นั่งข้างหน้า คุณก็ต้องรีบไปแต่เช้า
　前の席が欲しいなら、あなたは朝早く行かなければならない。

เม็ด　[錠剤の類別詞]　～錠．อาการ　症状．เพิ่ม　増える,増やす．ฝาก　預ける,預かる．
ธนาคาร　銀行．ดอกเบี้ย　利子,利息．ที่ดิน　土地．ที่นั่ง　席．

⑤ สำหรับ....　⇨ 第6課を参照。

⑥ ....เหมือนกัน　⇨ 第8課を参照。

⑦ ....ให้....

❶ 文型：　「A ＋ให้＋ B」
❷ 意味：　「BをするようにAをする」
❸ 要点：　Aは働きかけるための行動を表す動詞（句）または文であり、B
　　　　　はAによって働きかけられる（た）行動を表す動詞（句）また
　　　　　は文である。

1.หัวหน้าบอกพวกเราให้รีบมาแต่เช้า
　部長は我々に早く来るように言った。
2.พ่อบังคับลูกสาวให้แต่งงานกับลูกชายของเพื่อน
　父親は娘に友人の息子と結婚するように強制した。
3.รัฐบาลกำลังรณรงค์ให้ประชาชนใช้สินค้าที่ทำขึ้นในประเทศ
　政府は国民が国産品を使うように運動している。

第18課　ขวากับซ้าย

4.ผมแนะนำเพื่อนให้เลือกเรียนภาษาไทย
　僕はタイ語を勉強するように友達に勧めた。

....

หัวหน้า　課長,部長. เช้า　朝早く. รณรงค์　運動する. สินค้า　商品. แนะนำ　勧める. เลือก　選択する.

練習問題

練習 I　下記の質問に答えなさい。

1. คนไทยสมัยโบราณนอนหันศีรษะไปทางทิศอะไร ทำไมจึงนอนหันศีรษะไปทางทิศนั้น
2. "ทักษิณาวรรต" หมายถึงอะไร
3. วัดที่ตั้งอยู่บนฝั่งซ้ายของแม่น้ำเจ้าพระยามีวัดอะไรบ้าง
4. ชื่อวัดดังกล่าวในข้อ 3 มีความเกี่ยวข้องอย่างไรกับความเชื่อเรื่องขวากับซ้ายของคนไทยสมัยโบราณ

練習 II

1　(a)～(g)の表現の中から5つ選んでタイ語で作文をしなさい。

2　1～7 の単文のそれぞれの意味が通じるように、(a)～(g) の中の表現を一つ選んで下線の部分に入れなさい。

(a) ....เป็น....   (b) ส่วน   (c) ยัง....อีกด้วย
(d) ในเมื่อ....   (e) สำหรับ   (f) ....เหมือนกัน
(g) ....ให้....

1. _____คนแก่ การได้อยู่กับลูก ๆ หลาน ๆ เป็นความสุขที่สุดในชีวิต
2. ภูเขาไฟระเบิด และแผ่นดิน_____ไหว_____
3. สำหรับคนที่มีรายได้เดือนละ 1 หมื่นบาท ค่าใช้จ่ายวันละ 200 บาท นับว่าสูง_____
4. สามีนับถือศาสนาอิสลาม_____ภรรยานับถือศาสนาคริสต์
5. กฎหมายกำหนด_____ประชาชนทุกคนเสียภาษี
6. _____เขาไม่ยอมจ่ายค่าเช่าบ้าน เจ้าของบ้านเลยต้องไล่เขาออก
7. แม่แบ่งเงินที่ได้มา _____ สองส่วน ส่วนหนึ่งให้ลูก ๆ อีกส่วนหนึ่งเก็บไว้ใช้เอง

คนแก่ お年寄り. ลูก ๆ หลาน ๆ 子供と孫. ความสุข 幸せ. ชีวิต 人生. ภูเขาไฟระเบิด 火山が噴火する. แผ่นดิน 大地. ไหว 揺れる. รายได้ 収入. ค่าใช้จ่าย 出費. นับว่า..... ~と見なす. นับถือ 信じる,尊敬する. ศาสนาอิสลาม イスラム教. ศาสนาคริสต์ キリスト教. กฎหมาย 法律. กำหนด 決める. ประชาชน 国民. เสีย 払う. ภาษี 税金. จ่าย 払う. ค่าเช่าบ้าน 家賃. ไล่....ออก 追い出す. ส่วน 部分.

練習Ⅲ　タイ語に訳しなさい。

1. ケーキを4つに切って下さい。
2. 新幹線では3時間かかる。しかし、飛行機の場合は1時間しかかからない。
3. このホテルは高いだけではなく、従業員のサービスも悪いです。

第18課　ขวากับซ้าย

4. 終電に間に合いそうもないので、今夜は会社に泊まる。
5. 小さい子供にとっては10個の百円玉の方が1枚の千円札より高価に思える。
6. A: この辺は夏は暑いですか。

　　B: ちょっと暑いです。
7. 医者はタバコを止めることを患者に強制した。
8. 平日はあまりお客さんがいない。しかし、休日の場合は混む。

ケーキ ขนมเค้ก . 従業員 พนักงาน . サービス บริการ . 終電 รถไฟเที่ยวสุดท้าย . 間に合う ทัน . 今夜 คืนนี้ . 泊まる ค้าง . 百円玉 เหรียญ 100 เยน . 札 แบงก์ . 高価 ราคาสูง . 患者 คนไข้ . 平日 วันธรรมดา . 客 ลูกค้า . 休日 วันหยุด . 混む แน่น .

第 19 課　กินทิ้งกินขว้าง

読解：食べ物が豊富な国タイの食べ方の現状を批判しているこの文章を読んで、食べ残すことにおける昔の人の考えと現在の一部の人の価値観を理解する。さらに、タイ人の「食べる」ことにおける習慣、マナー、また子育てと躾について理解する。

作文：日本人の食べることについての価値観とマナー、躾について説明する。

เวลาลูกพูดจา แสดงกิริยา หรือมีพฤติกรรมที่ขัดต่อสามัญสำนึกและจารีตอันดีงาม คนไทยสมัยก่อนจะประณามว่า "พ่อแม่ไม่สั่งสอน" เด็กจะเป็นอย่างไร คนสมัยก่อนจึงไม่โทษใคร①นอกจากพ่อแม่ แต่คนสมัยนี้ พ่อแม่จำนวนมาก②ไม่ค่อยได้แสดงความรักด้วยการอบรมว่ากล่าว มักจะแสดงความรักด้วยการตามใจลูก ลูกอยากได้อะไรก็จะหามาให้ เด็กสมัยนี้จึง③ค่อนข้างฟุ่มเฟือย คนสมัยก่อน④ถึงจะมีโอกาสฟุ่มเฟือยก็ได้รับการสอน⑤ไม่ให้ฟุ่มเฟือย คนฟุ่มเฟือยจะถูกยกเป็นตัวอย่างของคนไม่ดี ต่างจากสมัยนี้ที่คนจำนวนไม่น้อยนิยมว่า การขับรถแพง ๆ เปลี่ยนรถบ่อยๆ การทานอาหารแพง ๆ ตามภัตตาคารหรู ๆ การใช้สินค้ายี่ห้อดัง ๆ ของโลก เป็นหน้าเป็นตา เป็นที่ยกย่อง และเป็นการแสดงสถานะทางสังคม

จริงอยู่ ④ถึงประเทศไทยจะได้ชื่อว่ามีธรรมชาติที่อุดมสมบูรณ์ "ในน้ำมีปลา ในนามีข้าว" แต่คนสมัยก่อนก็ไม่ฟุ่มเฟือย พ่อแม่สั่งสอน⑤ไม่ให้ตักข้าวมาก⑥จนกินไม่หมด เวลากินห้ามทำหก และตักมาแล้วต้องกิน⑦จนหมด สอนให้เห็นคุณค่าของข้าวทุกเม็ด ไม่กินทิ้งกินขว้าง ทั้ง ๆ ที่สมัยนั้นอาหารยัง⑧ไม่แพงเท่าสมัยนี้ และถึงแม้จะมีธรรมเนียมไม่ให้ทานข้าวขอดหม้อ ซึ่งหมายถึงทาน⑦จนเกลี้ยงหม้อ ให้เหลือติดหม้อไว้⑨บ้างก็ไม่ใช่ว่าต้องการจะแสดงความมั่งคั่ง แต่เป็นเพราะต้องการเหลือไว้ทำทานแก่สัตว์หรือคนอดอยากที่ซัดเซพเนจรมา ไม่เหมือนสมัยนี้ ตามงานเลี้ยงบุฟเฟต์ บ่อยครั้งจะเห็นคนไทยตักอาหารมาก⑥จนทานไม่หมด ต้องเหลือทิ้ง อาหารที่เจ้าภาพกะไว้ว่าจะพอ⑩กลับไม่พอ⑪เพราะคนพวกนี้ ถ้าไม่แน่ใจว่าจะทานได้หมด ก็⑫ไม่น่าจะตักมามาก แล้วทานไม่หมด เหลือทิ้ง⑬เปล่า

ความอุดมสมบูรณ์ของอาหารการกินก็⑭น่าจะเป็นสาเหตุอันหนึ่งที่ทำให้คนไทยทั่วไปไม่รู้สึกว่า⑮กว่าจะได้มากินนั้นไม่ใช่เรื่องง่ายเลย ถ้าจะมีใครสักคนลองรวบรวมปริมาณอาหารที่คนไทยทิ้ง⑬เปล่าในแต่ละวันดู อาจจะได้ทราบว่ามีปริมาณมาก⑯พอที่จะใช้เลี้ยงเด็กที่อยู่ในท้องที่ขาดแคลนอาหารได้หลายสิบคนทีเดียว

ซากุระ – มะลิ เราอิ่มแล้ว

มะลิ – เราก็ทาน⑰ไม่เข้าแล้ว

ซากุระ – เหลือตั้งเยอะ ต้องทิ้งเหรอ เสียดายจัง

มะลิ – ไม่ต้องทิ้งหรอก เอากลับบ้าน

ซากุระ – เอากลับยังไง

มะลิ – ⑱เดี๋ยว⑲ให้ทางร้านเอาใส่กล่องกลับบ้านได้

กินทิ้งกินขว้าง 食べ残して捨てる. พูดจา 話す. กิริยา 行儀作法. พฤติกรรม 行為. ขัด 反する. สามัญสำนึก 常識. จารีต 慣習. สมัยก่อน 昔. ประณาม 非難する. (อบรม)สั่งสอน 躾をする. โทษ ～のせいにする. สมัยนี้ 現代. ความรัก 愛. ว่ากล่าว 注意する. ตามใจ 甘やかす. ฟุ่มเฟือย 贅沢する. ยก 取り上げる. ตัวอย่าง 例. ภัตตาคาร レストラン. หรู 豪華な. สังคม 社会. ยี่ห้อ ブランド. เป็นหน้าเป็นตา 誇る,自慢とする. ยกย่อง 賞賛する. สถานะทางสังคม 社会的地位. ธรรมชาติ 自然. อุดมสมบูรณ์ 豊かな. ตัก 汲む, とる. หก こぼれる. ทำ....หก こぼす. ค่า 価値 . เม็ด 粒. ธรรมเนียม 習慣. ขอด さらう. หม้อ 鍋. เกลี้ยง きれいに（何も残らず）. ความมั่งคั่ง 豊かさ. ทำทาน お布施をする. สัตว์ 動物. อดอยาก 飢える. ซัดเซพเนจร さすらう. งานเลี้ยง 宴会,パーティ. บุฟเฟ่ต์ ビュッフェ. ทิ้ง 捨てる. เจ้าภาพ 主催者 . เปล่า 空,無 . รวบรวม まとめる , 集合する. ปริมาณ 量. เลี้ยง ご馳走する . ขาดแคลน 不足 . กล่อง 箱.

第19課　กินทิ้งกินขว้าง

文法＆表現

①นอกจาก....

❶ 文型： 　1.「นอกจาก＋動詞（句）または名詞（句）＋(แล้ว), 否定形の動詞（句）または文」

　　　　　 2.否定形の動詞（句）または文, นอกจาก＋動詞（句）または名詞（句）」

❷ 意味： 　「〜以外〜しない」

❸ 要点： 　否定的な大勢、多数または全般の中にあって例外的に肯定されているものを示す場合に用いる。

1.ผมทานอะไรไม่ได้เลย นอกจากข้าวต้ม

　お粥以外、僕は何も食べられなかった。

2.ไม่มีใครสนใจสักคน นอกจากคุณยามาดะ

　ヤマダさん以外、誰一人として興味を持っていなかった。

3.นอกจากกินกับนอน ผมไม่อยากทำอะไรทั้งนั้น

　食べることと寝ること以外、私は何もしたくない。

สนใจ 興味を持つ. นอน 寝る.

②ไม่(ค่อย)ได้.... ⇨ 第6課を参照。

③ค่อนข้าง(จะ).... ⇨ 第3課を参照。

④ถึง(จะ)....ก็....

- ❶ 文型： 「ถึง (A) จะ 動詞（句），(B) ก็ 動詞（句）」
- ❷ 意味： 「（Aは）〜しても、（Bは）〜」
- ❸ 要点：
  1. จะとก็は必ず主語または主題AまたはBの後ろで、動詞（句）の前に付けるが、ถึงは条件または状況を表す節の主語または主題の後ろに置かれることもある。
  2. AとBが同じ人、物事を表すなら、どちらかを省略することがよくある。そして、一般の出来事については、両方の主語または主題が省略されることが普通である。
  3. 口語の場合、ถึง(จะ)が省略されることも多くある。

1. ถึงจะร้อน ผมก็ไม่อยากเปิดแอร์

   暑くても、冷房をつけたくない。

2. ถ้าเป็นหวัดธรรมดา ถึงไม่ทานยา ก็หาย

   普通の風邪なら、薬を飲まなくても治る。

3. ฝนตก ก็ไม่งด

   雨が降っても、中止しない。

แอร์ 冷房. ยา 薬. หาย 治る. งด 中止する.

⑤....ไม่ให้....

- ❶ 文型： 「A ＋ไม่ให้ ＋ B」
- ❷ 意味： 「BをしないようにAをする」
- ❸ 要点： Aは働きかけを表す動詞（句）または文であり、BはAをする人にとって望まない出来事または事情を表す動詞（句）または文である。

第19課　กินทิ้งกินขว้าง

1. แม่สอนลูกไม่ให้ใช้เท้าชี้สิ่งของ
    母親は足でものを指さないように子供にしつけた。
2. ครูห้ามนักเรียนไม่ให้เจาะหูและย้อมสีผม
    先生は耳に穴を空けないように、また髪の毛を染めないように学生に禁制した。
3. ลูกพี่สั่งลูกน้องไม่ให้สารภาพกับตำรวจ
    親分は警察に供述をしないように子分に命令した。

....

สิ่งของ もの. ห้าม 禁制する.เจาะ 穴を空ける. ย้อมสี 染める,カラーリング. ลูกพี่ 親分. สั่ง 命令する. ลูกน้อง 子分. สารภาพ 供述する.

⑥ จน....

- ❶ 文型： 「A จน B」
- ❷ 意味： 「BほどA」
- ❸ 要点： Aは程度が非常に高い出来事を表す語句または文であり、BはAによって引き起こされた結果としての事柄を表す語句または文である。

1. เมื่อวานนี้อากาศร้อนมากจนฉันปวดหัว
    昨日は頭が痛くなったほど暑かった。
2. เนื้อชิ้นนี้เหนียวจนเคี้ยวไม่ออก
    このお肉は噛み切れないほど固いです。
3. จิโรอ้วนขึ้นจนใส่กางเกงไม่เข้า
    ジロウは、ズボンを履けなくなるほど太った。

....

ปวดหัว 頭痛する. เนื้อ 肉. เหนียว 固い,粘る. เคี้ยว 噛む. เข้า 入る.

⑦จน....

❶ 文型： 「動詞（句）A+จน + 目標とされる状態を表す語（句）B」

❷ 意味： 「BになるまでAをする」

❸ 要点： 目標とされる状態になるまで努力してある行動をし続けることを表す。

1.เมื่อวานนี้อุตส่าห์ล้างรถจนสะอาด วันนี้ฝนตกอีกแล้ว

昨日はせっかくきれいに洗車したが、また今日は雨だ。

2.ถ้าต้มจนเปื่อย จะอร่อยมาก

柔らかくなるまで煮込んだらとてもおいしいです。

3.ฮานาโกะเลี้ยงลูกจนโตแล้วจึงกลับไปทำงาน

ハナコは子供が大きくなるまで育てて、それから仕事に復帰している。

สะอาด きれい,清潔. ต้ม ゆでる,煮込む. เปื่อย 柔らかい. เลี้ยง 育てる. โต 大きい.

⑧ไม่....เท่า....

❶ 文型： 「A +ไม่ +動詞（句）+ เท่า + B」

❷ 意味： 「AはBほど～ない」

❸ 要点： AとBは比較対象となる人、動物、事物を表す語（句）であり、Bの方が程度が高いことを表す。

1.ปีที่แล้วไม่ร้อนเท่าปีนี้

昨年は今年ほど暑くなかった。

2.ภาษาไทยไม่ยากเท่าภาษาญี่ปุ่น

タイ語は日本語ほど難しくない。

3.ขับรถไปไม่เสียเวลาเท่านั่งรถไฟไป

車で行くと電車で行くほどには時間がかからない。

เสียเวลา　時間がかかる.

⑨....บ้าง

❶ **文型：**　「動詞（句）＋บ้าง」

❷ **意味：**　「少し～」「若干～」「わずかに～」

❸ **要点：**　数量、程度、価値、時間、回数などが非常に少ない状態を表す。

1.พรุ่งนี้คงพอมีเวลาบ้าง

明日少し時間があるかも知れない。

2.ที่โอซากาหิมะก็ตกบ้าง แต่ที่โตเกียวไม่ตกเลย

大阪では雪が少し降っていたが、東京では全然降っていなかった。

3.มีคนขับรถไปทำงานบ้าง ส่วนใหญ่จะนั่งรถเมล์หรือรถไฟไป

車で通勤する人も若干いるが、殆どの人はバスや電車で通う。

หิมะ　雪.

⑩กลับ....

⇨ 第 1 課を参照。

⑪ ....เพราะ....

- ❶ 文型： 1.「A［現状を表す動詞（句）または文］＋เพราะ＋B［名詞（句）］」

    2.「เพราะ＋B［名詞（句）］, （主語または主題）＋A［現状を表す動詞（句）］」

- ❷ 意味： 「BのせいでA」「BのおかげでA」「BのためにA」
- ❸ 要点： 現状Aの原因がBにあることを強調する。

1. เขาเข้าบริษัทนี้ได้เพราะพ่อ

   彼は父親のおかげでこの会社に入れた。
2. สมชายเป็นหนี้มากเพราะการพนัน

   賭博のためにソムチャーイはたくさん借金をしている。
3. เพราะเครื่องขายตั๋ว ฉันเลยไปขึ้นรถไฟไม่ทัน

   切符の自動販売機のせいで私は電車に乗り損なった。

เป็นหนี้ 借金する. การพนัน 賭博. เครื่องขายตั๋ว 切符の自動販売機. ทัน 間に合う.

⑫ ไม่น่า....

- ❶ 文型： 「（主語または主題）＋ไม่น่า＋動詞（句）」
- ❷ 意味： 「〜するんじゃなかった」「〜しなければよかったのに」
- ❸ 要点： 1.相手または人を非難する表現である。この場合、主語または主題は相手または第三者を表す語（句）でなければならない。

    2. 文の最後にเลย を付けると、その非難がより強調される。主に口語で用いられる。

第19課　กินทิ้งกินขว้าง

1. คุณไม่น่าลาออกจากงานตอนนี้เลย
　この時期に会社を辞めるんじゃなかった。
2. เขาไม่น่าเชื่อเพื่อนมากถึงขนาดนั้นเลย
　彼女は友達をそんなに信じなければよかったのに。
3. ตอนนั้นเขาเมา ไม่น่าขับรถกลับบ้าน
　その時彼は酔っぱらっていた。車を運転して家に帰るんじゃなかった。

ลาออก（会社、学校等を）辞める. เชื่อ 信じる. เมา 酔っぱらう.

⑬....เปล่า (ๆ)　⇨ 第8課を参照。

⑭ น่าจะ....

　❶ 文型：　「（主語または主題）+น่าจะ + 動詞（句）」
　❷ 意味：　「（主語または主題は）きっと～」「～のはずだ」
　❸ 要点：　話し手の自信を表す表現である。

1. อากาศร้อนอบอ้าวอย่างนี้ ฝนน่าจะตกนะ
　こんなに蒸し蒸しすると、雨が降りますね。
2. ฉันโทรไปหลายครั้งแล้วไม่เจอ เขาน่าจะกลับเมืองไทยไปแล้ว
　私は何回も電話をしたが留守だった。彼はもうタイに帰ってしまったはずだ。
3. ออกจากบ้านสิบโมง น่าจะทัน
　10時に出かけたら、間に合うはずです。

ร้อนอบอ้าว 蒸し暑い. ทัน 間に合う.

⑮กว่าจะ....

- ❶ 文型 :　　1.「กว่า +A+ จะ +B, C」
　　　　　　　2.「C, กว่า +A+ จะ +B」
- ❷ 意味 :　　「AはBになるまで、Cをする」
- ❸ 要点 :　　ある目標または結果になるまで、相当な努力、体力、気力、お金、時間を使ったことを表す。Aは主語または主題であり、Bは目標または結果を表す動詞（句）である。そして、Cは辛うじてできる（できた）事を表す動詞（句）または文である。

1. ต้องรักษาตั้งครึ่งปีกว่าจะหาย
　治るまで半年も治療を受けなければならない。
2. กว่าจะซื้อรถคันนี้ได้ ผมต้องทำงานเก็บเงินตั้งสิบปี
　この車を買えるまで僕は10年も働いてお金を貯めていた。
3. จิโรไปเรียนทำอาหารที่อิตาลีอยู่ห้าปีกว่าจะกลับมาเปิดร้านอาหารได้
　ジロウはレストランを開店するまで、イタリアで5年も料理を勉強していた。

รักษา 治療をする,治療を受ける. เก็บเงิน お金を貯める.

⑯....พอที่จะ....ได้

- ❶ 文型 :　　「A พอที่จะ B ได้」
- ❷ 意味 :　　「Bをするのに十分であるA」
- ❸ 要点 :　　ある行動を行なうための最低条件が整っていることを表す。Aは動詞（句）または文であり、Bは動詞（句）である。

第19課　กินทิ้งกินขว้าง

1. ฮานาโกะเก็บเงินพอที่จะซื้อบ้านได้แล้ว แต่ยังหาบ้านที่ถูกใจไม่เจอ
   ハナコは家を買うのに十分お金を貯めているが、まだ気に入った家が見付からない。
2. เราเตรียมของกินมามากพอที่จะเก็บไว้กินได้ 1 อาทิตย์
   我々は1週間食べるのに十分な食べ物を用意してきた。
3. ลูกโตพอที่จะไปไหน ๆ ได้คนเดียวแล้ว
   子供は1人で行動できるまでに十分成長した。

....

ถูกใจ 気に入る. เตรียม 用意する. เก็บ 保存する,貯める. โต 大きい,成長する.

⑰....(ไม่)เข้า

❶ 文型：　　「動詞（句）＋(ไม่)เข้า」

❷ 意味：　　「～することができる（できない）」

❸ 要点：　　可能表現の1つである。より広い空間からより狭い空間に向かってある行動を行ない、目標や目的に到達する場合は「...เข้า」となり、そうでない場合は「...ไม่เข้า」となる。

1. ลูกโตขึ้นมาก ใส่กางเกงที่ซื้อเมื่อปีที่แล้วไม่เข้า
   子供はずいぶん大きくなったので、去年買ったズボンが履けない。
2. กระเป๋าเต็มแล้ว ใส่ไม่เข้า
   スーツケースはもういっぱいです。入らない。
3. เท้าเขาใหญ่มากนะ จะใส่รองเท้าคู่นี้เข้าหรือ
   彼の足はずいぶん大きいですよ。この靴を履けるかしら？

....

เต็ม　いっぱい.

⑱ เดี๋ยว....

- ❶ 文型： 「เดี๋ยว＋動詞（句）または文」
- ❷ 意味： 「後で〜」「もうすぐ〜」
- ❸ 要点： 時間をおかないさまを表す。未来の出来事しか用いられない。主に口語。

1. แม่จะไปซื้อของนะ เดี๋ยวกลับ

   お母さんは買い物に行きますね。すぐ帰ってきますよ。

2. เดี๋ยวฝนคงหาย

   雨はすぐ止むだろう。

3. คุณไปก่อน เดี๋ยวผมตามไป

   あなたは先に行ってください。僕は後で行きます。

หาย （病気が）治る, （雨が）止む. ตามไป 付いていく.

⑲ ให้....

- ❶ 文型： 「ให้＋動詞（句）」
- ❷ 意味： 「〜してもらう」「〜させる」
- ❸ 要点： 使役表現である。ให้ に引き起こさせる具体的な行動を表す動詞が先行する場合も多くある。

1. หัวหน้าให้ลูกน้องส่งรายงานพรุ่งนี้

   上司は部下に、明日レポートを提出するように指示した。

2. เมื่อวานนี้ผมเอาเสมหะไปให้หมอตรวจมา

   昨日僕は痰を持っていってお医者さんに検査してもらってきました。

第19課　กินทิ้งกินขว้าง

3.เราให้บริษัทก่อสร้างประเมินราคา
　我々は建設会社に見積もりをしてもらった。

เสมหะ 痰. ก่อสร้าง 建設する. ประเมินราคา 見積もりをする.

練習問題

練習 I　下記の質問に答えなさい。

1. คนไทยสมัยนี้เลี้ยงลูกไม่เหมือนคนไทยสมัยก่อนอย่างไร
2. คนไทยสมัยก่อน เวลาทานข้าว จะเหลือข้าวไว้เพื่ออะไร
3. ในเรื่องเกี่ยวกับการทานข้าว พ่อแม่สมัยก่อนสอนลูกอย่างไร
4. ตอนไปทานข้าวกับซากุระ มะลิจัดการอย่างไรกับอาหารที่เหลือ

練習 II

1　(a)〜(r)の表現を使ってタイ語で作文をしなさい。

2　1〜21の単文のそれぞれの意味が通じるように、(a)〜r)の中の表現から1つ選んで下線の部分に入れなさい。

(a) นอกจาก....　(b) ไม่ค่อยได้....　(c) ค่อนข้าง(จะ)....
(d) ถึง(จะ)....ก็....　(e) ....ไม่ให้....　(f) ....จน....
(g) ไม่....เท่า....　(h) ....บ้าง　(i) ....กลับ....

(j) เพราะ....   (k) ....ไม่น่า....   (l) ....เปล่า
(m) น่าจะ....   (n) กว่าจะ....   (o) พอที่จะ....ได้
(p) ....(ไม่)เข้า   (q) เดี๋ยว....   (r) ....ให้....

1. แถวนี้ก็เคยมีแผ่นดินไหว_____ แต่ ____บ่อย_____ โตเกียว
2. เขาไม่มาหรอก คุณคอยเสียเวลา _____
3. ตอนเด็ก ฉันต้องทำการบ้าน_____ เสร็จก่อน แล้วจึงดูโทรทัศน์ได้
4. ไปเมืองไทยคราวนี้ไม่ได้เจอใครเลย_____ คุณศักดิ์
5. คุณ_____ สูบบุหรี่มากอย่างนี้เลย
6. _____ ไม่รวย____ มีความสุขได้
7. รองเท้าคู่นี้ออกแบบดีมาก _____ ใส่สบาย
8. นักร้องคนนี้เสียง _____ ดี _____ คนนั้น
9. วันเสาร์-อาทิตย์ _____ มีคนมามาก
10. ทาโรไม่ชอบเรียนกฎหมาย แต่ก็ทนเรียน_____ จบ
11. ตั้งแต่ฮิโรชิไปอยู่โอซากา เขา _____ ไปเล่นสกี
12. กิน _____ กิน_____ แล้ว แต่ก็ยังอยากกินอีก เลยอ้วนอย่างนี้
13. เราต้องรอ_____ ลูกค้ากลับไปหมดแล้ว ถึงจะปิดร้านได้
14. ตอนเช้ากับตอนกลางคืน อากาศ _____ เย็นกว่าตอนกลางวัน
15. เพื่อนฉันขอร้องฉัน_____ บอกหัวหน้าเรื่องโดดงานเมื่อวานนี้
16. ผู้จัดการ____ คนขับรถไปรับคุณทานากะที่สนามบิน
17. วันนี้ขับรถไป นึกว่าจะไปถึงเร็ว แต่_____ ถึงช้ากว่าวันอื่น เพราะรถติดตลอดทาง
18. ฮิโรชิเรียนอยู่ 8 ปี _____ จบ
19. ซากุระพูดภาษาไทยเก่ง_____ เป็นล่าม ___
20. ฉันจะไปเข้าห้องน้ำก่อน แล้ว_____ จะตามไป
21. เขาลาออกจากงาน _____ เจ้านาย

第19課　กินทิ้งกินขว้าง

แผ่นดินไหว 地震. คอย 待つ. การบ้าน 宿題. เสร็จ 終わる. คราวนี้ 今回. ออกแบบ デザインする. ใส่สบาย 履き心地がいい. นักร้อง 歌手. เสียง 声. กฎหมาย 法律, 法学. ทน 我慢する. สกี スキー. ลูกค้า（商売の）客. ขอร้อง 依頼する, 願う. ผู้จัดการ 社長. ตลอด ずっと. ล่าม 通訳の人. ลาออกจากงาน 辞職する.

練習Ⅲ　タイ語に訳しなさい。

1. ここは湿度が比較的高い。
2. あの子はお肉以外何も食べなかった。
3. 昨日から雨が降っているので、犬を散歩に連れていっていない。
4. 英語ができなくても海外旅行に行けます。
5. 乾燥するまで干さなければならない。
6. どれにすればいいか分からないほど商品が非常に多かったです。
7. 昨日の熱は今日ほど高くなかった。
8. あなたは（運転）免許証を忘れるんじゃなかった。
9. 彼は欠席したことがないので、今日も来るはずです。
10. 卒業できるまで6年間勉強しなければならない。
11. 一所懸命しても疲れるだけで、無駄です。
12. 私は電気を付けっぱなしにしないように従業員にお願いした。
13. 私はたまには外食をしますが、普通は自分で作って食べます。
14. 昨日、私は頭が痛かったので、友達に薬を買いに行ってもらった。
15. タクシーで行ったら（早く着くところが）かえって遅く着いた。
16. すぐ出来上がります。2分も掛かりません。
17. 妹は10キロ太ったので、私が彼女にあげたスカートが履けない。
18. 大統領のせいで、我々の国は戦争に参加しなければならなかった。

19. その部屋は20人の人が一緒に泊まれるほど十分広い。
20. 子供が嘘をつかないように親はしつけなければならない。

....

湿度 ความชื้น . 肉 เนื้อ . 散歩する เดินเล่น . 海外旅行 ไปเที่ยวต่างประเทศ . 乾燥する แห้ง . 干す ตาก .商品 สินค้า . 熱 ไข้ .免許証 ใบขับขี่. 欠席する ขาด. 卒業する เรียนจบ. 一生懸命に〜 ขยัน..... 疲れる เหนื่อย. 電気 ไฟ.付けっぱなし เปิดทิ้งไว้. 従業員 พนักงาน . 願う ขอร้อง .外食する ทานข้าวนอกบ้าน. スカート กระโปรง . 大統領 ประธานาธิบดี . 戦争 สงคราม . 参加する เข้าร่วม .泊まる พัก , ค้าง . 嘘をつく โกหก.

第20課　พยากรณ์อากาศ

読解：タイの天気予報の内容および天気に対するタイ人の意識を、実際の天気予報の文章や、日本人とタイ人との会話を読んで理解する。

作文：天気に関する語句と表現を使って、日本のある日の天気予報をタイ語で書く。

พยากรณ์อากาศประจำวันที่ 17 มกราคม 2549

สภาวะอากาศทั่วไป ลมตะวันออกเฉียงใต้พัดเอาความชื้นจากอ่าวไทยเข้ามาปกคลุมประเทศไทยตอนบน ทำให้มีหมอกในหลายพื้นที่รวมทั้งกรุงเทพมหานคร ①ขอให้ระวังอันตรายในการเดินทางผ่านบริเวณที่มีหมอกในระยะนี้ด้วย

กรุงเทพมหานคร - มีหมอกในตอนเช้า อุณหภูมิต่ำสุด 28 องศา สูงสุด 35 องศา ลมตะวันออกเฉียงใต้ 10-20 กม./ ชม.

ภาคเหนือ - ตอนเช้ามีหมอก อากาศหนาว อุณหภูมิต่ำสุด 11 องศา สูงสุด 35 องศา บริเวณยอดดอยอากาศหนาวจัด อุณหภูมิต่ำสุด 3-5 องศา

ภาคตะวันออกเฉียงเหนือ - อากาศเย็น อุณหภูมิต่ำสุด 16 องศา สูงสุด 35 องศา บริเวณยอดภูอุณหภูมิต่ำสุด 8-12 องศา

ภาคกลาง - ท้องฟ้าแจ่มใส มีเมฆปกคลุม②เป็นบางส่วน ตอนเช้ามีหมอก อุณหภูมิต่ำสุด 21 องศา สูงสุด 35 องศา

ภาคตะวันออกรวมทั้งชายฝั่ง - อุณหภูมิต่ำสุด 22 องศา สูงสุด 35 องศา ทะเลมีคลื่นต่ำกว่า 1 เมตร

ภาคใต้ชายฝั่งตะวันออก - อุณหภูมิต่ำสุด 21 องศา สูงสุด 32 องศา ทะเลมีคลื่นสูงประมาณ 1 เมตร

ภาคใต้ชายฝั่งตะวันตก - มีเมฆบางส่วน อุณหภูมิต่ำสุด 21 องศา สูงสุด 32 องศา ทะเลมีคลื่นสูงประมาณ 1 เมตร

โดยทั่วไป คนไทย③ไม่ค่อยสนใจเรื่องการเปลี่ยนแปลงของดินฟ้าอากาศในชีวิตประจำวันเท่าคนญี่ปุ่น บางคนอาจจะไม่เคยดูทีวี

หรืออ่านหนังสือพิมพ์เกี่ยวกับพยากรณ์อากาศ④ด้วยซ้ำ

ซากุระ – วันนี้อากาศดีนะ
มะลิ – เหรอ ⑤ไม่เห็นดีเลย ร้อน⑥จะตาย
ซากุระ – ท้องฟ้าแจ่มใสยังงี้ ก็ต้อง⑦นับว่าอากาศดีไม่ใช่เหรอ
มะลิ – สำหรับเรา อากาศดีต้องไม่ค่อยร้อน มีลมอ่อนๆพัด เย็นสบาย
ซากุระ – ตอนเย็นฝนจะตกไหม
มะลิ – ไม่รู้ซี
ซากุระ – เมื่อเช้านี้มะลิไม่ได้ดูพยากรณ์อากาศเหรอ
มะลิ – เราไม่ค่อยสนใจ......นั่น ซากุระเอาร่มไปทำไมล่ะ
ซากุระ – ⑧เผื่อฝนตก
มะลิ – ฝนตกเหรอ ถ้าตกเบาๆไม่ต้องกางร่มหรอก เปียกนิด⑨เดียว ⑩เดี๋ยวก็แห้ง
ซากุระ – ถ้าตกหนักล่ะ
มะลิ – ถ้าตกหนัก กางร่ม⑪ก็เปียก หลบฝนแป๊บ⑨เดียว ⑩เดี๋ยวฝนก็หาย ⑤ไม่เห็นต้องเอาร่มไปเลย เกะกะ⑫เปล่า ๆ

....

พยากรณ์อากาศ 天気予報. ประจำ ～における. สภาวะ 状況. ทั่วไป 一般. ลม 風. ตะวันออกเฉียงใต้ 東南. พัด 吹く. ความชื้น 湿気. อ่าว 湾. หมอก 霧. พื้นที่ 地域. รวม 含む,含める. ระวัง 注意する, 気を使う. อันตราย 危険. เดินทาง 通行する,行く. ผ่าน 通る. บริเวณ 地域. ระยะนี้ このごろ. อุณหภูมิ 温度. กม. (กิโลเมตรの省略字) キロメートル. ชม. (ชั่วโมง の省略字) 時間. ดอย 山 (北の方言). ภู 山 (東北の方言). ท้องฟ้าแจ่มใส 晴れ. เมฆ 雲. ชายฝั่ง 海岸. คลื่น 波. การเปลี่ยนแปลง 変化. ดินฟ้าอากาศ 気候. ชีวิตประจำวัน 日常生活. ลมอ่อน ๆ 弱い風. เมื่อเช้านี้ 今朝. สนใจ 気にする, 興味を持つ. ร่ม 傘. เปียก 濡れる. แห้ง 乾く. หลบฝน 雨宿りする. ฝนหาย 雨が止む. เกะกะ じゃまになる.

第20課　พยากรณ์อากาศ

文法＆表現

①ขอให้....　⇨　第13課を参照。

②เป็นบาง....

❶ 文型：　「เป็นบาง + 類別詞」

❷ 意味：　「一部の〜として」

❸ 要点：　人、動物、物事の全体・全部ではなく、その一部分のことを指す。主語としても用いられる「บาง+類別詞」と違い、副詞としてしか用いられない「เป็นบาง+類別詞」には定期的、選択的な意味合いがある。

1. พิพิธภัณฑ์แห่งนี้เปิดให้ประชาชนทั่วไปเข้าชมเป็นบางวัน

　この博物館はときどき（定期的）一般の人が見られるように開館する。

2. ผมทานเครื่องดื่มพวกแอลกอฮอล์เป็นบางชนิด

　僕はアルコール類の飲み物を（選択して）いくつかの種類を飲みます。

3. นายจ้างขึ้นค่าแรงให้ลูกจ้างเป็นบางคน

　雇い主は従業員の一部の賃金を上げた。

พิพิธภัณฑ์ 博物館．ประชาชน 市民，国民．ทั่วไป 一般の．เข้าชม 見る．เครื่องดื่มพวกแอลกอฮอล์ アルコール類の飲み物．ชนิด 種類．นายจ้าง 雇い主．ค่าแรง 賃金．ลูกจ้าง 従業員．

③ไม่....เท่า　⇨　第19課を参照。

④....ด้วยซ้ำ

❶ 文型： 「A［動詞（句）または文］+ด้วยซ้ำ」
❷ 意味： 「それどころか～すら～」「むしろそれより～」
❸ 要点： Aという事情や状態を、追加説明することで強調する。

1. เขาคงไม่คิดว่าตัวเองผิดด้วยซ้ำที่ทำแบบนี้

　むしろそれより彼はこのような行為が悪いと思ってすらいないでしょう。

2. ฉันไม่เคยเจอเขา ไม่รู้จักด้วยซ้ำว่าเขาชื่ออะไร

　彼には会ったことがない、それどころか彼の名前すら知らないのよ。

3. เมื่อคืนกลับบ้านกี่ทุ่มก็ไม่รู้ จำไม่ได้ด้วยซ้ำว่ากลับมาได้ยังไง

　夕べ何時に帰ってきたか分からない。それどころか、どうやって帰ってきたかすら覚えていない。

ผิด 間違う. เมื่อคืน 夕べ.

⑤ไม่เห็น.... ⇨ 第10課を参照。

⑥....จะตาย

❶ 文型： 「動詞（句）+ จะตาย」
❷ 意味： 「めちゃくちゃ～」
❸ 要点： ある状態の程度の高さを強調する口語表現である。

1. ผู้ชายคนนี้ขี้เหนียวจะตาย ถูกล็อตเตอรี่ตั้งสองร้อยล้านเยน แต่ไม่ยอมแบ่งให้ใครเลยสักเยน

この男はドケチです。2億円の宝くじに当たったのに1円も誰にも分けない。

2.อิ่มจะตาย แต่เห็นขนมเค้กแล้วอดทานไม่ได้

お腹いっぱいですが、ケーキを見たら食べずにはいられません。

3.นัตโตไม่เหม็นหรอก อร่อยจะตาย

納豆は臭くないですよ。めちゃくちゃおいしいです。

……………………………………………………………………………………

ขี้เหนียว ケチ. ล็อตเตอรี่ 宝くじ. แบ่ง 分ける. อิ่ม お腹がいっぱい. ขนมเค้ก ケーキ. เหม็น 臭い.

⑦นับว่า....

❶ 文型：　「นับว่า ＋動詞（句）または文」

❷ 意味：　「～と見なされる」「～と考えられる」「～と考えてもおかしくはない」「～と言える」

❸ 要点：　他者または一般と対比することによって判断する場合に用いられる。

1.พจนานุกรมเล่มนี้บรรจุคำศัพท์กว่าสามหมื่นคำ ราคาแค่ 1000 เยน นับว่าถูกมาก

この辞書は3万語も入っているのに、値段はたった1000円で、非常に安いと言える。

2.สำหรับคนญี่ปุ่น ใส่พริกแค่นี้ก็นับว่าเผ็ดมากแล้ว

日本人にとっては、これだけ唐辛子を入れるととても辛いと思われる。

3.ห้องขนาด 12 ตารางเมตรสำหรับผม นับว่ากว้างทีเดียว

12平方メートルの部屋は僕にとっては非常に広いと言える。

……………………………………………………………………………………

พจนานุกรม 辞書 ,辞典 .บรรจุ 入る . คำศัพท์ 語彙 . ขนาด 大きさ , 広さ. ตารางเมตร

平方メートル. กว้าง 広い . ทีเดียว 非常に.

⑧ เผื่อ(จะ)....

❶ 文型：　　「(A +)เผื่อ(จะ)+ B」
❷ 意味：　　「Bかもしれない（のでAをする）」
❸ 要点：　　Bという出来事を予測することにより、それに対処できるようにAという行動をとることを考える。

1. ฉันจะเอาโค้ทไปด้วยเผื่อหนาว

　寒いかも知れないので、コートを持っていく。

2. เตรียมของกินมาด้วยนะ เผื่อจะหิว

　お腹が空くかも知れないので、食べ物も用意してきてね。

3. เวลาไปโรงพยาบาลผมจะเอาหนังสือไปอ่านด้วย เผื่อต้องรอนาน

　病院へ行くときは、長く待たなければならないかも知れないので、僕はいつも本を持っていきます。

....

โค้ท コート. เตรียม 準備する. หิว お腹が空く. รอ 待つ. นาน （時間が）長い.

⑨ ....เดียว　⇨　第1課を参照。

⑩ เดี๋ยวก็....　⇨　第12課を参照。

第20課　พยากรณ์อากาศ

⑪ ....ก็....

❶ 文型： 「A +ก็+ B」

❷ 意味： 「AをしてもB」

❸ 要点： 「ถึง A+ก็+B」、「ถึงแม้ว่า A+ก็+B」と同じく、逆接の文を作る。主に口語で用いられる。Aは動詞（句）または文であり、Bは動詞（句）である。

1. ฉันชอบงานโรงพิมพ์มาก ค่าจ้างถูกก็ทำ
   印刷の仕事が大好き。賃金（時給）が安くてもする。
2. ผมติดใจการ์ตูนเรื่องนี้มาก อ่าน10ครั้งก็ไม่เบื่อ
   この漫画をとても気に入っています。10回読んでも飽きない。
3. แต่งงานฉันก็จะไม่เปลี่ยนนามสกุล
   結婚しても私は名字を変えない。

....

โรงพิมพ์ 印刷所. ค่าจ้าง 賃金. ติดใจ 気に入る. เบื่อ 飽きる. เปลี่ยน 変える. นามสกุล 名字.

⑫ ....เปล่า ๆ　　⇨　第8課を参照。

練習問題

練習Ⅰ　　下記の質問に答えなさい。

1. คนไทยทั่วไปสนใจเรื่องเกี่ยวกับการเปลี่ยนแปลงของดินฟ้าอากาศมากไหม
2. สำหรับซากุระ "อากาศดี" หมายถึงอะไร
3. สำหรับมะลิ "อากาศดี" หมายถึงอะไร
4. มะลิชอบกางร่มเวลาฝนตกหรือไม่ มะลิทำยังไงเวลาฝนตก

練習Ⅱ

1　　(a)～(l)の表現を使ってタイ語で作文をしなさい。

2　　1～12 の単文のそれぞれの意味が通じるように、(a)～(l) の中の表現を1つ選んで下線の部分に入れなさい。

(a) ขอให้....　　　(b) ....เป็นบาง....　　　(c) ไม่....เท่า....
(d) ....ด้วยซ้ำ　　(e) ไม่เห็น....　　　　(f) ....จะตาย
(g) นับว่า....　　　(h) เผื่อ(จะ)....　　　(i) ....เดียว
(j) เดี๋ยวก็....　　　(k) ....ก็....　　　　　(l) ....เปล่า ๆ

1. เดินไป _____ ถึง ไม่ต้องขับรถไปหรอก
2. ถึงรู้ว่าวันนี้ต้องแพ้แน่ ๆ ฉัน _____ ดูจนจบ
3. ใคร ๆ บอกว่าทุเรียนเหม็น ฉันลองทานดู _____ เหม็นเลย

252

第20課　พยากรณ์อากาศ

　　　อร่อย＿＿＿＿ ฉันติดใจ ทานทุกวัน＿＿＿ คงไม่เบื่อ
4. กระเป๋ายี่ห้อนี้แพง＿＿＿ แต่วัยรุ่นชอบซื้อ ไม่รู้ไปเอาเงินมาจากไหน
5. ค่าครองชีพที่เมืองไทย ＿＿＿ สูง ＿＿＿ ที่ญี่ปุ่น
6. ฉันนึกไม่ออกว่าเคยเจอเขาที่ไหน จำไม่ได้＿＿＿＿ว่าเคยเจอเขา
7. เขาไม่ค่อยมีโอกาสใช้ภาษาไทย พูดได้ขนาดนี้＿＿＿＿ เก่งทีเดียว
8. คนเยอะมาก อย่าไปเลย มองไม่เห็นหรอก เสียเวลา＿＿＿
9. ใกล้นิด ＿＿＿ เดินไปก็ได้ ไม่ต้องนั่งรถไฟไปหรอก
10. ＿＿＿＿รักษาความสะอาดด้วย
11. เครื่องสำอางแบบนี้ มีขาย＿＿＿＿ ร้าน
12. คุณควรเตรียมเงินสดไปด้วย ＿＿＿ ใช้บัตรเครดิตไม่ได้

....

แพ้　負ける. ยี่ห้อ　ブランド. วัยรุ่น　若者,ティーンエイジャー. ค่าครองชีพ　生活費.
นึกไม่ออก　思い出せない . รักษา　守る. ความสะอาด　清潔さ. เครื่องสำอาง　化粧品.
เงินสด　現金. บัตรเครดิต　クレジットカード.

練習Ⅲ　　タイ語に訳しなさい。

1. 時間を守るように。
2. （全部の小説ではなく）一部の小説しかよく売れない。
3. 今年は去年ほど寒くはない。
4. 彼は殺していないし、それどころか被害者には会ったことすらないと言った。
5. この歌は流行っている。私は聞いてみたが、きれいだとは思わない。
6. ヤマダ先生の日本語はめちゃくちゃ速い。留学生には聞き取れる人が1人もいない。

7. 普通、この辺は雪があまり降らない。今年はもう3回降っているので、よく降ると言える。
8. 雨が降るかも知れないので、私はレインコートも持っていきます。
9. 今日はとても忙しかった。1分でさえ休む時間がなかった。
10. 料理は余らないと思う。10人もいるから、すぐ全部食べる。
11. 風邪を引いても出勤する。
12. この劇は面白くなかった。見に行ったのは時間の無駄であった。

....

時間 เวลา . 守る รักษา . 小説 นิยาย . 殺す ฆ่า . 被害者 ผู้เสียหาย . 流行っている กำลังฮิต . (歌が) きれい เพราะ . 聞き取れる ฟังทัน , ฟังรู้เรื่อง . 普通 ตามปกติ . レインコート เสื้อกันฝน . 分 นาที . 余る เหลือ . 全部 หมด . 出勤する ไปทำงาน . 劇 ละคร .

第 21 課　ผู้หญิงไทยกับความงาม

読解：タイではどのような女性が美しいと思われるのか、その伝統的な基準や価値観とは何か、そしてそれは現在に至るまでにどのように変化してきたのか。また、美しい女性の舞台である「美人コンテスト」に対する意識の変化を理解する。

作文：日本の社会においてはどのような女性が美しいと思われているのか、昔と現在ではその意識に変化があるかどうか、またどのように変化したのかについて説明する。

　　　　ผู้หญิงที่ได้ชื่อว่า "สวย" ตามคติดั้งเดิมของไทยจะต้องมีคุณสมบัติครบ 5 ประการที่เรียกว่า "เบญจกัลยาณี" คือ ผมงาม ผิวงาม ฟันงาม เหงือกและริมฝีปากแดงงาม และนอกจากนี้ต้องวัยงามอีกด้วย เรื่องผมงามนั้น คนสมัยก่อนนิยมผมดำ และต้องดำเป็นมันด้วยอย่างที่มีคำเปรียบเปรยว่า "ผมดำ①ราวกับขนกาน้ำ" ต่างจากสมัยนี้ที่สาว ๆ ทั้งหลายไม่พิสมัยผมดำ พากันย้อมให้เป็นสีต่าง ๆ ส่วนผิวนั้น คนสมัยก่อนถือว่า ผิวดำแดง หรือไม่ก็ผิวสีน้ำผึ้งเป็นผิวที่สวย แต่คนสวยสมัยนี้ต้องผิวขาว หรือเหลืองแบบคนจีนในเมืองไทย บรรดาหมวยทั้งหลายจึงมีสิทธิ์ที่จะสวยได้มากกว่าสาวไทยแท้ ๆ ที่ผิวคล้ำ ค่านิยมเกี่ยวกับความงามเปลี่ยนไปดังกล่าว คนที่หน้าตาธรรมดาแต่มีผิวขาว สูงเพรียวจึงสามารถกลายเป็น"สาวงาม" ได้ไม่ยากนัก เพราะเทคนิคทางการแพทย์สมัยใหม่ที่มีส่วนช่วยได้มากอย่างที่เรียกกันว่า "สวยด้วยแพทย์" สาวสมัยใหม่ที่อยู่ในวงการบันเทิงหรือบนเวทีประกวดนางงาม มี②ไม่กี่คนหรอกที่งามตามธรรมชาติโดยไม่ต้องพึ่งแพทย์ หรือ เทคนิคด้านการเสริมความงามต่าง ๆ

　　　　เมื่อพูดถึงเรื่องการประกวดความงามแล้ว เมืองไทยนับได้ว่าเป็นประเทศที่นิยมจัดประกวดความงาม ตั้งแต่ระดับงานประเพณีต่าง ๆ ไปจนถึงระดับการประกวดสาวงามตัวแทนประเทศ เวทีประกวดนางงามนั้น เคยเป็นเวทีที่ทำให้สาวสวยหลายๆคนได้มีโอกาสเป็นดารา หรือแต่งงานกับเศรษฐี ชีวิตประสบความสุขความสบายไปไม่น้อย ดังคำพังเพยที่ว่า "นารีมีรูปเป็นทรัพย์" เมื่อผู้หญิงไทยมีโอกาสเล่าเรียน และประกอบอาชีพ

ในสาขาต่างๆมากขึ้น ความสวยอย่างเดียวจึงไม่พอ กล่าวคือ ③ไม่ว่าจะสวยแค่ไหน ถ้าไม่มีสติปัญญาก็ดูเหมือนว่าจะด้อยเสน่ห์ไปไม่น้อยทีเดียว สาวสมัยใหม่จึงต้อง"งามอย่างมีคุณค่า" ด้วยเหตุนี้ บางครั้งเราจึงได้ข่าวว่า ในบรรดาสาวงามที่ขึ้นเวทีประกวด จะมีนักศึกษามหาวิทยาลัยชื่อดังบ้าง นักเรียนนอกบ้าง หรือไม่ก็หมอบ้างรวมอยู่ด้วย ในขณะเดียวกัน จะพบว่า พวกดารามีชื่อที่เข้าเรียนในสถาบันการศึกษาชั้นสูงของประเทศ หรือไปเรียนต่อต่างประเทศก็มีไม่น้อยเช่นกัน

ซากุระ – มะลิ ลอยกระทงปีนี้เราไปดูกัน④ที่ไหนสักแห่งไหม

มะลิ – ซากุระอยากไปดูที่ไหนล่ะ

ซากุระ – ที่ไหนก็ได้ที่มีประกวดนางนพมาส

มะลิ – ที่มหาวิทยาลัยเราก็มีประกวดนางนพมาสทุกปี

ซากุระ – ถ้าเราจะประกวด⑤มั่งได้ไหม

มะลิ – ได้⑥ซี เอา⑦สิ เราว่าถ้าซากุระประกวดต้องได้แน่ ๆ

ซากุระ – เรา⑧ว่าจะลองประกวดดู⑨เล่น ๆ น่ะ ⑩ท่าทางจะสนุก มะลิไปประกวด⑪เป็นเพื่อนเรา⑫หน่อยสิ

มะลิ – หือ ? อะไรนะ พูด⑬ใหม่⑭ซิ

ซากุระ – มะลิไปประกวด⑪เป็นเพื่อนเรานะ

มะลิ – ฮ่าๆ ๆ พูดเล่น⑮หรือเปล่า ⑯ให้เราไปเชียร์⑰เฉยๆ⑱ก็แล้วกัน

คติ 考え. ดั้งเดิม 昔の. คุณสมบัติ 資格. ครบ 揃う. ประการ 項目. ผิว 肌. เหงือก 歯茎. ริมฝีปาก 唇. วัย 年齢. เป็นมัน 光っている. คำเปรียบเปรย 比喩. ขน 羽根. กาน้ำ 鵜. สมัยนี้ 現在. พิสมัย 好む. พากัน.... いっせいに～する. ย้อม 染める. สีน้ำผึ้ง 蜂蜜の色（黄色がかった茶色）.บรรดา....ทั้งหลาย ～たち. หมวย 中国人の若い女性を呼ぶ言葉. สิทธิ์ 権利. แท้ ๆ 真の. ผิวคล้ำ 肌が黒い. ค่านิยม 価値観 . ความงาม 美しさ. ดังกล่าว 上述の. สูงเพรียว 背が高くてすらっとしている. เทคนิค 技術. การแพทย์ 医学.วงการ 業界.วงการบันเทิง 芸能界. เวที 舞台.ประกวดนางงาม ミスコンテスト. ตามธรรมชาติ 自然な. พึ่ง 頼る. การเสริมความงาม 美容. ระดับ

レベル. งานประเพณี 祭り. ตัวแทน 代表. ดารา 俳優,タレント.เศรษฐี 億万長者. คำพังเพย 諺. นารี 女性. รูป 外見,外形. ทรัพย์ 金銭,資産. อาชีพ 職業. ประกอบอาชีพ ～の職業を持つ. สาขา 分野. กล่าวคือ つまり. สติปัญญา 知性. ด้อย 不足,劣る. เสน่ห์ 魅力. มีคุณค่า 価値がある. ด้วยเหตุนี้ だから,そのため. ชื่อดัง 有名な. นักเรียนนอก 海外に留学した経験がある人.รวมอยู่ด้วย 含む. สถาบันการศึกษาชั้นสูง 高等教育. เรียนต่อต่างประเทศ 海外に留学する. ลอยกระทง 灯籠流し祭り「ローイクラトン祭り」. นางนพมาส ミス・ローイクラトン. พูดเล่น 冗談を言う.เชียร์ 応援する.

文法＆表現

① ราวกับ....

❶ **文型：**　「A＋ราวกับ＋B」

❷ **意味：**　「BのようにA」

❸ **要点：**　Aという動詞（句）に表されている、ある特定の人、動物、または物事の資質を、Bという名詞（句）に表されている、類似の資質を持っているが極端に程度が高い（低い）別の人、動物、物事で比喩し、その資質の程度を強調する。文学的な表現である。口語は ยังกะ となる。

1.บ้านคุณฮิโรชิใหญ่ยังกะวัง

ヒロシさんの家は王宮のように大きい。

2.เรียบร้อยราวกับผ้าพับไว้

畳んである布のようにおとなしい。

3.แข็งยังกะหิน

石のように硬い。

วัง 王宮. เรียบร้อย おとなしい,きちんと. ผ้า 布.พับ 畳む. แข็ง 硬い. หิน 石.

②ไม่กี่....

❶ 文型 ：　　　「動詞（句）＋ไม่กี่＋類別詞」

❷ 意味 ：　　　「何～もない」

❸ 要点 ：　　　予定、予測、予想したより少ない数、容量を表す。予想外の展開を表す動詞（句）または文が後続することが多い。その場合、動詞（句）の前にก็を付けなければならない。

1.เงินแค่นี้ ใช้ไม่กี่วัน ก็หมดแล้ว

　これぐらいのお金は全部使ってしまうのに何日もいらない。

2.หลังเรียนจบแล้วไม่กี่ปี ฮานาโกะก็แต่งงาน

　ハナコは卒業してから何年もたっていないが、結婚した。

3.ถุงน่องคู่นี้ใส่ไม่กี่ครั้ง ก็ขาดแล้ว

　このストッキングはまだ何回も履いていないのに、破れてしまった。

4.ผมทานได้ไม่กี่คำ ก็อิ่มแล้ว

　僕は何口も食べていないが、お腹がいっぱいになった。

5. A: อาจารย์ยามาดะออกไปนานแล้วหรือ

　　　ヤマダ先生が出かけてからもう長いですか。

　B: อาจารย์เพิ่งออกไปได้ไม่กี่นาทีเองครับ

　　　先生が出かけてからまだ何分もたっていません。

หมด 全部なくなる. ถุงน่อง ストッキング. ขาด 破れる. คำ (1, 2) 口. นาที 分.

第21課　ผู้หญิงไทยกับความงาม

③(ไม่ว่าจะ).... แค่ไหน, ...(ก็)....

- ❶ 文型： 「(ไม่ว่าจะ) A แค่ไหน　(B)　(ก็) C」
- ❷ 意味： 「いくらAをしても、BはCをする」「どんなにAをしても、BはCをする」
- ❸ 要点： ある極端な事情に際してもその事情に影響されないことを表す。

1.งานยุ่งแค่ไหน เขาก็ไม่เคยบ่น
　いくら忙しくても、彼は文句を言ったことがない。
2.ไม่ว่าจะอ้อนวอนแค่ไหน พ่อก็ไม่ยอมให้ฉันไปเที่ยวอิรัค
　いくらお願いしても、父は私にイラクへ遊びに行かせてはくれない。
3.ไม่ว่ารถคันนี้จะเก่าแค่ไหน เครื่องยนต์ก็ยังอยู่ในสภาพดี ไม่เคยเสีย
　この車はいくら古くても、エンジンはまだいい。故障したことがない。

....

บ่น 文句を言う,呟く．อ้อนวอน 懇願する．เครื่องยนต์　エンジン．สภาพ 状態．เสีย 故障する．

④ที่ไหนสักแห่ง

- ❶ 文型： 「疑問詞(ใคร , อะไร , ที่ไหน)+สัก +類別詞(คน , อย่าง , แห่ง)」
- ❷ 意味： 「誰か1人（何か1つ、どこか1ヶ所）」
- ❸ 要点： 不特定の人、ものごと、場所の最小単位を表す。

1.ถ้าคุณต้องการคำปรึกษาจากใครสักคน กรุณาโทรมาที่......
　誰かに相談したいことがありましたら、......にお電話を下さい。
2.เราควรจะทำอะไรสักอย่างเพื่อช่วยเหลือเด็กพวกนี้

この子供たちを助けるために、私たちは何かをしなければならない。

3.ปีใหม่นี้ฉันกับเพื่อนว่าจะไปเที่ยวที่ไหนสักแห่ง

今年のお正月は、私と友達はどこかへ遊びに行く予定である。

คำปรึกษา 相談. โทร(ศัพท์) 電話をする. ช่วยเหลือ 助ける.

⑤....มั่ง ⇨第４課のบ้าง を参照。

⑥....ซี่

❶ **文型：** 「動詞（句）または文＋ซี่」

❷ **意味：** 「もちろん～」

❸ **要点：** 言うまでもないことを強調する。口語の表現である。

1. A: พรุ่งนี้ คุณจะไปว่ายน้ำกับพวกเราไหม

明日我々と一緒に水泳に行きますか。

B: ไปซีคะ

もちろん行きますよ。

2. A: คุณรู้จักอาจารย์ยามาดะหรือคะ

ヤマダ先生をご存じですか。

B: รู้จักซีคะ ฉันเคยเรียนกับอาจารย์ยามาดะตอนอยู่มหาวิทยาลัย

もちろん知っていますよ。大学の時に教えていただきました。

3. A: เมื่อเช้าคุณมาสาย หัวหน้าไม่โมโหหรือ

今朝、あなたは遅刻しましたね。課長は怒らなかったの？

B: โมโหซี หัวหน้าบอกว่าถ้ามาสายอีกจะตัดเงินเดือน

第21課　ผู้หญิงไทยกับความงาม

もちろん怒っていたよ。また遅刻したら減給すると言われたよ。

โมโห 怒る,いらだつ. ตัดเงินเดือน 減給する.

⑦....สิ
❶ **文型** ： 「動詞（句）または文＋สิ」
❷ **意味** ： 「～してよ」
❸ **要点** ： 勧める、または催促の文を作る文末詞である。

1. ลองทานดูสิ อร่อยนะ

   食べてみてよ。美味しいですよ。
2. ลดอีกหน่อยสิ

   もう少しまけてよ。
3. เดินเร็ว ๆ สิ ไม่มีเวลา

   速く歩きなさいよ。時間がない。

ลด 下げる,まける.

⑧ว่าจะ....
❶ **文型** ： 「ว่าจะ ＋動詞（句））」
❷ **意味** ： ①「～をするつもりだ」 ②「～をするつもりですが」
❸ **要点** ： ① 意思や予定を表す。 ② 意思や予定の通りになっていない事柄を表す。

1.จบมหาวิทยาลัยแล้ว ฉันว่าจะไปทำงานที่เมืองไทย
　大学を卒業したらタイへ働きに行くつもりです。
2.พรุ่งนี้ผมว่าจะไปขอวีซ่าไปเขมร
　明日僕はカンボジアへのビザを申請しに行くつもりです。
3.ผมว่าจะเลิกสูบบุหรี่ตั้งหลายครั้งแล้ว
　僕は何度もタバコを止めようと思ったんですが。

....

ขอวีซ่า　ビザを申請する.

⑨....เล่น ๆ

❶ 文型：　　「動詞（句）＋เล่น ๆ」
❷ 意味：　　「遊び半分で～をする」
❸ 要点：　　本気ではなく、気軽な行動を表す。

1.มีเวลาว่าง ก็เลยลองเรียนดูเล่น ๆ
　暇だったので、ちょっと勉強してみただけです。
2.ตอนแรกไม่ตั้งใจจะซื้อ ลองต่อดูเล่นๆ คนขายลดให้จริงๆ เลยต้องซื้อ
　最初は買うつもりはなく、ちょっと値切ってみただけだったが、店員が本当にまけてくれたので、買わなければならなくなった。
3.การแต่งงาน ไม่ใช่เรื่องที่จะทำเล่น ๆ ได้นะ
　結婚は遊び半分でやれることではないですよ。

....

ต่อ(ราคา) 値切る.

⑩ท่าทางจะ....　⇨　第１４課を参照。

⑪....เป็นเพื่อน

❶ **文型：**　「動詞（句）または文＋เป็นเพื่อน 」

❷ **意味：**　「付き合って～する」「相手にして～する」

❸ **要点：**　言及する人が寂しくならないように、意図的に行動を共にする。

1.ฮานาโกะไปซื้อของเป็นเพื่อนฉัน

ハナコは私に付き合ってお買い物に行きました。

2.ทานข้าวคนเดียวเหรอ ฉันทานเป็นเพื่อนไหม

１人で食べているの。付き合いましょうか。

3.สมชายไม่กล้าไปหาอาจารย์คนเดียว เขาชวนผมไปเป็นเพื่อน

ソムチャーイは１人で先生に会いに行く勇気がないので、一緒に行ってくれるように僕を誘った。

ไปหา 会いに行く. คนเดียว　１人で. ชวน 誘う.

⑫....หน่อยสิ

❶ **文型：**　「動詞（句）＋หน่อยสิ 」

❷ **意味：**　「～をしてよ」

❸ **要点：**　対等以下の人に対する依頼表現。 หน่อยの代わりに依頼する具体的なものの類別詞を使うこともある。

1.ทำผัดไทยให้ฉันทานหน่อยสิ

ちょっとパットタイを作ってよ。
2.ชื่อคุณสะกดยังไง เขียนให้ฉันดูหน่อยสิ
　　あなたの名前の綴りはどんなの。ちょっと書いて見せてよ。
3.ขากลับซื้อน้ำชามาฝากขวดสิ
　　帰りにお茶1本買ってきてよ。

ผัดไทย タイの焼きそば「パットタイ」. สะกด 綴る. ขากลับ 帰り.

⑬....ใหม่

❶ 文型：　　「動詞（句）＋ใหม่」
❷ 意味：　　「～し直す」「もう一度～する」
❸ 要点：　　再度の行動を表す。

1.พูดใหม่ซิ เมื่อกี้ฉันไม่ทันฟัง
　　もう一度言って！さっきは聞き損なった。
2.แอร์เสีย ไปซ่อมมาทีนึงแล้ว ใช้ไม่ได้ ต้องซ่อมใหม่
　　冷房が故障していたので、修理をしてもらったがまだ使えない。もう一度してもらわなければならない。
3.เขียนแบบนี้ไม่ถูก ไปแก้มาใหม่
　　このように書くのは間違っているので、もう一度書き直しなさい。

แอร์ 冷房. เสีย 故障している . ซ่อม 修理する.ที ～回. เขียน 書く. ถูก 正しい . แก้ 直す.

第21課　ผู้หญิงไทยกับความงาม

⑭ ....ซิ

- ❶ 文型：　　「動詞（句）または文＋ซิ」
- ❷ 意味：　　「～しなさい」
- ❸ 要点：　　命令文を和らげる文末詞。

1. บอกแม่ซิ ใครเป็นคนทำกระจกแตก
   誰がガラスを割ったかお母さんに教えて。
2. ขอดูเสื้อตัวนั้นหน่อยซิ
   ちょっとそのシャッツを見せて。
3. ล้างถ้วยใบนี้ให้หน่อยซิ
   このコップを洗って。

กระจก ガラス. แตก 割れる. ทำแตก 割る. ถ้วย コップ. ใบ [コップの類別詞]～個.

⑮ ....หรือเปล่า　⇨ 第10課を参照。

⑯ ให้....

- ❶ 文型：　　「ให้ ＋文」
- ❷ 意味：　　「～をさせてください」
- ❸ 要点：　　依頼や許可を求める場合に使う。文末にเถอะ またはนะが来ることが多い。

1. ให้ฉันขับรถไปรับคุณที่สนามบินเถอะ
   私に車で空港まで迎えに行かせてください。

2.ให้ผมจ่ายค่าอาหารมื้อนี้นะ

　今回の食事代を払わせてね。

3.ให้ฉันเข้าห้องน้ำก่อนนะ

　とりあえずお手洗いに行かせてね。

สนามบิน 飛行場. มื้อ ［食事の回数］〜食.

⑰....เฉย ๆ　　⇨ 第10課を参照。

⑱....ก็แล้วกัน

- ❶ 文型：　　「動詞（句）または文＋ก็แล้วกัน」
- ❷ 意味：　　「〜をすればそれでいい」「〜すればそれでけりがつく」
- ❸ 要点：　　話し合い、交渉をまとめる場合に用いる。一方的に押しつける場合もある。

1.ไปแท็กซี่ก็แล้วกัน ถึงเร็วดี

　タクシーで行きましょう。早く着くから。

2.ให้ฉันรอคุณที่หน้าสถานีก็แล้วกัน

　私が駅の前で待っていればいいでしょう。

3.ถ้าจัดที่โรงแรมแพง เราก็จัดที่ร้านอาหารก็แล้วกัน

　ホテルですれば高いなら、レストランでしましょう。

จัด （パーティーなどを）催す.

練習問題

練習Ⅰ　下記の質問に答えなさい。

1. "เบญจกัลยาณี" คืออะไร
2. ค่านิยมเกี่ยวกับความงามของคนไทยปัจจุบันนี้เปลี่ยนไปจากสมัยก่อนอย่างไร
3. "งามอย่างมีคุณค่า" หมายถึงอะไร
4. ทัศนคติเกี่ยวกับการประกวดสาวงามของไทยปัจจุบันเปลี่ยนไปจากเดิมอย่างไร และทำไมจึงเปลี่ยน
5. ซากุระขอร้องอะไรมะลิ และมะลิทำตามคำขอร้องของซากุระหรือไม่

ทัศนคติ 価値観. ขอร้อง 依頼する,頼む.

練習Ⅱ

1　(a)～(r)の表現を使ってタイ語で作文をしなさい。

2　1～18の単文のそれぞれの意味が通じるように、(a)～(r) の中の表現から1つ選んで下線の部分に入れなさい。

(a) ราวกับ(ยังกะ)....　(b) ไม่กี่...　(c) ไม่ว่า(จะ)....แค่ไหน
(d) (ที่ไหน等)....สัก(แห่ง等)　(e) ....มั่ง　(f) ....ซี
(g) ....สิ　(h) ว่าจะ....　(i) ....เล่น ๆ
(j) ท่าทางจะ...　(k) ....เป็นเพื่อน　(l) ....หน่อยสิ

(m) ....ใหม่ (n) ....ซิ (o) ....หรือเปล่า

(p) ให้.... (q) ....เฉย ๆ (r) .....ก็แล้วกัน

1. สมชาย__________ไม่ชอบปลาดิบ ไม่เห็นทานเลย
2. ทุกคนในห้องนั้นนั่งเงียบ ไม่มีใครพูดกับใคร ฉันเลยนั่งเงียบ__
3. ถ้าคุณไม่กล้าไปหาผู้จัดการคนเดียว ฉันจะไป _________เอาไหม
4. ปีใหม่ปีนี้อยากไปเที่ยว_______________ แต่ไม่รู้จะไปไหนดี
5. เขาแต่งงานกัน _______เดือน ก็หย่ากันแล้ว
6. " เคยดู______คะ เลยไม่อยากไปดูอีก"
7. คุณไปตรวจสุขภาพทุกปี ______
8. ฉัน__________ เลิกทานช็อกโกแลตตั้งหลายหนแล้ว แต่พอเห็นก็อดทานไม่ได้ทุกที ตอนนี้น้ำหนักเลยขึ้นไปเป็น 99 กิโลแล้ว
9. ผมลองสอบดู________ ไม่นึกว่าจะสอบได้
10. เย็น______ น้ำแข็ง
11. เขาไม่ชอบทานอาหารนอกบ้าน __________ยุ่ง__________เขาก็ทำทานเองทุกวัน
12. เอาอย่างนี้ดีกว่า เราจะเตรียมอาหารเย็นไว้ ส่วนอาหารกลางวันต่างคนต่างเตรียมกันมาเอง___________
13. ผมไปวัดสายตา________ ไม่ได้สั่งตัดแว่น
14. นั่งลงก่อน____ แล้วลองเล่าให้ฉันฟัง ____ว่าเกิดอะไรขึ้น
15. ลองทานทุเรียนดู_____ คะ รับรอง คุณจะต้องติดใจแน่ ๆ
16. ______ผมไปส่งคุณที่บ้านนะ
17. รายงานฉบับนี้ยังใช้ไม่ได้ ไปเขียนมา____
18. ฉันไปที่นั่นไม่ถูก เขียนแผนที่ให้ฉัน_______

ปลาดิบ 刺身. เงียบ 黙る. ผู้จัดการ 社長. หย่ากัน 離婚する. ตรวจสุขภาพ 健康診断を受け

第21課　ผู้หญิงไทยกับความงาม

る. น้ำหนัก 体重. สอบ 試験を受ける. สอบได้ 合格する. น้ำแข็ง 氷. เอาอย่างนี้ดีกว่า このようにしましょう. เตรียม 用意する. อาหารเย็น 晩ご飯. ต่างคนต่าง それぞれ,各人. วัดสายตา 視力検査を受ける. ตัดแว่น 眼鏡を作る. ติดใจ 気に入る,病みつきになる. รายงาน レポート. ฉบับ [レポートの類別詞] ～件,～つ等. ใช้ไม่ได้ だめだ,使えない. แผนที่ 地図.

練習Ⅲ　タイ語に訳しなさい。

1. 雪のように白い。
2. 本を何行も読まないうちに、眠ってしまいました。
3. 問題がいくら難しくても彼は解決できた。
4. ここに来てから毎日暇です。何か習い事でもしたいなと思っています。
5. 友達は皆タイに留学したので、私もタイに留学したいです。
6. A: 明日私も一緒に行っていいのかな？
   B: もちろんいいですよ。
7. このドレスはあなたに似合うと思うよ。着てみて。
8. 私は何度も彼女にメールをしようと思っていたが、忙しくていつも忘れてしまう。
9. 最初は遊び半分で絵を描いてみたが、今は自分の画廊を持つようになっている。
10. 雪がたくさん降っていて、寒そうですね。
11. 明日私はバーゲンに行きたいですが、付き合ってくれますか。
12. あの人は何を言った？　ちょっと教えてよ。
13. （電話を）今夜またかけ直します。
14. ちょっと電気をつけなさい。
15. このパソコンは毎日使っていますか。

16. 入場料は払わせてね。
17. カラオケに行くとき、彼女はいつも聴くだけで、歌ったことがない。
18. 今日はもう遅いから、明日改めて話し合いましょう。

....

雪 หิมะ . 眠る หลับ . 問題 ปัญหา . 解決する แก้ . 暇である ว่าง . ドレス ชุด . 似合う เหมาะ . メールをする ส่งเมล์ . 忘れる ลืม . 絵を描く วาดรูป , เขียนรูป . 画廊 แกลลอรี่ , ห้องรูป . バーゲンに行く ไปซื้อของลดราคา . 今夜 คืนนี้ . 電気 ไฟ . パソコン คอมพิวเตอร์ . 入場料 ค่าเข้า . カラオケ คาราโอเกะ . (夜) 遅い ดึก . 話し合う คุย .

第22課　ดวงดาว วัน และสี

読解：冠婚葬祭その他様々な行事を行なう際、何曜日にすればいいのか、また何曜日はいけないのか、それはなぜなのか。さらに、曜日と色との関係がタイ人の日常生活においてはどのように意識されているのかを理解する。

作文：曜日に対して日本人には特別な意識があるのかどうか。また、様々な行事や冠婚葬祭を行なう際、曜日等について気になるかどうかをタイ人に説明する。

　　　　ตามคติโหราศาสตร์ วันทั้งเจ็ดในหนึ่งสัปดาห์กำเนิดมาจากการโคจรของดวงอาทิตย์และดาวเคราะห์ต่าง ๆ ซึ่งต่างก็ผลัดกันมีอิทธิพลครอบงำวันต่าง ๆ สลับกัน ในสมัยโบราณคนไทยมีข้อห้ามเกี่ยวกับวันดังต่อไปนี้ "ห้ามปลูกบ้านวันเสาร์ ห้ามเผาศพวันศุกร์ และห้ามแต่งงานวันพุธ" คนสมัยนั้นถือว่าดาวเสาร์มีอิทธิพลก่อให้เกิดความวิบัติ ความทุกข์ จึงไม่นิยมประกอบงานมงคลต่าง ๆ ดาวศุกร์ซึ่งมีอิทธิพลครอบงำวันศุกร์นั้นเป็นดาวแห่งโชคลาภ ความรัก และความสุข จึงไม่เหมาะที่จะเอาวันนี้เป็นวันประกอบงานอวมงคลต่าง ๆ ส่วนดาวพุธซึ่งครอบงำวันพุธอยู่ เป็นดาวที่มีการโคจรวิปริตบ่อย เป็นดาวที่ผันแปร①ง่าย จึงไม่นิยมแต่งงานในวันนี้ เพราะเชื่อกันว่าจะทำให้อยู่ด้วยกันไม่ยืด

　　　　นอกจากนี้ คนไทยยังมีคติเกี่ยวกับสีประจำวันอีกด้วย คือกำหนด②ไว้ว่าสีประจำวันอาทิตย์คือสีแดง วันจันทร์คือสีเหลือง วันอังคารสีชมพู วันพุธสีเขียว วันพฤหัสบดีสีแสด วันศุกร์สีฟ้า และวันเสาร์สีม่วง คนจำนวนไม่น้อยจึงมีเสื้อผ้าหรือของใช้ประจำตัวเป็นสีประจำวันเกิดของตัวเอง สีประจำวันเกิดจึงถือว่าเป็นสีมงคลสำหรับเจ้าของวันเกิด สีที่คนไทยรู้สึกว่าไม่เป็นมงคลเลยคือ "สีดำ" คนไทยสมัยก่อนจะไม่เตรียมหรือหาเสื้อผ้าสีดำเก็บ②ไว้ เวลาจะต้องไปงานศพใคร จะนำเสื้อผ้าที่เก่า③หน่อยไปย้อมเป็นสีดำใส่ การจัดหาเสื้อผ้าสีดำเตรียม②ไว้ คนไทยถือว่าเป็นลางไม่ดี สมัยนี้เปลี่ยนไป สีดำเป็นสีแฟชั่น การใส่ชุดสีดำของคนไทยสมัยใหม่④ไม่จำกัดว่าจะต้องไปงานศพเท่านั้น แต่ถึงกระนั้นก็ตาม การใส่สีดำ⑤ทั้งชุดไปงานแต่งงานหรือไปเยี่ยมไข้ไม่นิยมทำกันนัก เพราะ⑥ยังไงๆคนไทย

ก็ยังมีความรู้สึกว่า การใส่เสื้อผ้าสีดำ หมายถึงการไว้ทุกข์ จะใส่ในกรณีที่ต้องการแสดงความโศกเศร้า หรือเวลาที่ต้องการประท้วงต่อองค์กร หรือสถาบันที่ตัวเองสังกัดอยู่ เช่น ในอดีตมีพนักงานบริษัทหนึ่ง⑦พากันแต่งชุดดำไปทำงาน เพื่อประท้วงผู้บริหารที่ไล่พนักงานบางคนออกด้วยความไม่เป็นธรรม เป็นต้น

ซากุระ – วันศุกร์หน้าเราจะไปงานแต่งงานเพื่อนคนไทย แต่งตัวยังไงไปดี
มะลิ – แต่งตัว⑧สวย ๆ
ซากุระ – ชุดสีดำชุดนี้สวยไหม
มะลิ – ⑨ก็สวย ไม่มีชุดอื่นเหรอ
ซากุระ – ชุดสีดำลายขาวนี่ล่ะ
มะลิ – เออ ชุดนี้⑩ค่อยดีหน่อย
ซากุระ – แล้วเงินช่วยล่ะ
มะลิ – ⑪เท่าที่เรารู้ส่วนใหญ่⑫เขาจะใส่ซองกันไปอย่างต่ำประมาณหนึ่งพันบาท
ซากุระ – ใส่ซองสีอะไร
มะลิ – สีอะไรก็ได้ แต่ส่วนใหญ่⑫เขาใช้สีขาวกัน

ดวงดาว 星. โหราศาสตร์ 占星術. สัปดาห์ 週. กำเนิด 生まれる,誕生する. โคจร 運行する. ดาวเคราะห์ 惑星. ผลัดกัน 交代する. อิทธิพล 影響. ครอบงำ 支配する. สลับกัน 順番に交代する. ข้อห้าม 禁止規定,禁制. ปลูกบ้าน 家を建てる. เผาศพ 火葬する,お葬式をする. ก่อให้เกิด 引き起こす. ความวิบัติ 破滅. ความทุกข์ 苦しみ. งานมงคล お祝いの行事. โชคลาภ 幸運. เหมาะ 相応しい. งานอวมงคล お葬式などのような不吉な行事. วิปริต 異常. ผันแปร 変化する. ยืด 伸びる,長い. กำหนด 決める. ของใช้ประจำตัว 私有物. มงคล 吉祥. เตรียม 用意する,準備する. ลาง 兆し. ชุด ドレス. เยี่ยมไข้ 病気のお見舞い. ไว้ทุกข์ 服喪する. โศกเศร้า 悲しい. ประท้วง 講義する. องค์กร 組織. สถาบัน 施設. สังกัด 属する. อดีต 過去. พนักงาน 従業員. ผู้บริหาร 管理職の人. ความไม่เป็นธรรม 不正義. เป็นต้น ～など. ลาย 模様. เงินช่วย お祝い金,お香典. ซอง 封筒.

第22課　ดวงดาว วัน และสี

文法＆表現

①....ง่าย

- ❶ **文型**：　　「動詞（句）＋ง่าย」
- ❷ **意味**：　　「〜をしやすい」
- ❸ **要点**：　　簡単に行なえる行動を表す。「動詞（句）＋ยาก」と「動詞（句）＋ลำบาก」の反対表現である。

1. คอมพิวเตอร์แบบหิ้วใช้ง่ายกว่าแบบตั้งโต๊ะ

　ノートパソコンはデスクトップパソコンより使いやすい。

2. ภาษาไทยของเขาฟังง่าย

　彼女のタイ語は分かりやすい。

3. หนังสือเล่มนี้ ตัวหนังสือโต อ่านง่าย

　この本は字が大きいので、読みやすい。

คอมพิวเตอร์ パソコン. แบบ タイプ. หิ้ว 持つ,持ち運ぶ. ตั้งโต๊ะ 卓上．ตัวหนังสือ 文字.

②....ไว้

- ❶ **文型**：　　「動詞（句）＋ไว้」
- ❷ **意味**：　　「〜をしておく」
- ❸ **要点**：　　用意・放置の行動を表す。

1. เขาวางกระเป๋าไว้บนโต๊ะ

　彼は机の上に鞄を置いていた。

2. หนังสือแบบนี้ซื้อไว้ดีกว่า อาจจะไม่พิมพ์ซ้ำ

このような本は買っておいた方がいいです。再版しないかも知れない。

3.ในร้านนั้น ติดรูปของนักเบสบอลมีชื่อพร้อมลายเซ็นไว้ที่ผนังหลายรูป

　　あのお店には、壁に有名な野球選手のサイン入り写真が貼られている。

พิมพ์ 印刷する. ซ้ำ 再び,もう一度. ติด 貼る. พร้อม と共に. ลายเซ็น 署名,サイン. ผนัง 壁.

③ ....หน่อย

- ❶ 文型： 「状態を表す語句＋หน่อย」
- ❷ 意味： 「（他と比べて）ちょっと〜」
- ❸ 要点： 他と比べて少し違うことを表す。

1.คนที่สูงหน่อยจะได้เปรียบคนอื่น

　他の人よりちょっと背が高い人は有利です。

2.วันที่ตื่นเช้าหน่อย ผมจะเดินไป

　（他の日と比べて）ちょっと早く起きたときは歩いていきます。

3.ร้านนี้แพงหน่อย แต่อาหารอร่อยมาก

　この店は（他の店と比べて）ちょっと高いですが、料理は非常においしいです。

สูง 背が高い. ได้เปรียบ 有利である. คนอื่น 他の人.

④ ไม่จำกัดว่า(จะ)ต้อง....(เท่านั้น)

- ❶ 文型： 「ไม่จำกัดว่า(จะ)ต้อง＋動詞（句）＋(เท่านั้น)」
- ❷ 意味： 「〜でなければならないとは限らない」

第22課　ดวงดาว วัน และสี

❸ 要点：　言及される行動または状態が絶対ではないことを表す。

1. ไม่จำกัดว่าต้องเป็นคนไทย คนชาติไหนก็ได้
   タイ人でなければならないとは限らない。どこの国の人でもいい。
2. ไม่จำกัดว่าต้องสั่งซื้อจากบริษัทนี้เท่านั้น
   この会社に注文しなければならないとは限らない。
3. ไม่จำกัดว่าจะต้องนุ่งกระโปรงไป นุ่งกางเกงไปก็ได้
   スカートを履いていかなければならないとは限らない。ズボンを履いてもいい。

ชาติ 国. สั่ง 注文する. นุ่ง 履く. กระโปรง スカート. กางเกง ズボン.

⑤ ทั้ง....

❶ 文型：　「ทั้ง＋名詞（句）」
❷ 意味：　「〜の全部」「〜全体」
❸ 要点：　名詞（句）が示している人や物事の全部または全体を表す。

1. เมื่อวันสงกรานต์ เพื่อนฉันโดนสาดน้ำ เปียกทั้งตัว
   ソンクラーンの日に、私の友達は水をかけられて全身濡れていた。
2. หาดูทั้งห้องสมุดแล้ว ไม่มีหนังสือที่อยากได้เลย
   図書館全体捜してみたが、欲しい本は全然なかった。
3. เมื่อวานนี้ผมไม่ได้ออกไปไหน อยู่บ้านทั้งวัน
   昨日私はどこへも行かなかった。一日中家にいた。

วันสงกรานต์ ソンクラーンの日. สาดน้ำ 水をかける. เปียก 濡れる. ตัว 体.

⑥....ๆ ก็....

❶ 文型： 「疑問詞(ใคร /อะไร / ที่ไหน / เมื่อไร / ยังไง)＋ๆ＋ก็＋動詞（句）」

❷ 意味： 「だれでも／何でも／どこでも／いつでも／どうしても」

❸ 要点： 動詞（句）が表している行動または状態は、動作主／対象／場所／時／方法によって変わることがないことを強調する。

1. ใคร ๆ ก็อยากเป็นคนมีสุขภาพดี

   誰でも健康な人でありたい。

2. อะไร ๆ ก็ยังไม่พร้อม แต่รัฐบาลก็ยังยืนยันที่จะเปิดสนามบินใหม่

   何もまだ用意できていないのに、政府は新空港をオープンすることを主張している。

3. โรงแรมที่ไหน ๆ ก็ต้องทำทางหนีไฟ

   ホテルはどこでも非常口を作らなければならない。

4. ร้านนี้มีชื่อมาก ไปเมื่อไร ๆ ก็ คนเต็ม

   この店は大変有名です。いつ行っても人がいっぱいです。

5. ฉันอธิบายยังไง ๆ เขาก็ไม่ฟัง

   私がどう説明しても、彼は聞いてくれなかった。

....

สุขภาพ 健康. พร้อม 用意ができる,準備が整っている . รัฐบาล 政府. ยืนยัน 主張する. สนามบิน 空港. ทางหนีไฟ 非常口. เต็ม 満員,いっぱい. อธิบาย 説明する.

⑦....พากัน....

❶ 文型： 「A พากัน B」

❷ 意味： 「Aはいっせいに B をする」

第22課　ดวงดาว วัน และสี

❸ 要点：　Aは複数の人や動物を表す名詞（句）であり、Bはその行動を表す動詞（句）である。複数の動作主が勢いで、同時に同じ行動を行なうことを表す表現。

1.เมื่อวานนี้ พอครูบอกว่า "สีผมจะทำยังไงก็ได้ตามใจชอบ" เพื่อน ๆ ฉันเลยพากันไปย้อมผม

昨日、先生が「髪の色は自由だ」と言ったので、友達はいっせいに髪の毛を染めに行った。

2.พนักงานบริษัทพากันหยุดงานประท้วงเรื่องค่าแรง

従業員は賃金のことを抗議するためにいっせいに仕事を休んでいる。（ストをしている）

3.พอปิดเทอมหน้าร้อน นักศึกษาพากันไปเที่ยวต่างประเทศ หอเลยไม่มีใครอยู่

夏休みに入り、学生はいっせいに海外旅行に行ったので、寮は空っぽだ。

ตามใจชอบ 好きなように,自由に．ย้อม 染める．พนักงาน 従業員．ประท้วง 抗議する．ค่าแรง 賃金．ปิดเทอมหน้าร้อน 夏休み．หอ 寮．

⑧ 動詞（句）+ B ๆ

❶ 文型：　「A + B ๆ」

❷ 意味：　「BになるようにAをして」

❸ 要点：　命令表現の1つ。Aはある行動を表す動詞（句）、Bはある状態を表す語句。「A+ให้+B」と同意表現である。

1.ทานเร็ว ๆ นะ มีเวลาแค่10 นาทีเท่านั้น

10分しかないので、早く食べてね。

2.พูดช้า ๆ นะ เขาจะได้ฟังทัน

彼が聞き取れるようにゆっくりしゃべってね。

3.พูดเบา ๆ อย่าให้คนอื่นได้ยิน

他の人に聞こえないように、小さな声で話して。

ฟังทัน 聞き取れる. เบา 軽い.

⑨ ก็....

❶ 文型：　　「ก็＋動詞（句）」

❷ 意味：　　「まあ～ですが」

❸ 要点：　　積極的には評価、受け入れ、賛成しないことを表す。

1. A: นางสาวไทยปีนี้สวยไหม

   今年のミス・タイランドはきれい？

   B: ก็สวย แต่หน้าไม่ค่อยเป็นไทยเท่าไร

   まあきれいですけど、顔はあまりタイっぽくない。

2. A: วันเสาร์หน้าว่างใช่ไหม

   来週の土曜日は空いているよね。

   B: ก็ว่าง

   まあ空いているけど。

3. A: คุณชอบทุเรียนใช่ไหม

   あなたはドリアンが好きですよね。

   B: ก็ชอบ

   まあ好きですけど。

第22課　ดวงดาว วัน และสี

นางสาวไทย ミス・タイランド. เป็นไทย タイっぽい,タイらしい.

⑩ค่อย....หน่อย

- ❶ 文型：　　「ค่อย＋動詞（句）＋หน่อย」
- ❷ 意味：　　「まあちょっと〜」
- ❸ 要点：　　程度の差がほとんど見られないが、あえて以前や他と比べるならば少しは差があると言えるというような場合に用いる。

1.วันนี้ค่อยอุ่นหน่อย

　今日はまあちょっと暖かい。（それでも寒い）

2.ห้องน้ำห้องนี้ค่อยสะอาดหน่อย

　このトイレはまあちょっときれい。（それでも汚い）

3.วันนี้ปู่ค่อยทานข้าวหน่อย

　祖父としては今日はまあちょっと食べた。（それでもほとんど食べない）

อุ่น 暖かい. ห้องน้ำ お手洗い. สะอาด 清潔,きれい.

⑪เท่าที่....

- ❶ 文型：　　「เท่าที่ ＋動詞（句）または文」
- ❷ 意味：　　「〜している限り」
- ❸ 要点：　　言及している行動または現状の範囲を表す。

1.เท่าที่ทราบคุณพ่อของเขาเป็นคนจีน แต่คุณแม่เป็นคนอินเดีย

　私の知る限り、彼のお父さんは中国人で、お母さんはインド人です。

2.เท่าที่ผมทานมา ร้านนี้อร่อยที่สุด
　僕が今まで食べてきた限りでは、この店が一番美味しいです。
3.เท่าที่ดูหนังไทยมา เรื่องนี้สนุกที่สุด
　僕の観た限り、この映画がタイの映画で一番面白いです。

ทราบ 知る. หนัง 映画.

⑫ เขา....กัน

❶ 文型：　　「เขา＋動詞（句）＋กัน」
❷ 意味：　　「一般の人は〜をする」「大勢の人が〜をする」「普通は〜する」
❸ 要点：　　大勢の人の行動、または一般的な行動、習慣的な行動を表す表現である。

1.เขาพูดกันว่าแปลนสร้างคอนโดมิเนียมแห่งนั้นผิดกฎหมาย
　そのコンドミニアムの設計が違法であることは大勢の人が言っていた。
2.ที่ญี่ปุ่น เขาจะเชิญคนไปงานแต่งงานกันไม่มากนัก
　日本では普通は結婚式にそれほど人を招待しない。
3.ที่โอซากา เวลาขึ้นบันไดเลื่อน เขาจะยืนกันทางขวามือ
　大阪では、エスカレーターに乗るときは、普通右側に立ちます。

แปลน 設計. สร้าง 建設する. คอนโดมิเนียม コンドミニアム. กฎหมาย 法律. ผิดกฎหมาย 違法. เชิญ 招待する. งานแต่งงาน 結婚式. บันไดเลื่อน エスカレーター.

第22課　ดวงดาว วัน และสี

練習問題

練習 I　下記の質問に答えなさい。

1. คนไทยสมัยก่อนมีข้อห้ามเกี่ยวกับวันอย่างไรบ้าง
2. คนไทยกำหนดสีประจำวันไว้อย่างไรบ้าง
3. โดยทั่วไป คนไทยมีความคิดเกี่ยวกับสีดำอย่างไร
4. คนไทยสมัยก่อนเตรียมเสื้อผ้าสีดำไว้สำหรับใส่ไปงานศพหรือไม่ เพราะอะไร

練習 II

1　(a)〜(l) の表現を使ってタイ語で作文をしなさい。

2　1〜12 の単文のそれぞれの意味が通じるように、(a)〜(l) の中の表現を1つ選んで下線の部分に入れなさい。

(a) ....ง่าย　　　　　(b) ....ไว้　　　　　(c) ....หน่อย
(d) ไม่จำกัดว่า....(จะ)ต้อง....(เท่านั้น)　(e) ทั้ง....
(f) ใคร(อะไร/ที่ไหน/เมื่อไร/ยังไง)ๆก็....　(g) พากัน....
(h) 動詞（句）+Bๆ　　(i) ก็....　　　(j) ค่อย....หน่อย
(k) เท่าที่....　　　　(l) เขา....กัน

1. บริการดี_____ นะ ลูกค้าจะได้ติดใจ
2. ผู้ชม_____สนามไม่พอใจการตัดสินของกรรมการ

3. __________ฉันเคยเจอคนญี่ปุ่นมา เขาเป็นคนญี่ปุ่นที่หน้าไม่เหมือนคนญี่ปุ่นมากที่สุด

4. สส.พรรคฝ่ายค้าน___________เดินออกจากที่ประชุมรัฐสภา

5. เวลาเงินเดือนออก เขาจะเก็บ______ เดือนละ 2 พันบาท

6. โทรไป _______เขา ____ไม่รับสาย

7. ถ้าเขียนวิทยานิพนธ์เป็นภาษาญี่ปุ่น ต้องเขียนบทคัดย่อเป็น ภาษาต่างประเทศ ภาษาต่างประเทศนั้น___________เป็นภาษาอังกฤษ ________ภาษาอะไรก็ได้

8. เรื่องแบบนี้ พูด______ แต่ทำยาก

9. A: การ์ตูนเรื่องนี้สนุกไหม

   B: ______สนุก

10. ตอนกลางวันจะร้อนมาก แต่ตอนกลางคืน _____เย็น__

11. คนไหนที่รวย______ ก็จะขับรถนอก

12. คนญี่ปุ่น ส่วนใหญ่ _____จะไม่คุย____ เรื่องการเมือง

บริการ サービス,サービスをする. ลูกค้า （商売の）客. ติดใจ 気に入る. ผู้ชม 観客. สนาม 球場. พอใจ 満足する,気にいる. การตัดสิน 判定. กรรมการ 審判. สส. 国会議員（สมาชิกสภาผู้แทนราษฎรの略語）. พรรคฝ่ายค้าน 野党. ที่ประชุมรัฐสภา 国会審議. เก็บ 貯める. รับสาย 電話を受け取る. วิทยานิพนธ์ 論文. บทคัดย่อ 要約. การ์ตูน 漫画 ,アニメ. รถนอก 外車. การเมือง 政治.

練習Ⅲ　タイ語に訳しなさい。

1. このような生地は洗いやすい。
2. お湯を沸かしておいてくれる？
3. あの時、ちょっと髪の毛が長い人は先生に注意された。

4. 最近はベンツに乗っている人がお金持ちとは限らない。
5. 会社中で働いている従業員は２人しかいない。
6. どこへ行ってもファストフードの店が見られる。
7. なぜ鳥たちはいっせいに南の方に飛んでいったのでしょう。
8. 雪がたくさん降っていて危険ですので、ゆっくり運転してね。
9. A: その番組は面白いですか。

   B: まあ面白いけど。
10. この箱のリンゴは皆傷んでいる。この2個はまあちょっとまし。
11. 私が今まで観てきた限りでは、この映画は一番面白いです。
12. お葬式へ行くときに、普通は赤い色を着ない。

生地 ผ้า . 洗う ซัก . お湯を沸かす ต้มน้ำ . 注意する เตือน , ดุ . ベンツ รถเบนซ์ . ファストフード อาหารจานด่วน . 鳥たち พวกนก . 南の方 ทางทิศใต้ . 飛ぶ บิน . 危険 อันตราย. 番組 รายการ . 箱 กล่อง . 傷んでいる ช้ำ .

第 23 課　เวทีมวย

読解：タイの代表的なスポーツ「ムエタイ（タイ式ボクシング）」は一般のボクシングとはどういうところに違いがあるのか、そしてそこで行なわれる儀礼や慣習にはタイ人のものの考え方がどのように表されているのかということを理解する。

作文：日本の伝統的なスポーツにはどういうものがあるのか、そしてそこには日本人の考えや慣習がどのように表されているのか、についてタイ語の文章でタイ人に紹介する。

　　　ในบรรดากีฬาที่①เป็นที่นิยมของคนไทย ดูเหมือนว่า"มวยไทย"จะเป็นกีฬาที่①เป็นที่รู้จักกันดีในหมู่ชาวต่างชาติ มวยไทยเป็นกีฬาการต่อสู้ที่แปลกไปจากมวยสากลหลายประการ ตั้งแต่การใช้อวัยวะส่วนต่าง ๆ อย่างครบครัน ไม่ว่าจะเป็นหมัด ศอก เข่า หรือเท้า ไปจนถึงไหวพริบของนักมวยที่มี ไม่เฉพาะแต่การชกเท่านั้น ยังต้องเชี่ยวชาญในการตีศอก ตีเข่า เตะ และถีบอีกด้วย นอกจากนี้มวยไทยยังแตกต่างจากมวยสากล หรือกีฬาประเภทอื่นตรงที่ ก่อนที่นักมวยจะ②ลงมือชก ต้องมีการไหว้ครูบนเวทีก่อน นักมวยทุกคนต้องฝึกการไหว้ครู และนักมวยคนใดที่มีลีลาการไหว้ครูสวยงาม①เป็นที่ประทับใจคนดู จะได้รับการชื่นชมไม่แพ้คนที่มีฝีมือในการต่อสู้ด้วยอวัยวะต่าง ๆ ได้อย่างเฉียบขาด การไหว้ครูนั้นเป็นพิธีกรรมเพื่อแสดงความเคารพ　　และระลึกถึงบุญคุณ ของครูบาอาจารย์ที่ประสิทธิ์ประสาทศาสตร์ทางการชกมวยให้ รวมถึงขอพรให้ได้ชัยชนะ การไหว้ครูจึงเป็นกิจกรรมบนเวทีอย่างหนึ่งที่ขาดไม่ได้ในการชกมวยทุกครั้งและทุกคู่

　　　กิจกรรมอีกอย่างหนึ่งที่มีขึ้นก่อนที่นักมวยจะลงมือชก โดยเฉพาะมวยคู่เอก หรือการชกชิงหรือป้องกันตำแหน่งแชมเปี้ยนโลก นั่นก็คือการที่บรรดาเจ้าสัวนายห้างต่าง ๆ ขึ้นเวทีมอบของที่ระลึกให้นักมวยไทยซึ่งหลายคนทำเพื่อเป็นการโฆษณาสินค้าในสังกัด③ไปด้วย

　　　ซากุระเคยดูมวยไทยทางโทรทัศน์หลายครั้ง แต่④เพิ่งจะเคยมีโอกาสได้มาดูที่สนามมวยครั้งนี้เป็นครั้งแรก และซากุระก็สังเกตเห็นว่ามีอะไร

บางอย่างผิดปกติบนเวทีตอนที่มีผู้หญิงคนหนึ่งขึ้นไปมอบสร้อยคอให้นักมวย พี่เลี้ยงนักมวยตะโกนด้วยความโกรธว่า "ขึ้นมาทำไม ลงไป ⑤เดี๋ยวนี้" และผู้จัดการนักมวยก็ตะคอกลงมาที่คนข้างล่างเวทีว่า "ใคร ⑥ปล่อยให้นังคนนี้ขึ้นมา ซวยจริง ๆ และทีนี้มวยจะชก⑦ได้ยังไงล่ะ...."

ซากุระตกใจและไม่เข้าใจจึงถามมะลิ

ซากุระ – เกิดอะไรขึ้นเหรอ

มะลิ – เกิดเรื่องใหญ่ ....มีผู้หญิงขึ้นมาบนเวทีมวย

ซากุระ – ใคร....เขามาก่อกวนอะไรเหรอ

มะลิ – ไม่ได้ก่อกวนอะไรหรอก แต่คนไทยถือ เวทีมวย⑧ห้ามผู้หญิงขึ้นมาเด็ดขาด

ซากุระ – แปลกมาก....ทำไมล่ะ

มะลิ – คนไทยถือเรื่องโชคลางและถือว่าเวทีมวยเป็นสถานที่ศักดิ์สิทธิ์ ถ้าผู้หญิงขึ้นเวทีมวยจะทำให้คาถาอาคมของนักมวยเสื่อม

ซากุระ – แล้วเขาจะทำยังไงกันเหรอ

มะลิ – ⑨สงสัยการชกครั้งนี้ต้องล้มเลิกไป ผู้จัดการนักมวยบอกว่า ⑩จะไม่ยอมให้นักมวยของเขาชกอย่างเด็ดขาด ⑪ขืนชกเขา ⑫กลัวว่าจะต้องแพ้

ซากุระ – แล้วคู่ชกล่ะ

มะลิ – คู่ชกไม่ใช่คนไทย เขาอาจจะไม่ถืออย่างคนไทย

กีฬา スポーツ. มวยไทย ムエタイ（タイ式ボクシング）. การต่อสู้ 格闘技. แปลก 変わる. มวยสากล（ムエタイに対する国際式）ボクシング.ประการ 項目.อวัยวะ 身体の部位. ส่วนต่างๆ 様々な部分 . ครบครัน 全部,揃う. หมัด パンチ . ศอก 肘 . เข่า 膝 . เท้า 足. ไหวพริบ 知恵. ชก パンチを打つ. เชี่ยวชาญ 熟練した. ตีศอก（ムエタイで）肘を使って攻撃する. ตีเข่า （ムエタイで）膝を使って攻撃する. เตะ まわし蹴りをする（足の甲で蹴る）. ถีบ 前蹴りをする（足の裏で蹴る）. แตกต่าง 相違する. ประเภท 種類. ไหว้ครู ムエタイの試合前にリング上で選手がする、恩師（トレーナーなど）への感謝を表す踊り. เวที リング. ฝึก 練習. ลีลา 技 ,スタイル. ประทับใจ 印象に残る. ชื่นชม 賞賛する. ฝีมือ

腕，能力．เฉียบขาด 絶品．พิธีกรรม 儀礼．ความเคารพ 敬意．ระลึกถึง 思う，想い出す．บุญคุณ 恩．ครูบาอาจารย์ 恩師．ประสิทธิ์ประสาท 与える，（学問を）教える．ศาสตร์ 学問．รวมถึง 含む．ขอพร 祈る．ชัยชนะ 勝利．กิจกรรม 活動．ขาด 欠く．โดยเฉพาะ 特に．มวยคู่เอก メインイベント．ชิง 奪う，取る．ป้องกัน 防衛する．ตำแหน่ง 立場．แชมเปี้ยน チャンピオン．โลก 世界．บรรดา ～たち．เจ้าสัว 華僑の富豪．นายห้าง 会社のオーナー．มอบ 差し上げる，与える．ของที่ระลึก 記念品．การโฆษณา 広告．สินค้า 商品．ในสังกัด 属している，自社の．ทางโทรทัศน์ テレビで．โอกาส 機会．สนามมวย ボクシング場．สังเกตเห็น 気が付く．ผิดปกติ 異常な．สร้อยคอ ネックレス．นักมวย ボクサー．พี่เลี้ยง ボクシングのセコンド．ตะโกน 叫ぶ．ความโกรธ 怒り．ขึ้น 上がる．ลง 降りる．ผู้จัดการ マネージャー．ตะคอก 怒鳴る．ล่าง 下．นังคนนี้ この女（悪態の1つ）．ซวย 悪運の，不吉な．ตกใจ 驚く．เรื่องใหญ่ 大きなこと，大変なこと．ก่อกวน 妨害する，問題を起こす．แปลก 不思議な．ถือโชคลาง 運と前兆を気にする．ศักดิ์สิทธิ์ 神聖な．คาถาอาคม 呪文．เสื่อม 効かなくなる．การชกครั้งนี้ 今回の殴り合い（試合）．กลัว 怖がる．แพ้ 負ける．คู่ชก（ボクシングでの）対戦相手．

文法＆表現

①เป็นที่....

❶ **文型：**　「Aเป็นที่ Cของ(ในหมู่) B」

❷ **意味：**　「AはBの間でCされている」

❸ **要点：**　1.ある特定の人、動物、物、または行動、出来事「A」がある特定の集団「B」の間でどう扱われているか（C)ということを表す。

2.主に認知、感情、伝聞を表す動詞（句）の前に付ける。

3.AとBは名詞（句）であり、Cは動詞（句）である。

1.อาจารย์ทานากะสอนหนังสือสนุก เป็นที่ชื่นชอบของนักศึกษามาก

タナカ先生は授業を楽しくするので、学生の間で好かれている。

2.การเลี้ยงหมูเป็นที่นิยมในหมู่ชาวบ้านแถบนั้น

豚を飼うことはその辺の人たちの間で人気がある。

3.การลาออกของประธานบริษัทเป็นที่โจษจันกันมากในหมู่พนักงาน

会長の辞任は従業員の間で広く話題となっている。

4.เป็นที่ยอมรับกัน(ทั่วไป)ว่ามหาวิทยาลัยนี้มีชื่อเสียงทางด้านภาษาตะวันออก

この大学が東洋言語について有名であることは一般的に認められている。

....

สอนหนังสือ 授業をする. ชื่นชอบ 好む. เลี้ยง 飼う. หมู 豚. ชาวบ้าน 市民,庶民. แถบ....~ の辺. ลาออก 辞職する,辞任する. ประธานบริษัท 会長. โจษจัน 話題にする,噂する. พนักงาน 従業員. ยอมรับ 認める. ภาษาตะวันออก 東洋言語.

②ลงมือ....

❶ 文型：　「ลงมือ＋ 動詞（句）」
❷ 意味：　「～し始める」
❸ 要点：　手を使う行動の開始を表す。

1.อาหารเย็นทำไว้ตั้งแต่ 6 โมงเย็น แต่ลงมือทานตอน 3 ทุ่ม

晩ご飯は夕方6時に作っておいたが、夜9時に食べ始めた。

2.เราต้องทำพิธีบูชาเจ้าที่ ก่อนจะลงมือก่อสร้าง

建設をし始める前に、土地の神様に崇拝儀礼（地鎮祭）を行なわなければならない。

3.นิยายเรื่องนี้ผมลงมือเขียนมาได้ 3 เดือนแล้ว

この小説は私が書き始めてからもう3ヶ月経ちました。

第23課　เวทีมวย

อาหารเย็น 晩ご飯. พิธี 儀礼. บูชา 崇拝. เจ้าที่ 土地の神様. ก่อสร้าง 建設する. นิยาย 小説.

③....ไปด้วย

❶ **文型**：　「動詞（句）+ไปด้วย」
❷ **意味**：　「それに～も行なう」
❸ **要点**：　物事が並行して行なわれることや両立すること。

1. เขา ตอนกลางวันทำงาน ตอนกลางคืนก็เรียนหนังสือที่มหาวิทยาลัยใกล้ ๆ บ้านไปด้วย
   彼は昼に働いている。そして夜には家の近くの大学で勉強する。
2. ทุกเช้า พ่อจะทานข้าวเช้าและอ่านหนังสือพิมพ์ไปด้วย
   毎朝父は朝ご飯を食べて、同時に新聞も読む。
3. เขาเป็นครูพละศึกษา ที่บ้านก็เปิดร้านขายเครื่องกีฬาไปด้วย
   彼は体育の先生だ。さらに家ではスポーツ用品の店を開いている。

ตอนกลางคืน 夜. พละศึกษา 体育. เครื่องกีฬา スポーツ用品.

④เพิ่ง(จะ)เคย....

❶ **文型**：　「เพิ่ง(จะ)เคย+動詞（句）」
❷ **意味**：　「初めて～した」「～したのは初めてです」
❸ **要点**：　チャンスは以前にも何度かあったが、今回やっとした、できた、ということが強調されている。

1. ฉันไปเมืองไทยมาหลายครั้ง แต่เพิ่งเคยทานทุเรียนตอนไปคราวนี้

　私はタイへ何度も行ったが、ドリアンを食べたのは今回が初めてです。

2. มะลิไปอนเซ็นกับเพื่อนหลายครั้ง แต่เพิ่งเคยเข้าตอนไปคราวนี้

　マリは何度か友達と温泉に行きましたが、温泉に入ったのは今回が初めてです。

3. ฉันดูถ่ายทอดเบสบอลทุกนัด แต่เพิ่งเคยไปดูที่สนามเมื่อวานนี้

　私は野球中継を毎回見ているが、球場へ行って見たのは昨日が初めてです。

อนเซ็น(น้ำพุร้อน) 温泉. ถ่ายทอด 中継. นัด 回,試合. สนาม 球場.

⑤ ....เดี๋ยวนี้

❶ 文型：　　「動詞（句）+เดี๋ยวนี้」

❷ 意味：　　「今すぐ～しなさい」

❸ 要点：　　時間的な猶予を与えない命令文。

1. กลับบ้านเดี๋ยวนี้

　今すぐ家に帰りなさい。

2. บอกมาเดี๋ยวนี้นะว่าเมื่อวานนี้ไปไหนมา

　昨日はどこへ行ってきたのか今すぐ言いなさい。

3. ไปตามช่างมาซ่อมเดี๋ยวนี้

　今すぐ技術者を呼んで修理してもらいなさい。

ช่าง 技術者. ซ่อม 修理する.

第23課　เวทีมวย

⑥ปล่อยให้....　⇨　第2課を参照。

⑦....ได้ยังไงล่ะ

❶ **文型**：　「動詞（句）＋ได้ยังไงล่ะ」
❷ **意味**：　「〜できるわけがない」
❸ **要点**：　反語表現の1つ。

1. หิมะตกหนัก ถนนลื่นยังงี้ จะขับรถได้ยังไงล่ะ
   雪がたくさん降って道路がこんなに滑ったら、車を運転できるわけがない。
2. ลืมเอากระเป๋าสตางค์มา แล้วจะขึ้นรถไฟได้ยังไงล่ะ
   財布を忘れたので、電車に乗れるわけがない。
3. สุรุ่ยสุร่ายยังงี้ แล้วจะเก็บเงินได้ยังไงล่ะ
   こんなに浪費したら、お金が貯まるわけがない。

ลื่น 滑る. ลืม 忘れる. กระเป๋าสตางค์ 財布. สุรุ่ยสุร่าย 浪費する. เก็บเงิน お金を貯める.

⑧ห้าม....เด็ดขาด　⇨　第15課を参照。

⑨สงสัย(จะ)....　⇨　第12課を参照。

⑩จะไม่ยอมให้....อย่างเด็ดขาด

❶ **文型**：　「จะไม่ยอมให้＋動詞（句）または文＋อย่างเด็ดขาด」

❷ 意味： 「絶対〜をさせない」
❸ 要点： 従わない、許可しないという意志を強調する。
第１５課の「ไม่ยอมให้....」も参照。

1.ฉันจะไม่ยอมให้ลูกขี่มอเตอร์ไซค์เด็ดขาด
　私は絶対子供にバイクを乗らせない。
2.เขาบอกว่าจะไม่ยอมให้ลูกสาวแต่งงานกับคนต่างชาติเด็ดขาด
　彼は娘に絶対外国人と結婚させないと言った。
3.เจ้าของบริษัทประกาศว่าจะไม่ยอมให้ลูกค้าผิดหวังในสินค้าบริษัทเขาเด็ดขาด
　会社のオーナーは絶対お客さんに商品のことでがっかりさせないと宣言した。

....

มอเตอร์ไซค์ バイク. คนต่างชาติ 外国人. เจ้าของ 持ち主,オーナー. ประกาศ 宣言する,発表する. ผิดหวัง がっかりする. สินค้า 商品.

⑪ขืน....

❶ 文型： 「（主語）+ขืน+ 動詞（句），....」
❷ 意味： 「無理に〜すると，....」
❸ 要点： 現状、状況、習慣、規則から見て許されない、または常識に反した行動を行なうことを表す。その無理な行動をすることによって、望まれない結果を表す動詞（句）または文が後続するのが普通である。

1.ถ้าคุณขืนสูบบุหรี่ต่อไป คุณจะเป็นหนักกว่านี้
　あなたがこのままタバコを吸い続けるなら、（病状が）もっとひどくなるよ。
2.มหาวิทยาลัยห้ามนักศึกษาขี่มอเตอร์ไซค์ ใครขืนขี่ไปจะถูกลงโทษ

大学は学生がバイクで（大学に）通うことを禁じているので、無理に（バイクで大学に）行くと罰を受ける。

3.เผ็ดแล้ว ขืนใส่พริกอีก จะทานไม่ได้

もうすでに辛いです。さらに唐辛子を入れたら食べられなくなってしまうよ。

เป็นหนัก （病状が）ひどくなる. มอเตอร์ไซค์ バイク. ถูกลงโทษ 罰を受ける. เผ็ด 辛い. พริก 唐辛子.

⑫กลัว(ว่าจะ)....　⇨　第７課を参照。

練習問題

練習Ⅰ　下記の質問に答えなさい。

1. มวยไทยต่างจากมวยสากลตรงไหน
2. พิธีไหว้ครูก่อนการชกมวยไทยมีขึ้นเพื่ออะไร
3. ก่อนที่นักมวยจะลงมือชก นอกจากพิธีไหว้ครูแล้ว ยังมีกิจกรรมอะไรอีกบ้างบนเวทีมวย
4. การมอบของที่ระลึกให้นักมวยนั้น ส่วนใหญ่คนมอบทำเพื่ออะไร
5. ซากุระไปดูมวยที่สนามมวยบ่อยไหม
6. วันที่ซากุระไปดูมวย เกิดเหตุการณ์อะไรขึ้นบนเวทีมวย
7. ทำไมคนไทยจึงห้ามผู้หญิงขึ้นเวทีมวย

練習Ⅱ

1 (a)～(l)の表現を使ってタイ語で作文をしなさい。

2 1～12 の単文のそれぞれの意味が通じるように、(a)～(l) の中の表現を一つ選んで下線の部分に入れなさい。

(a) เป็นที่....　(b) ลงมือ....　(c) ....ไปด้วย
(d) เพิ่งจะเคย....　(e) ....เดี๋ยวนี้　(f) ปล่อยให้....
(g) ....ได้ยังไงล่ะ　(h) ห้าม....เด็ดขาด　(i) สงสัย(จะ)....
(j) ....จะไม่ยอมให้....อย่างเด็ดขาด　(k) ขืน....
(l) กลัว(ว่าจะ)....

1. รถไฟก็สไตร๊ค์ รถเมล์ก็สไตร๊ค์ แท็กซี่ก็ไม่วิ่ง แล้วเราจะกลับบ้าน_______
2. ฉันอยากทานหอยดิบ แต่________ท้องเสีย
3. บริษัทห้ามพนักงานย้อมผม ถ้าใคร _______ย้อมจะถูกไล่ออก
4. ใคร __________ คนร้ายเข้ามาวางระเบิดแถวนี้ได้
5. แต่งตัว_________ ต้องรีบไปแล้ว เดี๋ยวไม่ทัน
6. ฉันไปฮอกไกโดมาหลายหนแล้ว แต่หนนี้____________เล่นสกี
7. นิสัยมักง่ายของเขา ________รังเกียจในหมู่เพื่อนร่วมงาน
8. ในโรงพยาบาล _______ใช้โทรศัพท์มือถือ__________
9. รถไฟเที่ยวสุดท้ายออกเที่ยงคืน____________ไม่ทัน
10. พ่อบอกว่า___________ ฉันไปเที่ยวอเมริกา__________
11. เขาคุยกับเพื่อน และสูบบุหรี่ _____
12. หมอ________ผ่าตัดมาได้สองชั่วโมงแล้ว ยังไม่เสร็จ

สไตรัค์ ストをする. หอยดิบ 生牡蠣. ท้องเสีย お腹を壊す. ไล่ออก 首にする. คนร้าย 犯人. ระเบิด 爆弾. วางระเบิด 爆弾をしかける. แต่งตัว 服を着る,着替える. สกี スキー. นิสัย 性格. มักง่าย いい加減な . รังเกียจ 嫌う. เพื่อนร่วมงาน 同僚 . รถไฟเที่ยวสุดท้าย 終電. เที่ยงคืน 零時. ผ่าตัด 手術をする.

練習Ⅲ　タイ語に訳しなさい。

1. タイが仏教の国であることは日本人の間でよく知られている。
2. 4月号の記事は明日書き始めるつもりです。
3. 彼は洗濯をしながら、同時に宿題をしている。
4. 私は日本に来てからもう5年ですが、今日初めてお刺身を食べました。
5. [線路を歩いている人に駅員が]「危険ですから、今すぐここから出て行きなさい」
6. 彼女は洗濯物を雨に濡れたままにしていた。
7. 旅券と航空券がなければ海外へ行けるわけがない。
8. 18才未満の子供は絶対入ってはいけない。
9. 誰も電話に出なかった。今日は定休日じゃないかしら。
10. オーナーはシェフに料理に化学調味料を絶対使わせないと言った。
11. そのパーティーは正装で行かないといけない。無理にジーパンを履いて行ったら入れてくれないと思う。
12. 会場に入れてくれないかも知れないと心配だったので、正装で行きました。

4月号 ฉบับเดือนเมษายน. 記事 บทความ.洗濯をする ซักผ้า.宿題をする ทำการบ้าน. 危険 อันตราย . 洗濯物 ผ้าที่ตากไว้. 旅券,パスポート พาสปอร์ต. ～未満 ไม่ถึง.... . 定休日 วันหยุด. オーナー เจ้าของ. シェフ,コック พ่อครัว. 化学調味料 ผงชูรส.

正装 แต่งตัวเรียบร้อย . ジーパン กางเกงยีนส์ . 会場 ในงาน, สถานที่จัดงาน .

第 24 課　คนไทยกับบุหรี่

読解：タバコは健康にどのような影響を与えるのか。タイ人の喫煙の現状、またタイではタバコを吸っている女性が一般的にどう見られているのかを理解する。

作文：日本の喫煙の現状、喫煙に対する日本人の意識を、健康的な側面と社会的な側面から説明する。

　　ในภาษาไทย มีคำถามฮิตว่า อะไรเอ่ย①ยิ่งตัดยิ่งยาว ยิ่งต่อยิ่งสั้น ซึ่งคำเฉลยของยิ่งตัดยิ่งยาวคือ "ถนน" และยิ่งต่อยิ่งสั้นคือ"บุหรี่" การต่อหรือจุดสูบบุหรี่ไม่ได้ทำให้บุหรี่มีขนาดสั้นอย่างเดียว แต่②ยังทำให้อะไรหลาย ๆ อย่างในตัวคนเราหดสั้น③ลงอีกด้วย การสูบบุหรี่④นอกจากจะทำให้นิ้วเหลือง ฟันเป็นคราบและปากเหม็นบุหรี่แล้ว ยังอาจจะทำให้เกิดปัญหาสุขภาพขึ้นได้ในอนาคต เมื่อมีปัญหาสุขภาพก็⑤ย่อมกระทบกระเทือนต่อหน้าที่การงานด้วย

　　หญิงมีครรภ์ไม่ควรสูบบุหรี่เพราะอาจเป็นอันตรายต่อลูกในท้องได้ เด็กได้รับผลกระทบจากการสูบบุหรี่ทางอ้อม ⑥ทั้งก่อนและหลังเกิด ทำให้อ่าน เขียน และเรียนรู้ได้ช้า เติบโตช้า หากพ่อแม่สูบบุหรี่กันมากกว่าวันละ 10 มวนเด็ก⑦มักจะตัวเตี้ยกว่าเด็กคนอื่น นอกจากนี้เด็กที่ถูกรมด้วยควันบุหรี่⑧เป็นประจำจะเท่ากับว่าพวกเขาสูบบุหรี่เข้าไปโดยตรงถึงปีละ 60-150 มวนเลยทีเดียว

　　การสูบบุหรี่ยังเพิ่มความเสี่ยงต่อการเป็นโรคต้อกระจก และทำให้ผิวหนังเหี่ยวย่น เนื่องจากสารพิษของบุหรี่จะไปทำลายโปรตีนซึ่งทำให้ผิวมีความยืดหยุ่นรวมทั้งทำลายวิตามินเอ ขัดขวางการไหลเวียนของโลหิต ผิวของคนสูบบุหรี่จึงแห้งและเหี่ยวย่นง่าย

　　ที่เมืองไทย ถือว่าบุหรี่เป็นยาเสพติดชนิดหนึ่ง ที่ซองบุหรี่จะเขียนข้อความทำนองว่า "การสูบบุหรี่มีโทษต่อร่างกาย ทำให้เกิดมะเร็ง" เพื่อเตือนใจผู้ซื้อ

ถึงแม้สังคมไทยไม่ห้ามผู้หญิงสูบบุหรี่ แต่คนไทยทั่วไปจะมองว่าผู้หญิงที่ดีไม่ควรสูบบุหรี่หรือกินเหล้า ที่เมืองไทยผู้หญิงทั่วไปที่สูบบุหรี่หรือกินเหล้าจึงมีน้อยมาก

ซากุระ – เดี๋ยวนี้วัยรุ่นจีน เกาหลี ญี่ปุ่น ไทยแต่งตัวคล้ายกันมากนะ ถ้าไปเดินแถวสยามสแควร์จะดูไม่ค่อยออกว่าคนไหนเป็นคนไทยหรือไม่ใช่คนไทย

มะลิ – แต่บางทีเราดูออกนะ

ซากุระ – ดูยังไงหรือ

มะลิ – คนที่สูบบุหรี่เราจะคิดก่อนว่าไม่ใช่คนไทย

คำถาม 質問. ฮิต 人気がある. ยอดฮิต 非常に人気がある. ตัด 切る,（道路を）作る. ต่อ 繋ぐ,（タバコに）火をつける. คำเฉลย 解答. ขนาด 大きさ,サイズ. สั้น 短い. หด(สั้น) 縮む. นิ้ว 指 . คราบ くっついている汚れ . ปัญหา 問題 . สุขภาพ 健康. อนาคต 将来 . ผลกระทบ 影響. กระทบกระเทือน 影響を与える. หญิงมีครรภ์ 妊婦. ทางอ้อม 間接的. เรียนรู้ 学び知る. เติบโต 成長する. เสี่ยง 危険を冒す. สองเท่า 2倍. โรค 病気. หายใจ 呼吸する. อย่างรุนแรง 激しい. มวน ［タバコを数える際の類別詞］～本 . ตัวเตี้ย 背が低い. รม いぶす,薫製にする . ควัน 煙 . โดยตรง 直接的. โรคต้อกระจก 白内障 . ผิวหนัง 皮膚. เหี่ยวย่น 皺になる. สารพิษ 有害物. ทำลาย 壊す. โปรตีน タンパク質 . ผิว 皮膚 . ความยืดหยุ่น 伸縮性 . วิตามิน ビタミン. ขัดขวาง 妨げる. การไหลเวียน 循環. โลหิต 血液. แห้ง 乾燥している. ยาเสพติด 麻薬. ซองบุหรี่ タバコの箱 . ข้อความ 文章 ,言葉. ทำนอง ～のような ,～ふう. มีโทษ 害がある . มะเร็ง 癌 . เตือนใจ 警告 . ผู้ซื้อ 買う人 . สังคม 社会. ห้าม 禁じる . วัยรุ่น 若者 . แต่งตัว 着飾る , 服を着る . คล้ายกัน 似る. ดูออก 見分ける.

文法＆表現

①ยิ่ง....ยิ่ง....

❶ **文型：**　「（主語）＋ ยิ่ง ＋A,（主語）＋（ก็）ยิ่ง ＋B」

❷ **意味：**　「AすればAするほどBになる」

❸ **要点：**　Aの事柄が進行することに伴ってBの事柄も進行することを表す。

1.ยิ่งรีบยิ่งช้า

急げば急ぐほど遅くなる。

2.ฝนยิ่งตก รถก็ยิ่งติด

雨が降れば降るほど渋滞がひどくなる。

3.รัฐบาลยิ่งปกปิด ประชาชนยิ่งอยากรู้

政府が秘密にすればするほど国民は知りたくなる。

4 ส้มตำยิ่งเผ็ด ก็ยิ่งอร่อย

ソムタムは辛ければ辛いほどおいしくなる。

รีบ 急ぐ. ปกปิด 隠す,秘密にする. ส้มตำ ソムタム（パパイヤのサラダ）. เผ็ด 辛い.

②ยัง....อีกด้วย

❶ **文型：**　「A,（主語）＋ยัง ＋ 動詞（句）＋อีกด้วย」

❷ **意味：**　「A（だけではなく）さらに～」

❸ **要点：**　Aという事柄に追加する事柄を強調する。第４課も参照。

1.บ้านหลังนี้แคบ และค่าเช่ายังแพงอีกด้วย

この家は狭い。さらに、家賃も高い。

2.ที่เมืองไทยของกินเยอะ อร่อย และยังถูกอีกด้วย

 タイでは食べ物（の種類）が多くて、おいしくて、さらに（値段も）安い。

3.ทาโรไม่ได้ร้องเพลงเก่งอย่างเดียว ยังชกมวยเก่งอีกด้วย

 タロウは歌が上手なだけではなく、さらにボクシングもよくできる。

แคบ 狭い. ค่าเช่า 家賃. ชกมวย ボクシングをする.

③....ลง

❶ **文型**：　　「状態を表す語（句）＋ลง」

❷ **意味**：　　「～になる」

❸ **要点**：　　1.状態の変化を表す。

     2.少ない、弱い、また、望まれない状態を表す語（句）の後ろに付ける。第２課と第９課も参照。

1. ยอดขายลดลง 10 เปอร์เซ็นต์

 売り上げは10パーセント減った。

2.น้ำหนักของเบาลง 10 กิโล

 荷物は10キロ軽くなった。

3.นิสัยเลวลงกว่าเมื่อก่อนมาก

 性格は以前よりもずいぶん悪くなった。

4.ลดความเร็วลงหน่อยสิ

 ちょっとスピードを落としてよ。

ยอดขาย 売り上げ. ลด 減る,減らす. น้ำหนัก 重さ. เบา 軽い. นิสัย 性格. ความเร็ว スピード.

第24課　คนไทยกับบุหรี่

④ นอกจาก....แล้วยัง....อีกด้วย

❶ 文型： 1.「นอกจาก A แล้ว , B ยัง 動詞（句）อีกด้วย」
　　　　 2.「นอกจาก X แล้ว , A ยัง Y อีกด้วย」
　　　　 3.「นอกจาก O แล้ว , A ยัง 動詞（句）P อีกด้วย」

❷ 意味： 1.「A 以外に、B も～」
　　　　 2.「A は X だけではなく Y もする（Y にもなる）」
　　　　 3.「A は O だけではなく P も～をする」

❸ 要点： 1. A と B が同じ事柄であることを表す。［A と B は主語または主題］
　　　　 2. A には X 以外に Y の事柄もあることを表す。［X と Y は動作または状態を表す動詞（句）］
　　　　 3. A は O 以外に P に対しても同じ行動をする。［O と P は動作の対象となる目的語（句）］

1. นอกจากทาโรแล้วจิโรยังเป็นหวัดบ่อยอีกด้วย
　タロウだけではなく、ジロウもよく風邪を引きます。
2. นอกจากดูหนังแล้ว เคโกะยังชอบอ่านหนังสืออีกด้วย
　ケイコは映画を観るだけではなく、本を読むのも好きです。
3. นอกจากนิยายแล้ว ฮานาโกะยังอ่านการ์ตูนอีกด้วย
　小説以外に、ハナコは漫画も読む。

....

นิยาย 小説.　การ์ตูน 漫画.

⑤ ย่อม....

❶ 文型：　「ย่อม +動詞（句）」

❷ 意味： 「〜するのは当然だ」「当然〜」
❸ 要点： 書き言葉の表現である。

1.เมื่อมีการต่อสู้ ย่อมมีคนเสียชีวิต
　戦いがあれば命を落とす人が出るのは当然だ。
2.สินค้าดีย่อมได้รับความนิยมนาน
　よい商品が、長く人気を保つのは当然だ。
3.ถ้ามีความพยายามย่อมประสบความสำเร็จ
　努力をすれば成功するのは当然だ。

....

การต่อสู้ 戦い. เสียชีวิต 命を落とす,死ぬ. ความนิยม 人気. ความพยายาม 努力. ประสบ 会う. ความสำเร็จ 成功.

⑥ ทั้ง....และ....　⇨ 第1課を参照。

⑦ มักจะ....

❶ 文型： 「มักจะ＋動詞（句）」
❷ 意味： 「とかく〜しがち」「だいたい〜」
❸ 要点： 書き言葉の表現である。ある事柄の傾向性を表す。

1.เด็กที่ทานอาหารประเภทนี้มาก ๆ มักจะแข็งแรง และตัวสูง
　この種の料理を食べる子供はとかく健康で、背も高い。
2.คนที่ใช้คอมพิวเตอร์มากเกินวันละ 4 ชั่วโมง มักเกิดปัญหาเกี่ยวกับสุขภาพในภายหลัง

1日に4時間以上コンピュータを操作して仕事をする人は後でとかく健康に問題が生じがち。

3.คนโง่มักจะนึกว่าตัวเองฉลาด

愚かな人はだいたい自分が賢いと思いがちだ。

แข็งแรง 健康である. ตัวสูง 背が高い. ปัญหา 問題. สุขภาพ 健康. ในภายหลัง 後で. คนโง่ 愚かな者. นึกว่า 思う（誤解する）. ฉลาด 賢い.

⑧....เป็นประจำ ⇨ 第９課を参照。

練習問題

練習Ⅰ　下記の質問に答えなさい。

1. การสูบบุหรี่มีโทษต่อร่างกายอย่างไร
2. ทำไมหญิงมีครรภ์จึงไม่ควรสูบบุหรี่
3. คนไทยคิดอย่างไรต่อผู้หญิงที่สูบบุหรี่

練習Ⅱ

1　(a)～(g)の表現を使ってタイ語で作文をしなさい。

2　1～7の単文のそれぞれの意味が通じるように、(a)～(g) の中の表現を一つ選んで下線の部分に入れなさい。

(a) ยิ่ง....ยิ่ง....　　　(b) ยัง....อีกด้วย　　　(c) ....ลง
(d) นอกจาก....แล้ว....ยัง....อีกด้วย　　　(e) ย่อม....
(f) ....เป็นประจำ　　　(g) มักจะ....

1. ถ้าคุณรับประทานยานี้ น้ำหนักจะลด＿＿＿＿5 กิโลใน 1 อาทิตย์
2. หนังพวกนี้＿＿＿＿＿ใช้＿＿＿＿＿สวย
3. ＿＿＿＿＿วันพฤหัสแล้ว เขา＿＿＿หยุดวันอาทิตย์＿＿＿＿＿
4. ตอนผมอยู่เมืองไทย ผมไปตัดผมร้านนั้น＿＿＿＿＿
5. สามีคุณฮานาโกะไม่ใช่ขี้โมโหอย่างเดียว＿＿＿＿ขี้เหนียว＿＿＿
6. มีไฟ＿＿＿＿＿มีควัน
7. โรคที่คนแก่เป็น＿＿＿＿＿เป็นโรคเกี่ยวกับตาและหู

．．．

สามี 夫. ขี้โมโห 怒りっぽい. ขี้เหนียว ケチ. ไฟ 火. ควัน 煙. โรค 病気. คนแก่ お年寄り. เกี่ยวกับ 関する.

練習Ⅲ　タイ語に訳しなさい。

1. たくさん寝れば寝るほど眠たくなる。
2. 僕はお化けを見たことがない。それに精霊のことも信じていない。
3. 私はあと2キロ痩せたら、このスカートを履けるでしょう。
4. タイではタイ系族の人以外、中国人やインド人も多くいる。
5. オーナーと選手との間に摩擦がある場合、ファンは当然選手の味方をする。
6. このような博物館の定休日はだいたい水曜日である。
7. 一般のタイ人はいつも寝る前にお経を唱える。
8. 仕事が終わってから、我々はいつもここに音楽を聴きに来る。

第24課　คนไทยกับบุหรี่

眠たい ง่วง(นอน). お化け ผี. 精霊 ผี . 信じる เชื่อ. 痩せる ผอม .スカート กระโปรง .
履く ใส่. タイ系族の人 คนเชื้อชาติไทย. インド人 แขก . 選手 ผู้เล่น , นักกีฬา . 摩擦
เรื่องขัดแย้ง .味方をする เข้าข้าง . 博物館 พิพิธภัณฑ์ .定休日 วันหยุด . 一般の ทั่วไป .
お経を唱える สวดมนต์. 仕事が終わる งานเลิก . 音楽を聴く ฟังเพลง .

参考文献

เดชา ศิริภัทร , "ชบา ความงามและความหมายเหนือใบหู", "นิตยสารหมอชาวบ้าน" ฉบับที่ 280, สิงหาคม 2000.

นิธิ เอียวศรีวงศ์ ,"ชื่อนั้นสำคัญไฉน" , "นิตยสารมติชนสุดสัปดาห์" , p.35.

__________ , "นามสกุลผู้หญิง" , "นิตยสารมติชนสุดสัปดาห์" , p.47.

บริษัทศูนย์วิจัยกสิกรไทย จำกัด ,"คนกรุงทำตัวอย่างไรเมื่อไปงานศพ" , "นิตยสารสารคดี" ฉบับที่ 280, สิงหาคม 2002.

ปรามินทร์ เครือทอง , "รำวง อาวุธของจอมพลป.ที่ใช้ต่อสู้ญี่ปุ่น", "นิตยสารศิลปวัฒนธรรม", มกราคม 2000.

ปรีชา ช้างขวัญยืน ,"ลูกพ่อแม่ไม่สั่งสอน" ,"นิตยสารสยามรัฐสัปดาห์วิจารณ์", ปีที่ 40 ,ฉบับที่ 26.

พลูหลวง(นามแฝง) ,"ขวากับซ้าย" ใน "เจ็ดความเชื่อของไทย" , สำนักพิมพ์เมืองโบราณ , 1997,pp.92-105.

__________ ,"วันทั้งเจ็ด" ใน "เจ็ดความเชื่อของไทย" , สำนักพิมพ์เมืองโบราณ , 1997, pp.70-77.

พิสิฐ ภูศรี, "ผู้อภิวัฒน์" , "นิตยสารมติชนสุดสัปดาห์ "

"ราชสำนักล้านนา : ประวัติศาสตร์แลการเปลี่ยนแปลง มุมมองจากเครื่องแต่งกาย" ,"นิตยสารสารคดี", ฉบับที่ 225 , พฤศจิกายน 2003.

เสฐียรโกเศศ ,"ประเพณีเกี่ยวกับชีวิต การตาย" , สำนักพิมพ์แม่คำผาง,พิมพ์ครั้งที่ 2, สิงหาคม 1989 , pp. 25-27.

หนุ่ม เมืองจันท์ ,"วัฒนธรรม" ,"นิตยสารมติชนสุดสัปดาห์" ปีที่ 22, ฉบับที่ 1122, กุมภาพันธ์ 2000 ,p.24.

แอนดรูว์ บิ๊กส์ ,"โลกของโล้น" ใน "เมืองไทยในสายตาผม", เล่ม 4 , สำนักพิมพ์ดับเบิลนายน์, 2002.

宮本マラシー『タイ語表現法』大阪外国語大学,2003.

__________『タイ語の言語表現』大阪外国語大学,1997.

索引

※各文例の後ろの数字は本書に登場する課の番号です。

ๆ

動詞（句）＋修飾語＋ๆ　22
（名詞）ๆ　13
....ๆ ก็...　22

ก

ก็　20,22
ก็ต่อเมื่อ　6
ก็ยัง....อยู่ดี　6
ก็แล้วกัน　21
ก็....เองแหละ　4,12
กลัว(ว่าจะ)　7,23
กลับ　1,19
กล้า(ไม่กล้า)　1
กว่า　15
กว่าจะ　19
กว่าจะ....ก็　5
กัน　14
เกือบ(จะ)　2,5

ข

(ใน)ขณะที่　1,12
ขอ....หน่อยสิ　3
ขอให้　13,20
ขี้เกียจ　8
ขึ้น(ลง)　2,9,24
ขึ้นอยู่กับ　16

ขืน　23
เขา....กัน　22
เข้า　6
เข้า(ไม่เข้า)　19
เข้าใจว่า　5

ค

ควรจะ(ไม่ควรจะ)　1,4,21
ค่อนข้าง(จะ)　3,19
คอย　17
ค่อย ๆ　11
ค่อย....หน่อย　22
แค่　1
ใครสักคน　21

ง

ง่าย　22
ไงล่ะ　11

จ

จงใจ　15
จน　5,8,19
จนกระทั่ง　1,5,11
จนกว่าจะ　6
จะ　1,15
จะได้　2,4,5,11
จะตาย　20
(จะ)ไม่ยอมให้....อย่างเด็ด

ขาด　23
จึง(เลย)　1,13
จึงจะ　6

ฉ

เฉย ๆ　10,12,21

ช

ชวนให้　3
ชอบ　10
เชียว　17

ซ

ซะก่อน　12
ซิ　21
ซี　21
ซึ่ง　7

ด

ดีเหมือนกัน　4
ด้วย　4,9,12
ด้วยซ้ำ　20
ดูเหมือนว่า　17
เดิม　14
เดียว　1,20
เดี๋ยว　12,19
เดี๋ยวก็　12,20

เดี๋ยวนี้	23	
โดยที่	9,10	
ได้ข่าวว่า	16	
ได้ยังไงล่ะ	23	

ต

ตรงที่	8
ตั้ง	12,17
ตั้งท่าจะ(ทำท่าจะ)	2
ตาม	3,8,13,16
แต่	1,6,12
ต่อให้	9
ต้อง	6
ต้อง....แน่ ๆ	2,3,6

ถ

ถึง	8,11
ถึงจะ....ก็	19,20
ถึงได้	11
ถึงแม้ว่า....ก็	7,17,20
ถือเป็น	16
ถือว่า	7,15

ท

ทน....ไหว	4
ทั้ง	12,22
ทั้ง....และ	1,17,24

ทั้ง ๆ ที่	3,11,17
ท่าทางจะ	14,21
ที่ไหนสักแห่ง	21
แทบจะทุก	17
แทบจะไม่	2,9
ทำท่า	1
ทำให้	5,6,10,13
ทำไม....ต้อง....ด้วยล่ะ	1,11
ทำไม....เสียล่ะ	14
เท่ากับว่า	4
เท่าที่	22
เท่าไรก็ไม่....	8

น

นับว่า	20
น่าจะ	8,14,19
นาน ๆ ทีจะ	2,8
นอกจาก	19
นอกจากนั้นยัง	13
นอกจาก....แล้วยัง....อีกด้วย	24
นอกจากนี้....ยัง....อีกด้วย	4,13
ในขณะที่	1,12
ในเมื่อ	18

บ

บาง....ก็....บาง....ก็	11,16
บ้าง(มั่ง)	4,16,19,21
....บ้าง(มั่ง)....บ้าง(มั่ง)	10,14

ป

ปล่อยให้	2,9,23
เป็น	3,16,18
เป็นที่	17,23
เป็นบาง	20
เป็นประจำ	9,24
เป็นเพื่อน	21
เปล่า(ๆ)	8,19,20
ไปด้วย	23
ไปยังงั้นแหละ	10

ผ

เผื่อ(จะ)	20

พ

พากัน	22
พอ....ก็....	2,4,6
พอ....จะ....	11
พอที่จะ....ได้	19
เพิ่ง(จะ)	2,5,14

เพิ่งจะเคย	23	
เพิ่ง....เอง	14	
เพราะ	19	

ม

มักจะ	24
มั้ง	4,21
มา	14
มีทีท่าว่าจะ	2
แม้กระทั่ง	5
แม้แต่	2,11
ไม่กี่	21
ไม่Aอย่างB	4
ไม่เข้า	19
ไม่(ค่อย)ได้	6,19
ไม่(ค่อย)....นัก	6,8
ไม่ค่อยจะ....เอาเสียเลย	8
ไม่(ค่อย)....เท่าไร	10
ไม่จำกัดว่า	22
ไม่ใช่ว่า....ที่จะ....	16
ไม่....เด็ดขาด	23
ไม่ได้	15
ไม่ถึง	8,11
ไม่....เท่า	19,20
ไม่น่า	19
ไม่....บ้างหรือ	1
(ไม่)ยอม	15,16
ไม่ยอมให้	15,23
ไม่ยอมให้....อย่างเด็ดขาด	
	15,23

ไม่....(เลย)สัก	9,10,12
ไม่ว่าจะ....แค่ไหน	21
ไม่ว่า....หรือ....	4,7,8,
	10,16
ไม่....เสียทีเดียวนัก	7
ไม่....หรอก	10,16
ไม่เห็น	10,20
ไม่ให้	15,19
ไม่ไหว	8,16
ไม่....อย่าง	4,15
ไม่อย่างนั้น	1
ไม่....อีกเลย	13

ย

ยกเว้น	9,17
ยังคง....อยู่	17
ยัง....อีกด้วย	18,24
ยังไม่ทัน	2
ยังไง ๆ ก็	5
ยิ่ง....ด้วย	9
ยิ่ง....ยิ่ง	24
ยิ่ง....ใหญ่	8
ยอม(ไม่ยอม)	2,15,16
ย่อม	24

ร

ราวกับ	21

เริ่ม....มาได้	2

ล

ลง	24
ลงมือ	23
ลงเรื่อยๆ(ขึ้นเรื่อยๆ)	
	2,9,24
ลืม	13
เล่น ๆ	21
แล้ว	10,17
แล้วค่อย	17
แล้วแต่	17
แล้ว(ถึง)จะ	8,17
แล้ว....อีกที	15
เลย	1,2,13,17

ว

ว่าจะ	21
เวลา....จะ	7,9,10,14
ไว้	8,17,22

ส

สงสัยจะ	12,23
(ใคร,อะไร....)สัก(คน,อย่าง	
....)	21
สัก	1
สิ	21

แสดงว่า	10
เสียก่อน	16
เสียแล้ว	5
ส่วน	3,18
สำหรับ	6,18

ห

หน่อย	22
หน่อยสิ	21
หน้าตาเฉย	12
หรือเปล่า	10,21
หรือไม่ก็	8
ห้าม(อย่า)....เด็ดขาด	15,23
เหมือนกัน	8,18
ให้	12,15,18, 19,21
ใหม่	21
ใหม่ ๆ	4,5
ให้....ที่สุดเท่าที่จะ....ได้	7
ให้....ให้	6

อ

อด....ไม่ได้	11
อยากให้	4
อย่าว่าแต่....เลย....ก็	1
อย่าง	15
อย่างน้อย	4,17
อย่างหน้าตาเฉย	12
อะไรสักอย่าง	21
อีกทั้งยัง....อีกด้วย	16
เอง	4
แอบ	9
เอา	15

練習問題解答例

第1課

練習 I

1. คนจีนจะเอาเศษอาหารวางไว้นอกจาน ในขณะที่คนไทยวางไว้ในจาน
2. คนไทยจะดูเครื่องใช้ในครัว และ มุ้งว่าดำหรือขาว ถ้าขาวแสดงว่าบ้านนั้นสะอาด
3. ซากุระไม่อาบน้ำตอนเช้า ในขณะที่มะลิอาบน้ำตอนเช้าก่อนแต่งตัวด้วย
4. มะลิจะรู้สึกว่าร่างกายไม่สะอาด ไม่อยากแต่งตัวออกจากบ้าน

練習 II

2

1. (c) ไม่กล้า....
2. (i) ไม่ควรจะ....
3. (a) ในขณะที่....
4. (e) กลับ....
5. (h) ไม่....บ้างหรือ
6. (d) จนกระทั่ง....
7. (i) ควรจะ....
8. (g) ทำท่า....
9. (b) ทั้ง....และ....
10. (f) สัก....
11. (q) ....เลย....
12. (k) จะ....
13. (l) ....ไม่อย่างนั้น....
14. (m) แต่.... /(o) ....เดียว
15. (p) แค่...
16. (o) ....เดียว
17. (n) อย่าว่าแต่....เลย
18. (j) ทำไมต้อง....ด้วยล่ะ

練習 III

1. ผู้หญิงทำงานนอกบ้าน ในขณะที่ผู้ชายอยู่บ้านกินเหล้าเล่นชนไก่สนุกสนาน
2. ตามปกติ แถวนี้ตอนกลางคืน ไม่ค่อยมีคนเดิน ฉันเลยไม่กล้าเดินคนเดียวตอนกลางคืน
3. ฉันรอจนกระทั่งเขากลับมา
4. ผมบอกว่าจะลาหยุด 1 เดือน เจ้านายทำท่าไม่พอใจ
5. คุณไม่เคยมาสายบ้างเลยหรือ
6. คุณผิด ควรจะขอโทษเธอ
7. ไม่ควรใช้(โทรศัพท์)มือถือในรถไฟ
8. เวลารถติด เดินไปกลับถึงเร็วกว่าไปรถ

9. ทั้งพี่สาวและน้องชายหัวดี ทั้งสองคนได้เข้าเรียนในมหาวิทยาลัยมีชื่อ
10. หนังสือเล่มนี้ ขอยืมสัก 1 อาทิตย์ได้ไหม
11. โค้ท ทำไมต้องเอาไปตั้งสองตัวด้วยล่ะ
12. ฉัน(ผม)มีอะไรไม่เข้าใจ จะถามเธอ
13. ฉัน(ผม)ต้องทานข้าวสองถ้วย ไม่อย่างนั้นไม่อิ่ม
14. ตอนฉัน(ผม)ไปเรียนที่อเมริกา ทานแต่สเต๊ก
15. อย่าว่าแต่วิ่งเลย เดินฉัน(ผม)ก็ไม่ชอบ
16. ตอนปีใหม่ ฉัน(ผม)ได้หยุดแค่วันเดียว
17. โบนัสปีนี้ฉัน(ผม)ได้แค่ 1 หมื่นเยน
18. ไต้ฝุ่นเข้า เครื่องบินเลยงดบิน

第 2 課

練習 I

1. รถติด รถเมล์นาน ๆ ทีจะมาสักคัน และแต่ละคันจะมีคนขึ้นเต็ม กว่าจะกลับบ้านได้จึงเสียเวลารอรถเมล์นานมาก
2. (a) ผู้หญิงคนนั้นเกือบตกจากรถเมล์ แต่ผู้ชายสองคนที่ยืนอยู่ตรงบันไดรถเมล์ช่วยคว้าไว้ทัน

   (b) ผู้หญิงคนนั้นลื่นตกจากรถเมล์ แต่ดีที่รถเมล์แล่นช้า และไม่มีรถตามมาข้างหลัง เธอจึงบาดเจ็บเล็กน้อย

คว้า 掴む . ทัน 間に合う.ลื่น 滑る.ข้างหลัง 後ろ.บาดเจ็บ 怪我をする.เล็กน้อย 少々.

練習 II

2

1. (d) นาน ๆ ทีจะ....สัก....
2. (g) ยอม.... / ไม่ยอม....
3. (j) ....ขึ้นเรื่อย ๆ
4. (m) ตั้งท่าจะ(ทำท่าจะ)....
5. (a) เริ่ม....มาได้....
6. (e) แทบจะไม่....
7. (h) ....จะได้....
8. (k) เพิ่งจะ....

9. (n) ยังไม่ทัน....　　10. (c) ต้อง....แน่ ๆ
11. (b) มีทีท่าว่าจะ....　　12. (f) ปล่อยให้....
13. (i) ....ลงเรื่อย ๆ　　14. (l) แม้แต่....
15. (p) พอ....ก็....　　16. (q) ....เลย....　17. (o) เกือบจะ....

練習Ⅲ

1. คุณยามาดะเพิ่งจะเรียนภาษาไทยมาได้ 1 เดือนเท่านั้นก็เลิกเรียนแล้ว
2. การแข่งขันวันนี้ ทีมช้างมีทีท่าว่าจะชนะ
3. ครึ้มอย่างนี้ ฝนต้องตกแน่ ๆ
4. จิโร นาน ๆ ทีจะไปดูหนังสักครั้ง
5. น้ำชาขวดนี้ ตั้งแต่ซื้อมาแทบจะไม่ได้ทานเลย
6. ซ่อมเสื้อผ้า ปล่อยให้ช่างทำ จะทำได้เรียบร้อยกว่า
7. มีแต่อาหารเผ็ด ฉัน(ผม)เลยต้องยอมทาน
8. ผมจะใส่รองเท้าผ้าใบไป จะได้เดินง่าย
9. พอเข้าเดือนมีนาคม อากาศก็จะอุ่นขึ้นเรื่อย ๆ
10. ฉัน(ผม)รู้จักเขามาได้ 2 ปีแล้ว เมื่อเร็ว ๆ นี้เพิ่งจะรู้ว่าเขาเป็นแฟนกัน
11. ระยะนี้เขายุ่งมาก ไม่มีแม้แต่เวลาจะอ่านหนังสือพิมพ์
12. พ่อทำท่าจะทานเหล้าอีก เราเลยต้องห้าม
13. หนังสือเล่มนี้อ่านยังไม่ทันจบเลย ต้องคืนแล้ว
14. หมาตัวนั้นเกือบจะถูกรถชน
15. พอได้เงินเดือนเดือนแรก เขาก็ไปซื้อสูท
16. ซื้อสูทแพง เงินเดือนเลยไม่เหลือ

第3課

練習Ⅰ

1. ดอกบัว
2. ดอกมะลิ เพราะดอกมะลิมีสีขาว เป็นเครื่องหมายของความบริสุทธิ์ เปรียบได้กับความรักของแม่
3. เพราะดอกซ่อนกลิ่นเป็นดอกไม้ที่คนไทยใช้ในงานศพ

4. เพราะชื่อ"ลั่นทม" ออกเสียงคล้ายกับ "ระทม" ซึ่งหมายถึงความเศร้าโศก คนไทยถือว่าไม่เป็นมงคล
5. เพราะคนไทยได้รับอิทธิพลเกี่ยวกับความเชื่อมาจากอินเดียซึ่งในสมัยโบราณใช้ดอกชบาบูชาเจ้าแม่กาลี และสวมคอนักโทษประหาร
6. ดอกซ่อนกลิ่น

練習 II
2
1. (b) ....เป็น....
2. (f) ....ทั้ง ๆ ที่....
3. (a) ส่วน....
4. (g) ต้อง....แน่ ๆ
5. (d) ตาม....
6. (h) ขอ....หน่อยสิ
7. (e) ค่อนข้าง....
8. (c) ชวนให้....

練習 III
1. งานอดิเรกของพ่อคืออ่านหนังสือ ส่วนของแม่คือทำสวน
2. วันเกิดฉันเมื่อปีที่แล้ว ปู่ให้สร้อยทองเป็นของขวัญ
3. สินค้าพวกนี้แบบน่ารัก ราคาก็ถูก ชวนให้วัยรุ่นอยากซื้อ
4. ที่ญี่ปุ่น เครื่องสำอางมีขายตามร้านขายยาทั่วไป
5. หน้าหนาวปีนี้ค่อนข้างอุ่น
6. เขาไม่ใส่แว่นตา ทั้ง ๆ ที่สายตาสั้น
7. ล็อตเตอรี่ ถ้าฉันซื้อ ต้องถูกแน่ ๆ
8. นี่คอมพิวเตอร์เครื่องใหม่หรือ ดีนะ ขอยืมหน่อยสิ

第 4 課

練習 I
1. ศาสนาพุทธ
2. เป็นผู้สืบทอดศาสนาพุทธ
3. 20 ปี
4. ทำให้เป็นคนที่สมบูรณ์ และเป็นการตอบแทนบุญคุณของพ่อแม่ โดยเฉพาะแม่

練習問題解答例

ซึ่งบวชไม่ได้
5. ไม่อนุญาต
6. ไม่ได้ เพราะต้องเรียนหนังสือ
7. ตอนปิดเทอมเดือนมีนาคม
8. กฤษณ์ วิทย์ และทาโร
9. อนุญาต
10. 2 มื้อ คือมื้อเช้า 8 โมง กับมื้อกลางวัน 11 โมง

練習 II

2

1. (d) นอกจากนี้ยัง....อีกด้วย   2. (b) (ไม่)ควรจะ....
3. (k) ไม่ว่า....หรือ....   4. (a) เท่ากับว่า....   5. (i) ....บ้าง
6. (p) ....จะได้....   7. (g) ....อย่าง....   8. (h) พอ....ก็....
9. (e) อยากให้....   10. (j) ....ด้วย   11. (c) อย่าง....(ที่สุด)
12. (l) ทน....ไหว   13. (n) ก็....เองแหละ   14. (m) ....ใหม่ ๆ
15. (o) ดีเหมือนกัน   16. (f) ....เอง

練習 III

1. ลดให้ 5 เปอร์เซ็นต์ เท่ากับว่าไม่ต้องจ่ายภาษีบริโภค
2. คุณผิดสัญญา ควรจะขอโทษเธอ
3. บ้านแบบนี้ สร้าง ใช้เวลาอย่างน้อยที่สุด 5 เดือน
4. รถแบบนี้ข้างในกว้าง นอกจากนี้ยังไม่กินน้ำมันอีกด้วย
5. เราอยากให้รัฐบาลลดภาษี
6. ผมเองก็ไม่มั่นใจ
7. คนหัวดีอย่างเธอเรียนอะไรก็ได้
8. พอเธอแต่งงานก็ลาออกจากงาน
9. สามีฉันเชียร์ทีมนี้ ฉันก็เชียร์บ้าง
10. A: ของหวานหลังอาหาร ฉันขอไอศกรีม
    B: ฉันด้วย
11. ฉัน(ผม)ไม่ชอบของหวานไม่ว่าไอศกรีมหรือช็อกโกแลต

12. ถ้าอยู่ใกล้สนามบิน อาจจะทนเสียงหนวกหูไม่ไหว
13. ตอนย้ายมาอยู่ที่นี่ใหม่ ๆ ไม่มีเพื่อนเลย
14. อยู่คนเดียว ก็ทำอาหารเป็นเองแหละ
15. A: อาหารเย็นวันนี้ ไปทานนอกบ้านกันไหม
    B: ดีเหมือนกัน กำลังอยากทานเนื้อย่างอร่อย ๆ อยู่พอดี
16. ต้องรีบไปเร็ว ๆ จะได้ ได้ที่นั่งดี ๆ

第 5 課

練習 I

1. เพราะสมัยก่อนเด็กแรกเกิดตายกันมาก และคนในสมัยนั้นเชื่อกันว่าผีเอาตัวเด็กไป การใช้ชื่อสัตว์ชนิดต่าง ๆ ตั้งชื่อเด็กเพราะต้องการหลอกผีให้เข้าใจผิดว่าเด็กคนนั้นไม่ใช่ลูกคน
2. เป็นชื่อที่มักมาจากลักษณะพิเศษทางร่างกายและนิสัยใจคอของผู้ถูกเรียก เช่น คนที่อ้วน เพื่อน ๆ จะเรียก "อ้วน" คนที่ใส่แว่น เพื่อน ๆ จะเรียก "แว่น" เป็นต้น
3. เป็นการแสดงความสนิทสนมและความเป็นกันเอง ทำให้รู้สึกสนิทสนมกันได้เร็วขึ้น
4. ทำให้จำชื่อจริงของคน ๆ นั้นไม่ได้ ในบางกรณีอาจจะมีผลต่อการติดต่อหรือดำเนินการต่าง ๆ หรืออาจมีผลกระทบไปถึงความสัมพันธ์กับคน ๆ นั้นได้โดยไม่รู้ตัว

練習 II

2

1. (a) แม้กระทั่ง....	2. (i) กว่าจะ....ก็....	3. (e) ใหม่ ๆ
4. (k) ....เกือบ(จะ)....	5. (a) แม้กระทั่ง....	6. (c) เข้าใจว่า....
7. (j) ....จน.... または (h) จนกระทั่ง....		8. (d) จะได้....
9. (l) ....เสียแล้ว	10. (h) จนกระทั่ง....	11. (g) ยังไงๆ ก็....
12. (b) เพิ่งจะ....	13. (l) ....เสียแล้ว	14. (f) ทำให้....

練習問題解答例

練習III

1. บริษัทนี้มีผมคนเดียว ต้องทำทุกอย่างแม้กระทั่งทำความสะอาดห้องน้ำ
2. ฉัน(ผม)เพิ่งทานมา แต่หิวอีกแล้ว
3. เขาขับรถคันนี้มาทุกวัน ฉัน(ผม)เลยเข้าใจว่ารถคันนี้เป็นของเขา
4. ฉัน(ผม)อยากนั่งข้างหน้าจะได้เห็นชัด ๆ
5. ปลานี้ถ้าทานกับข้าวหุงใหม่ ๆ จะอร่อยมาก
6. ชวนยังไง ๆ เธอก็ไม่ไปกับเรา
7. ทุกวัน พนักงานในร้านจะรอจนกระทั่งลูกค้ากลับหมดแล้ว จึงเก็บร้าน
8. กว่าเขาจะไปถึงสถานี รถไฟเที่ยวสุดท้ายก็คงออกไปแล้ว
9. ฉัน(ผม)เดินจนเจ็บเท้า
10. แบตมือถือเกือบจะหมดแล้ว
11. ยังไม่ทันใช้เลย พังเสียแล้ว
12. ถนนลื่นทำให้เกิดอุบัติเหตุ

第6課

練習I

1. ใช้ชื่อตัวเรียก
2. เพราะคนไทยสมัยก่อนเชื่อว่าในชื่อของคนมีขวัญของคนคนนั้นอยู่ จึงคิดว่าการใช้ชื่อตัวเรียกคนอื่น โดยเฉพาะคนที่เคารพนับถือ จะดูเป็นการแสดงความไม่เคารพ
3. พระ
4. จะคิดว่ามีอะไรที่ไม่ดีหรือไม่ถูกต้องที่ชื่อของตัวเอง และจะเปลี่ยนชื่อใหม่
5. ในการตั้งชื่อ คนไทยสมัยก่อนนิยมใช้คำในภาษาไทยหรือภาษาเขมร แต่ปัจจุบันนิยมใช้คำในภาษาสันสกฤต โดยเน้นความแปลกใหม่ทางด้านเสียงและความหมายด้วย

練習II

2

1. (c) ....จึงจะ(ถึงจะ)....   2. (b) จนกว่าจะ....   3. (a) สำหรับ....

4. (d) ....ก็ต่อเมื่อ....   5. (f) แต่....   6. (e) ไม่(ค่อย)....นัก
7. (g) ....ให้....ให้   8. (i) ทำให้....   9. (h) ....เข้า
10. (j) ....ไม่(ค่อย)ได้....   11. (k) ....ก็ยัง....อยู่ดี
12. (l) พอ....ก็....   13. (m) ต้อง....(แน่ ๆ)

練習 III

1. สำหรับคนที่เพิ่งเริ่มเรียนภาษาไทย ข้อสอบนี้ยากไป
2. ฉัน(ผม)จะใช้กระเป๋าใบนี้ไปจนกว่าจะเรียนจบ
3. ปวดจนทนไม่ไหวแล้ว เธอถึงจะไปหาหมอ
4. คนสมัยก่อนจะทิ้งเสื้อผ้า ก็ต่อเมื่อขาดจนซ่อมไม่ได้แล้ว
5. วิธีนี้ไม่ค่อยได้ผลนัก
6. เด็กคนนั้นทานแต่เนื้อกับขนมเค้ก
7. ฉันให้ลูกชายซ่อมคอมพิวเตอร์ให้เพื่อน
8. ฉัน(ผม)เหยียบขี้หมาเข้า รองเท้าเลยเหม็นมาก
9. ไฟฟ้าช็อตทำให้เกิดไฟไหม้
10. ระยะนี้ฉัน(ผม)ยุ่งมาก ไม่ได้ทำความสะอาดบ้านตั้งแต่เดือนที่แล้ว
11. ที่สูบบุหรี่ได้มีน้อยลงมาก แต่ผมก็ยังเลิกสูบไม่ได้อยู่ดี
12. พอได้กลิ่นผักชี ก็ไม่อยากทานอะไร
13. ปีนี้ต้องชนะเลิศแน่ ๆ

第 7 課

練習 I

1. จับ
2. คนไทยไม่ไหว้คนอายุอ่อนกว่าก่อน
3. คนไทยถือว่าหัวเป็นของสูง เท้าเป็นของต่ำ จึงระมัดระวังในพฤติกรรมที่เกี่ยวข้องกับหัวและเท้าเป็นพิเศษ เช่น หลีกเลี่ยงการยืนค้ำศีรษะของผู้ใหญ่ ไม่ยกของข้ามศีรษะของผู้ใหญ่ ไม่นั่งหรือนอนหันเท้าไปทางผู้ใหญ่ เดินข้ามสิ่งของของผู้อื่น หรือใช้เท้าชี้สิ่งของ เป็นต้น

4. ไม่ต้องก้มหัว
5. ควรก้มศีรษะให้ต่ำ หรือก้มลงกราบที่เท้าของบุคคลผู้นั้น
6. จะทำให้คนที่อายุน้อยกว่าบางคนตกใจ กลัวว่าอายุตัวเองจะสั้น

練習 II

2
1. (f) ถึงแม้ว่า....ก็....
2. (e) ให้....ที่สุดเท่าที่จะ....ได้
3. (b) ไม่....เสียทีเดียวนัก
4. (d) ไม่ว่า....หรือ..../ (a) ถือว่า....
5. (g) ....ซึ่ง.... / (g) ....ซึ่ง....
6. (h) กลัว(ว่าจะ)....
7. (h) กลัว(ว่าจะ).... / (e) ให้....ที่สุดเท่าที่จะ....ได้
8. (b) ไม่....เสียทีเดียวนัก / (c) เวลา....จะ....
9. (h) กลัว(ว่าจะ)....
10. (g) ....ซึ่ง.... / (g) ....ซึ่ง....
11. (d) ไม่ว่า....หรือ....

練習 III
1. ตำรวจถือว่าการรู้กฎหมายเป็นหน้าที่ของประชาชน
2. สิ่งที่หัวหน้าพูดไม่ถูกต้องเสียทีเดียวนัก
3. เวลาขับรถ ผมจะใส่แว่นตา
4. ไม่ว่าวันธรรมดาหรือวันอาทิตย์ แถวนี้รถติดทุกวัน
5. วันนี้อยากกลับบ้านให้เร็วที่สุดเท่าที่จะเร็วได้ / วันนี้อยากกลับบ้านให้เร็วที่สุดเท่าที่จะกลับได้
6. ภาคตะวันออกเฉียงเหนือของไทยถึงแม้ว่าบางครั้งจะหนาวกว่าโอซากา แต่หิมะก็ไม่เคยตก
7. รถอเมริกาไม่เหมาะที่จะขับบนถนนญี่ปุ่นซึ่งแคบ
8. ผมกลัวว่าจะไม่มีที่จอดรถ เลยไม่ขับรถไป

第 8 課

練習 I
1. 1) คนไทยไม่ชอบเดิน 2) การรับส่งลูกไปโรงเรียนหรือมหาวิทยาลัยแทนที่จะ

ใช้บริการรถเมล์ประจำทาง 3) ฝนตก
2. รถเมล์ไม่ค่อยมา นาน ๆ ทีจะมาสักคัน และแต่ละคันจะมีผู้โดยสารเต็ม ทำให้คนที่รอรถเมล์อยู่ต้องใช้เวลารอนานกว่าปกติกว่าจะได้ขึ้นรถเมล์
3. มะลิไม่ชอบเดินเหมือนคนไทยทั่วไป
4. เพราะโรงหนังอยู่ใกล้ นั่งแท็กซี่ไปเสียดายค่าแท็กซี่

練習 II

2

1. (s) ขี้เกียจ....
2. (k) ไม่ค่อยจะ....เอาเสียเลย
3. (a) น่าจะ....
4. (b) ไม่(ค่อย)....นัก
5. (c) ไม่ถึง....
6. (l) นาน ๆ ทีจะ....
7. (e) ไม่ว่า....หรือ....
8. (g) ....แล้วถึง....
9. (m) ....จน....
10. (p) ....ไม่ไหว
11. (r) ....ไว้....
12. (q) ....เปล่า(ๆ)
13. (s) ขี้เกียจ.... / (h) ยิ่ง....ใหญ่ / (m) ....จน....
14. (j) ....เท่าไรก็....
15. (d) ....หรือไม่ก็....
16. (o) ....เหมือนกัน
17. (f) ตาม....
18. (n) ถึง....
19. (i) ตรงที่.... / (i) ตรงที่....

練習 III

1. หนาวมาก และครึ้ม หิมะน่าจะตก
2. ภาษาไทยไม่ค่อยยากนัก
3. จากโอซากาไปโตเกียวนั่งชินคันเซ็นไม่ถึง 3 ชั่วโมง
4. ถ้าจะไปเกาะนั้น ต้องนั่งเรือไป หรือไม่ก็ต้องว่ายน้ำไป
5. เขาไม่เคยดูโทรทัศน์ ไม่ว่ารายการข่าว หรือรายการสารคดี
6. ลิงอาศัยอยู่ตามป่า
7. ต้องล้างมือก่อน แล้วถึงทานข้าวได้
8. ฉันไปสปอร์ตคลับ ออกกำลังกายลดน้ำหนัก แต่พอกลับถึงบ้านเหนื่อยมาก หิว ทานมาก เลยยิ่งอ้วนใหญ่
9. เบื่อตรงที่ต้องรอนาน
10. ออกกำลังกาย และกินมากเท่าไรก็ไม่สูงขึ้น

11. ปีนี้ เข้าเดือนเมษายนแล้ว แต่อากาศไม่ค่อยจะอุ่นเอาเสียเลยนะ
12. นาน ๆ ทีจะมีรายการสนุก ๆ แบบนี้
13. หิมะตกหนักจนชินกันเซ็นวิ่งไม่ได้
14. ร้านเราจัดเค้กไว้ถึง 200 ชนิด
15. วิชานี้ท่าทางจะสนุกเหมือนกัน
16. รถคันนี้ 30 ล้านเยน ฉัน(ผม)ซื้อไม่ไหว
17. เขาไม่มาหรอก คุณรอเสียเวลาเปล่า
18. นมกล่องนี้ ฉันซื้อมาไว้ทานพรุ่งนี้เช้า
19. ร้านหนังสืออยู่ใกล้บ้านฉัน ขี้เกียจเดิน เลยขับรถไป

第 9 課

練習 I

1. ต้องทำตัวให้พ่อแม่ฝ่ายหญิงถูกใจ และทำตัวให้ผู้หญิงคนนั้นยอมรับรัก
2. การทำตัวให้ถูกต้องตามประเพณีไทย ซึ่งก็คือ เวลาไปชอบลูกสาวบ้านไหน จะต้องให้พ่อแม่ของหญิงสาวผู้นั้นรู้เห็นโดยตลอด
3. ไม่รู้ว่าเป็นใครมาจากไหน
4. ชาวบ้านจะนินทา
5. มีอิสระในการคบหาเพศตรงข้ามและการเลือกคู่ รวมถึงมีโอกาสได้พบปะกับคนรักได้อย่างเสรีมากขึ้น

練習 II

2

1. (b) เวลา....　2. (h) ยกเว้น....　3. (l) .... ขึ้น
4. (e) ไม่....เลยสัก....　5. (c) แอบ....　6. (d) โดยที่....
7. (k) ....เป็นประจำ　8. (l) .... ขึ้น / (m).... ลง
9. (j) ยิ่ง....ด้วย　10. (a) ปล่อยให้....　11. (g) ....ด้วย
12. (i) ต่อให้....　13. (f) แทบจะ....

練習 III

1. ทำไมปล่อยให้เด็กเล่นไฟ อันตรายนะ
2. เวลาทำวีซ่า จะต้องเอาสมุดฝากเงินไปด้วย
3. เขาแอบอ่านการ์ตูนในห้องเรียน
4. ฉันขับรถไม่ได้โดยที่ไม่ได้ใส่แว่นตา
5. ถนนว่าง ไม่มีรถวิ่งเลยสักคัน
6. ฉัน(ผม)มีคอมพิวเตอร์ แต่แทบจะไม่ได้ใช้เลย
7. A: ฉันขอไอศกรีมกะทิ
   B: ฉันด้วย
8. ญี่ปุ่น ฉันไปมาแล้วทุกที่ยกเว้นโตเกียว
9. แหวนวงนี้ต่อให้มีคนมาให้ราคา5ร้อยล้านเยน ฉันก็ไม่ขาย
10. ปกติชินคันเซ็นเต็มอยู่แล้ว ยิ่งปีใหม่ด้วย อาจจะต้องยืนไป
11. สามีนั่งหลับหน้าโทรทัศน์เป็นประจำ
12. จำนวนคนแก่เพิ่มขึ้นทุกปี
13. เงินบำนาญลดลงทุกปี

第10課

練習 I

1. เชื่อบ้างไม่เชื่อบ้าง ถ้าทายดีก็เชื่อ ทายไม่ดีก็ไม่เชื่อ
2. ไม่เชื่อ
3. ราศีธนู
4. ราศีกรกฎ
5. แม่น

練習 II

2

1. (c) ....เฉย ๆ
2. (a) ทำให้....
3. (g) ....แสดงว่า....
4. (i) ไม่....เลยสัก....
5. (b) โดยที่....
6. (d) เวลา....

練習問題解答例

7. (e) ....แล้ว....	8. (k) ไม่....เท่าไร	9. (f) ไม่ว่า....หรือ....
10. (h) ....ไม่เห็น....	11. (n) ....บ้าง...บ้าง	12. (m) ....หรือเปล่า
13. (o) ชอบ....	14. (j) ....ไปยังงั้นแหละ	15. (l) ไม่....หรอก

練習 III

1. คนขับรถบรรทุกไทยชอบบีบแตร
2. การใช้คอมพิวเตอร์มากเกินไปจะทำให้สายตาเสีย
3. ถึงไม่อร่อยเขาก็ทานโดยที่ไม่บ่นสักคำ
4. ฉัน(ผม)นั่งเฉย ๆ ไม่ได้ทำอะไร
5. เวลาขึ้นรถเมล์ เธอจะนั่งข้างหน้าสุด(เป็นประจำ)
6. ใส่พริกแล้วอร่อยขึ้น
7. น้องชายชอบกีฬามากไม่ว่าฟุตบอลหรือเบสบอล
8. รถติดมากนะ เกิดอุบัติเหตุหรือเปล่านะ
9. ฉัน(ผม)ให้หมอดูคนนั้นดู ไม่เห็นแม่นเลย
10. เธอพูดไปอย่างนั้นแหละ แต่ไม่ได้คิดอย่างนั้นหรอก
11. ญี่ปุ่น ปีนี้ไม่ค่อยร้อนเท่าไรหรอก ปีที่แล้วร้อนกว่า
12. คุณขับรถไปทำงานหรือเปล่า
13. วันนี้ฝนตก แท็กซี่ไม่ว่างเลยสักคัน
14. ผมนั่งรถเมล์ไปบ้าง นั่งรถไฟไปบ้าง แต่ไม่เคยขับรถไป
15. จะไปหอสมุดเหรอ วันอาทิตย์หอสมุดไม่เปิดหรอก
16. ไฟในห้องเปิดอยู่ แสดงว่าเขากลับมาแล้ว

第11課

練習 I

1. เพราะว่ามะลิต้องการนั่งแถวหน้า
2. จะได้อยู่ใกล้อาจารย์ ฟังอาจารย์พูดได้ชัด
3. ไม่ชอบ ไม่ทราบว่าทำไมจึงไม่ชอบ
4. นักศึกษาไทยไม่ค่อยชอบโดดเรียน

5. มหาวิทยาลัยที่เมืองไทย นักศึกษาโดนรีไทร์ง่ายกว่า

練習 II

2

1. (l) ไม่ถึง.... 2. (b) ....ทั้ง ๆ ที่....
3. (e) ทำไมต้อง....ด้วยล่ะ 4. (a) อด....ไม่ได้ 5. (d) จนกระทั่ง....
6. (c) ค่อย ๆ .... / (c) ค่อย ๆ .... 7. (f) ....จะได้....
8. (j) บาง....ก็....บาง....ก็.... 9. (k) ถึง.... 10. (g) ....ไงล่ะ
11. (h) แม้แต่.... 12. (k) ถึง....または(l) ไม่ถึง....
13. (m) ....ถึงได้.... 14. (i) พอ....จะ....

練習 III

1. ผมเพิ่งโดนจับเรื่องขับรถเร็ว แต่พอขับรถก็อดเร่งความเร็วไม่ได้
2. ทั้ง ๆ ที่หิวฉัน(ผม)ก็ไม่มีเวลาทานข้าว
3. เรื่องนั้นค่อย ๆ คิดหาทางแก้ไข ไม่ต้องรีบ
4. ทำไมมหาวิทยาลัยเมืองไทยต้องใส่เครื่องแบบด้วยล่ะ ใส่เสื้อธรรมดาไปเรียนไม่ได้หรือ
5. เขยิบเข้าไปหน่อย จะได้นั่งด้วยกันได้ 7 คน
6. ผู้ชายคนนั้นไงล่ะ คนที่ฉันเล่าให้คุณฟังเมื่อคืนนี้
7. หน้าร้อนญี่ปุ่นร้อนมาก แม้แต่คนไทยที่เพิ่งมาจากเมืองไทยก็ทนอากาศร้อนญี่ปุ่นไม่ไหว
8. คุณยายฉัน(ผม) พอเดินนาน ๆ จะเจ็บหัวเข่า
9. ที่โอซากา บางปีหิมะก็ตกหนัก บางปีก็ไม่ตกเลย
10. ตั๋วใบนี้ขึ้นรถไฟได้ถึง 10 ครั้ง
11. วันลาหยุดของฉัน(ผม)เหลืออีกไม่ถึง 3 วัน
12. ทาโรเข้าโรงพยาบาลอยู่หรือ มิน่าเล่าระยะนี้ถึงได้ไม่เจอเลย
13. แม่รอจนกระทั่งพ่อทานข้าวเสร็จ แล้วจึงอาบน้ำ

第12課

練習 I

1. ในห้องน้ำไม่มีกระดาษ มีแต่น้ำ ล้างแล้วไม่มีกระดาษเช็ด
2. คนญี่ปุ่นทนไม่ได้ถ้าร่างกายส่วนใดส่วนหนึ่งเปียกน้ำ หรือเหงื่อ แต่คนไทยรู้สึกเฉย ๆ เพราะคิดว่าเปียกปล่อยไว้เดี๋ยวก็แห้ง
3. คนไทยสมัยก่อนนิยมปลูกสร้างบ้านเรือนริมแม่น้ำ และประเพณีสำคัญต่างๆ ของไทยเช่น สงกรานต์ ลอยกระทง ก็มีความสัมพันธ์กับน้ำมาก

練習 II

2

1. (k) ....ตั้ง....
2. (a) ไม่....สัก.... /(b) แต่.... / (c) สงสัย....
3. (d) .....เฉย ๆ / (i) ....เดี๋ยว....
4. (g) ....เดี๋ยวก็....
5. (d) .....เฉย ๆ
6. (n) ....ทั้ง....
7. (m) ....ให้..../ (j) ....ก็....เองแหละ
8. (l) ในขณะที่....
9. (m)....ให้....
10. (h) ....(อย่าง)หน้าตาเฉย
11. (g) ....เดี๋ยวก็....
12. (m) ....ให้.... / (f). ...ซะก่อน / (n) ....ทั้ง....
13. (e)....ด้วย
14. (c) สงสัย....

練習 III

1. เธอเรอต่อหน้าคนอื่นได้อย่างหน้าตาเฉย ฉันตกใจมาก / ฉันตกใจมากที่เห็นเธอเรอต่อหน้าคนอื่นได้อย่างหน้าตาเฉย
2. เธอทานแต่เนื้อกับขนมเค้ก ตอนนี้เลยเป็นเบาหวาน
3. คุณไอมากนะ สงสัยสูบบุหรี่จัด
4. แม่ไปทิ้งขยะทั้งใส่ชุดนอน
5. เธอเข้าห้องน้ำทั้งประตูเปิดได้อย่างหน้าตาเฉย
6. เด็กสาวคนนั้นแต่งหน้าในรถไฟได้อย่างหน้าตาเฉย
7. ฉัน(ผม)ดูเฉย ๆ ไม่ได้จับนะ
8. รถติดจังนะ สงสัยซ่อมถนนอีกแล้ว

9. วันนี้ทานเกลี้ยง ไม่เหลือข้าวสักเม็ด
10. ทานยาอย่างเดียวไม่หายหรอก ต้องพักผ่อนด้วย
11. ใช้ไฟฟ้าต้ม เดี๋ยวก็เดือด
12. รีบไปกันเถอะ เดี๋ยวร้านปิด
13. รองเท้าร้านนั้นมีตั้ง 10 สี
14. ผักมียาฆ่าแมลงมาก ล้างให้สะอาดนะ
15. นักศึกษาชายถึงผลการเรียนไม่ดีก็หางานบริษัทมีชื่อได้ ในขณะที่นักศึกษาหญิงเรียนดีแค่ไหนก็หางานไม่ค่อยจะได้

第13課

練習 I

1. 2 ประเภท คือผีชั้นสูงหรือผีดี กับผีชั้นต่ำหรือผีร้าย
2. เทพารักษ์ เจ้าป่า เจ้าทุ่ง
3. พระภูมิ เจ้าที่ ผีเรือน
4. ผีกระสือ ผีปอบ
5. คือศาลเล็ก ๆ ที่ตั้งอยู่หน้าบ้านของคนไทยทั่วไป ถือว่าเป็นที่สถิตของเจ้าที่
6. จุดธูปบอกศาลพระภูมิ บอกฝากพระภูมิเจ้าที่ให้คุ้มครองคนที่มาพักอยู่ด้วย
7. เคย ตอนก่อนสอบ เพื่อนบนขอให้สอบเข้ามหาวิทยาลัยได้

練習 II

2

1. (e) ไม่....อีกเลย
2. (b) ขอให้....
3. (f) นอกจากนั้นยัง....
4. (g) ทำให้....
5. (d) ลืม....
6. (c) จึง(เลย)....
7. (a) ตาม....
8. (d) ลืม....
9. (e) ไม่....อีกเลย
10. (g) ทำให้....

練習問題解答例

練習 III

1. นอกจากนั้นการจอดรถริมถนนยังเป็นสาเหตุของรถติดอีกด้วย
2. ควันบุหรี่ก็ทำให้เป็นมะเร็ง
3. ตามกฎของโรงเรียน นักเรียนทุกคนต้องใส่เครื่องแบบ
4. คนไทยเชื่อเรื่องผี จึงกลัวผี
5. ขอให้เขียนวิทยานิพนธ์ได้ดี ๆ
6. ตอนนี้ลูก ๆ เขาทุกคนไปเรียนอยู่ที่เมืองไทย
7. ปีที่แล้ว ฉัน(ผม)ลืมไปต่อใบขับขี่
8. ฉัน(ผม)เคยทานหอยดิบแล้วท้องเสีย ตั้งแต่นั้นมาไม่ทานอีกเลย

第14課

練習 I

1. รำวง
2. ร้องรำทำเพลง / ร้องเพลงและรำ
3. ความรื่นเริง สนุกสนาน การเห็นคุณค่าและพอใจในสิ่งที่กระทำ
4. เงินเดือนน้อย งานไม่ท้าทาย ไม่ก้าวหน้า ไม่พอใจหรือเข้ากับเจ้านายหรือเพื่อนร่วมงานไม่ได้ เป็นต้น
5. จะเปลี่ยนงานใหม่
6. ทำงานธนาคาร
7. ไม่แน่ อาจจะเปลี่ยน ถ้าเจองานใหม่ที่สนุกกว่า

練習 II

2

1. (i) เพิ่ง....เอง
2. (j) ทำไม....เสียล่ะ
3. (b) บ้าง....บ้าง
4. (a) ท่าทางจะ....
5. (f) น่าจะ....
6. (e) เพิ่ง....
7. (c) เวลา....
8. (h) ....มา
9. (d) ....กัน
10. (g) ....เดิม / (g) ....เดิม

練習Ⅲ

1. ลูกน้องลืมเอกสารสำคัญ ท่าทางเจ้านายจะโมโหมากทีเดียว
2. ผมอ่านหนังสือพิมพ์ทุกวัน แต่ทีวีดูบ้างไม่ดูบ้าง
3. ได้ยินเสียงคนคุยกันจากห้องนั้น
4. เวลาซื้อของร้านสินค้าปลอดภาษี จะต้องแสดงบัตรขึ้นเครื่อง
5. "เพิ่งตื่น จะรีบไปเดี๋ยวนี้ ขอโทษนะ อาจจะสายประมาณ 20 นาที"
6. นิยายเรื่องนี้สนุกมาก น่าจะได้รางวัลอะไรสักอย่าง
7. เอาเก้าอี้ตัวนี้ไปเก็บที่เดิม
8. ผมตัดสูทชุดนี้มา 3 ปีแล้ว ยังไม่ได้ใส่เลยสักครั้ง
9. ผมเพิ่งเก็บเงินได้ 1 แสนเยน ไม่มีทีท่าว่าจะซื้อรถได้
10. ยานี้ยังไม่หมดอายุ ทำไมทิ้งเสียล่ะ

第15課

練習Ⅰ

1. เพราะถ้าผู้หญิงนั่งข้างพระ อาจจะไปโดนพระ ทำให้พระอาบัติ เพราะศาสนาพุทธของไทยห้ามพระถูกต้องตัวผู้หญิงเด็ดขาด
2. จะผิดศีล อาบัติ
3. จะต้องไม่ส่งให้กับมือพระโดยตรง ต้องวางลงบนสิ่งของหรือภาชนะอื่นก่อน แล้วพระจะหยิบไปจากของหรือภาชนะนั้นอีกที
4. การไม่ใช้ชีวิตร่วมกับครอบครัว ไม่วิ่ง ไม่ขี่มอเตอร์ไซค์ ไม่ขับรถ ห้ามถูกต้องตัวผู้หญิง เป็นต้น
5. ไม่ได้รับอนุญาตให้ขึ้นเจดีย์บางแห่ง ไม่ได้รับอนุญาตให้บวชพระ เป็นต้น

練習Ⅱ

2

1. (a) จะ.... / (a) จะ.... 2. (b) ....เอา 3. (k) ไม่ยอม....
4. (d) ห้าม....เด็ดขาด 5. (a) จะ.... 6. (e) ถือว่า....
7. (f) ....ไม่ให้.... 8. (a) จะ.... / (g) แล้ว....อีกที

練習問題解答例

9. (h) อย่าง....　　10. (i) จงใจ....　　11. (j) กว่า....
12. (l) ไม่ยอมให้....　13. (c) ....ไม่ได้　14. (m) ....ให้....

練習Ⅲ

1. เมื่อวานนี้ ฉัน(ผม)จะไปดูฟุตบอลแต่ฝนตกหนักเลยไม่ได้ไป
2. เธอเด็ดดอกกุหลาบที่บานอยู่ในสวน เลยโดนเจ้าหน้าที่ดุเอา
3. เวลาทำงาน ห้ามคุยเด็ดขาด
4. เวลาผมมาสาย จะโดนหัวหน้าดุ
5. คนไทยถือว่าเลข " 9 " เป็นเลขมงคล
6. คนไข้โรคเบาหวานต้องระวังไม่ให้น้ำตาลในเลือดสูง
7. จึงทานของเค็มไม่ได้
8. ส่งมาให้ฉันก่อน แล้วฉันจะส่งไปให้คุณโยโกะอีกที
9. การจราจรที่เมืองไทยไม่สะดวกอย่างที่ญี่ปุ่น
10. เขาจงใจไม่รับลูกนั้น
11. บริษัทที่เข้าร่วมการประกวดราคามีกว่า 200 บริษัททุกปี
12. อาจารย์ยอมให้เธอสอบใหม่
13. ฉันพยายามเกลี้ยกล่อม แต่มะลิก็ยังไม่ยอมใส่ชุดอาบน้ำลงว่ายน้ำทะเล
14. ช่วยพูดเสียงดัง ๆ ให้คนข้างหลังได้ยินด้วย

第16課

練習Ⅰ

1. เพราะเชื่อกันว่ารอยสักเป็นเหมือนเกราะป้องกันภยันอันตรายต่าง ๆ และ ทำให้มีความรู้ เล่ห์กลที่สามารถเอาชนะศัตรูได้ นอกจากนี้ยังเป็นสัญลักษณ์ แสดงความกล้าหาญ ความเป็นชาย ซึ่งเป็นที่ชื่นชอบของผู้หญิงอีกด้วย
2. คนที่อาศัยอยู่ทางใต้ของจีน
3. ฝิ่น
4. เพื่อแสดงความกล้าหาญ ความเป็นชาย ให้เป็นที่ยอมรับของผู้หญิง
5. ปัจจุบันนี้ไม่ค่อยนิยมกันเหมือนสมัยก่อน

練習 II
2

1. (f) ไม่ใช่(ว่า)....(ที่)จะ....
2. (b) อีกทั้งยัง...อีกด้วย
3. (c) ไม่ว่า....หรือ....
4. (c) ไม่ว่า....หรือ.... / (c) ไม่ว่า....หรือ....
5. (e) ถือเป็น....
6. (j) ยอม....
7. (a) ตาม....
8. (i) เสียก่อน
9. (h) ไม่ไหว
10. (g) บาง....
11. (n) ได้ข่าวว่า
12. (l) บ้าง
13. (k) เป็น
14. (m) ไม่....หรอก
15. (d) ขึ้นอยู่กับ

練習 III

1. ใคร ๆ ก็รู้ว่าถ้าใช้คอมพิวเตอร์เป็นเวลานาน ๆ ทุกวัน สภาพร่างกายจะไม่ดี อีกทั้งสายตายังแย่ลงอีกด้วย
2. คนญี่ปุ่นทานถั่วหมัก แต่ไม่ใช่ว่าทุกคนจะชอบถั่วหมัก
3. การกวาดล้างการลักลอบค้ายาเสพติดครั้งนี้ ถือเป็นการกวาดล้างครั้งใหญ่ที่สุดที่รัฐบาลเคยทำมา
4. ไม่ว่าจะเป็นมือถือหรืออินเตอร์เน็ต เป็นสิ่งที่ขาดไม่ได้ในวงการธุรกิจปัจจุบัน
5. ฉัน(ผม)ไปหาอาจารย์ แต่รถติดกลางทาง ไปถึงสายมาก อาจารย์กลับไปเสียก่อนแล้ว เลยไม่ได้พบอาจารย์
6. เขาไปเรียนที่ฮอกไกโด แต่ทนความหนาวไม่ไหว กลับประเทศไปทั้ง ๆ ที่ยังเรียนไม่จบ
7. ยานี้มีขายตามร้านขายยาทั่วไป
8. เก็บเอกสารเหล่านี้ไว้เป็นหลักฐาน
9. ร้านนั้นกำลังขายลดราคา ตั้งแต่พรุ่งนี้ร้านอื่นก็ขายลดราคาบ้าง
10. ที่ญี่ปุ่นน้ำมันลิตรละ 140 เยน ไม่แพงหรอก
11. ฉัน(ผม)ได้ข่าวว่าประธานาธิบดีคนนี้จะลาออก จริงไหม
12. ได้ข่าวว่านักศึกษาบางคนจ่ายค่าเล่าเรียนไม่ได้
13. ปีหน้าคุณจะได้เลื่อนตำแหน่งหรือไม่ขึ้นอยู่กับผลงานปีนี้
14. การค้นพบนี้ ถือเป็นการค้นพบที่ยิ่งใหญ่ที่สุดของมนุษยชาติ

第17課

練習 I

1. " เขาไปสบายแล้ว " คนกรุงเทพฯบางคนพูดว่า " เสียใจด้วยนะ"
2. อย่างน้อย 7 วัน
3. บางคนล้างหน้าด้วยน้ำเปล่า บางคนล้างหน้าด้วยน้ำแช่ใบทับทิม บางคนผูกสายสิญจน์แดง และบางคนไม่ทำอะไรเลย

練習 II

2

1. (c) แทบ(จะ)ทุก....
2. (f) ตั้ง....または(m) อย่างน้อย....
3. (g) คอย....
4. (d) ยกเว้น....
5. (e) ทั้ง....และ....
6. (b) ยังคง....(อยู่)
7. (a) เป็นที่....
8. (r) แล้วถึง....
9. (l) ....เชียว
10. (n) แล้ว.... / (o) ....เลย
11. (r) แล้วถึง....
12. (k) ....ไว้
13. (j) ถึงแม้ว่า....ก็....
14. (p) ....แล้วค่อย....または(r) แล้วถึง....または(n) แล้ว....
15. (m) อย่างน้อย....
16. (h) ดูเหมือนว่า.... / (f) ตั้ง....
17. (i) ทั้ง ๆ ที่....
18. (n) แล้ว....
19. (q) แล้วแต่....

練習 III

1. แฟชั่นแบบนี้เป็นที่นิยมในหมู่วัยรุ่น
2. ฉัน(ผม)อดอาหารลดความอ้วนมาได้ครึ่งปีแล้ว แต่ยังคงอ้วนอยู่
3. เขาตื่นสายแทบทุกวัน
4. ผัก มีทุกอย่างยกเว้นมะเขือเทศ
5. ทั้งพี่ชายและน้องสาวเรียนคอมพิวเตอร์
6. งานวิจัยนี้จำเป็นต้องใช้งบประมาณอย่างน้อย 3 ร้อยล้านเยน
7. ถ้าลูกค้ามาต้องคอยบริการ
8. ต้มเนื้อจนเปื่อยก่อนแล้วค่อยใส่ผัก
9. ปัจจุบันนี้ ดูเหมือนว่าการจัดงานแต่งงานที่ต่างประเทศเป็นที่นิยมในหมู่

คนหนุ่มสาวของญี่ปุ่น

10. สองคนนั้นถูกพ่อแม่ขัดขวาง เลยไม่ได้แต่งงานกันทั้ง ๆ ที่รักกันมาก
11. พรรคนี้เปลี่ยนหัวหน้าพรรคตั้ง 5 คนในระยะเวลา 3 ปี
12. ถึงแม้ว่าใคร ๆ จะบอกว่าอร่อย แต่ถ้าไม่ชอบ เขาก็จะไม่ทาน
13. เก็บเงินไว้ใช้ตอนแก่
14. นั่งรถเมล์จากที่นี่ไปบริษัทใช้เวลาตั้ง 2 ชั่วโมงเชียวหรือ
15. A: เอาสีอะไรดี

    B: แล้วแต่คุณ
16. รถต้องตรวจสภาพ แล้วถึงจะต่อประกันได้
17. ละครจบแล้ว ปิดโทรทัศน์ด้วยนะ
18. ปีหน้าฉัน(ผม)จะเรียนภาษาเขมร 6 เดือน แล้วจะไปเป็นอาสาสมัครที่กัมพูชา

第18課

練習 I

1. ทิศใต้ เพราะคนสมัยนั้นถือว่าทิศใต้เป็นมงคล
2. หมายถึง การเดินเวียนขวาโดยเอาสถานที่ศักดิ์สิทธิ์เช่น พระเจดีย์ หรือพระอุโบสถอยู่ทางขวามือ ใช้ในการทำพิธีทางศาสนาในงานมงคล
3. วัดหงส์รัตนาราม วัดนางชี วัดบุปผาราม วัดกัลยา วัดอนงคาราม วัดอัปสรสวรรค์ วัดภคินีนาถ วัดสุวรรณาราม
4. วัดดังกล่าวในข้อ 3 เป็นวัดที่มีชื่อเป็นเพศหญิง คนสมัยโบราณเชื่อว่า ซ้ายเป็นเพศหญิง วัดดังกล่าวตั้งอยู่ทางฝั่งซ้ายของแม่น้ำเจ้าพระยา จึงน่าจะเป็นสาเหตุของการที่วัดดังกล่าวนั้นได้รับการตั้งชื่อเป็นเพศหญิง

練習 II

2

1. (e) สำหรับ　2. (c) ยัง....อีกด้วย　3. (f) ....เหมือนกัน
4. (b) ส่วน　5. (g) ....ให้....　6. (d) ในเมื่อ....
7. (a) ....เป็น....

練習 III

1. ช่วยตัดขนมเค้กเป็น 4 ชิ้นด้วย
2. ถ้านั่งชินคันเซ็นไปใช้เวลา 3 ชั่วโมง ส่วนเครื่องบินใช้เวลาชั่วโมงเดียว
3. โรงแรมนี้แพง และพนักงานยังบริการไม่ดีอีกด้วย
4. ในเมื่อไม่มีทีท่าว่าจะทันรถไฟเที่ยวสุดท้าย คืนนี้ผมจะค้างที่บริษัท
5. สำหรับเด็กเล็ก เหรียญ 100 เยน 10 อันราคาสูงกว่าแบงก์พันเยน 1 ใบ
6. A: แถวนี้ หน้าร้อน ร้อนไหม
   B: ร้อนเหมือนกัน
7. หมอบังคับให้คนไข้เลิกบุหรี่
8. วันธรรมดาไม่ค่อยมีลูกค้า ส่วนวันหยุดลูกค้าแน่น

第19課

練習 I

1. คนไทยสมัยนี้ไม่ค่อยแสดงความรักด้วยการอบรมว่ากล่าวลูก มักจะตามใจลูก ลูกอยากได้อะไรก็หามาให้
2. เหลือไว้ทำทานแก่สัตว์ หรือคนอดอยากที่ซัดเซพเนจรมา
3. สอนให้เห็นคุณค่าของข้าวทุกเม็ด ไม่กินทิ้งกินขว้าง ไม่ให้ตักข้าวมากจนกินไม่หมด ตักข้าวมาแล้วต้องกินให้หมด เวลากินข้าวห้ามทำหก
4. ให้ทางร้านเอาใส่กล่องกลับบ้านให้

練習 II

2

1. (h) ....บ้าง / (g) ไม่....เท่า....
2. (l) เปล่า
3. (r) ....ให้....
4. (a) นอกจาก....
5. (k) ....ไม่น่า....
6. (d) ถึง(จะ)....ก็....
7. (m) น่าจะ....
8. (g) ไม่....เท่า....
9. (c) ค่อนข้าง(จะ)....
10. (f) ....จน....
11. (b) ไม่ค่อยได้....
12. (f) ....จน.... / (p) .... (ไม่)เข้า
13. (f) ....จน....
14. (c) ค่อนข้าง(จะ)....
15. (e) ....ไม่ให้....
16. (r) ....ให้....
17. (i) ....กลับ....
18. (n) กว่าจะ....
19. (o) พอที่จะ....ได้

20. (q) เดี๋ยว....　　21. (j) เพราะ....

練習Ⅲ
1. ที่นี่ความชื้นค่อนข้างสูง
2. เด็กคนนั้นไม่ทานอะไรนอกจากเนื้อ
3. ฝนตกตั้งแต่เมื่อวานนี้ เลยไม่ได้พาหมาไปเดินเล่น
4. ถึงพูดภาษาอังกฤษไม่ได้ ก็ไปเที่ยวต่างประเทศได้
5. ต้องตากจนแห้ง
6. มีของ(สินค้า)มากจนเลือกไม่ถูกว่าจะเอาอันไหน(อะไร)ดี
7. ไข้เมื่อวานนี้ไม่สูงเท่าวันนี้
8. คุณไม่น่าลืมเอาใบขับขี่มาเลย
9. เขาไม่เคยขาด วันนี้ก็น่าจะมา
10. ต้องเรียน 6 ปีกว่าจะจบ
11. ขยันทำก็เหนื่อยเปล่า
12. ฉัน(ผม)ขอร้องพนักงานไม่ให้เปิดไฟทิ้งไว้
13. ฉัน(ผม)ทานข้าวนอกบ้านบ้าง แต่ปกติจะทำทานเอง
14. เมื่อวานนี้ฉันปวดหัว เลยให้เพื่อนไปซื้อยาให้
15. นั่งแท็กซี่ไปกลับถึงช้า
16. เดี๋ยวเสร็จ ไม่ถึง 2 นาทีหรอก
17. น้องสาวฉันอ้วนขึ้น 10 กิโล เลยใส่กระโปรงที่ฉันให้ไม่เข้า
18. เพราะประธานาธิบดี ประเทศเราเลยต้องเข้าร่วมสงคราม
19. ห้องนั้นกว้างพอที่คน 20 คนจะพักด้วยกันได้
20. พ่อแม่ต้องอบรมลูกไม่ให้พูดโกหก

第20課

練習Ⅰ
1. ไม่ค่อยสนใจมากเท่าคนญี่ปุ่น
2. ท้องฟ้าแจ่มใส ไม่ครึ้ม ฝนไม่ตก

練習問題解答例

3. หมายถึงอากาศที่ไม่ค่อยร้อน มีลมอ่อน ๆ พัด เย็น ๆ
4. ไม่ชอบกางร่ม เวลาฝนตก มะลิจะหลบฝนจนกว่าฝนจะหาย

練習 II

2

1. (j) เดี๋ยวก็....
2. (k) ....ก็....
3. (e) ไม่เห็น.... / (f) ....จะตาย / (k) ....ก็....
4. (f) ....จะตาย
5. (c) ไม่....เท่า....
6. (d) ....ด้วยซ้ำ
7. (g) นับว่า....
8. (l) ....เปล่า ๆ
9. (i) ....เดียว
10. (a) ขอให้....
11. (b) ....เป็นบาง....
12. (h) เผื่อ(จะ)....

練習 III

1. ขอให้รักษาเวลาด้วย
2. นวนิยายขายดีเป็นบางเรื่อง
3. ปีนี้ไม่หนาวเท่าปีที่แล้ว
4. เขาบอกว่าไม่ได้ฆ่า ไม่เคยเจอผู้เสียหายด้วยซ้ำ
5. เพลงนี้กำลังฮิต ฉัน(ผม)ลองฟังดู ไม่เห็นเพราะเลย
6. ภาษาญี่ปุ่นของอาจารย์ยามาดะเร็วจะตาย นักศึกษาต่างชาติไม่มีใครฟังรู้เรื่องสักคน
7. ปกติแถวนี้หิมะไม่ค่อยตก ปีนี้ตกสามครั้งแล้ว นับว่าตกบ่อย
8. ฉัน(ผม)จะเอาเสื้อกันฝนไปด้วย เผื่อฝนตก
9. วันนี้ยุ่งมาก ไม่ได้พักแม้แต่นาทีเดียว
10. อาหารไม่เหลือหรอก มีคนตั้ง 10 คน กินเดี๋ยวก็หมด
11. เป็นหวัดก็จะไปทำงาน
12. ละครเรื่องนี้ไม่สนุก ไปดูเสียเวลาเปล่า

第21課

練習 I

1. คุณสมบัติ 5 ประการของผู้หญิงที่จะได้ชื่อว่า สวย ตามความคิดของคนไทย

สมัยโบราณ มี ผมงาม ผิวงาม ฟันงาม เหงือกรวมถึงริมฝีปากงาม และ วัยงาม
2. คนไทยสมัยก่อนนิยมผมดำ และผิวดำแดงหรือสีน้ำผึ้ง นิยมความงามตามธรรมชาติ ในขณะที่คนไทยสมัยใหม่นิยมย้อมผมให้เป็นสีต่าง ๆ และนิยมผิวขาว หรือเหลือง และนิยมใช้เทคนิคทางการแพทย์เสริมความงาม
3. หมายถึงนอกจากรูปร่างหน้าตางามแล้ว ต้องมีสติปัญญา หรือมีการศึกษาที่ดีด้วย
4. การประกวดนางงามสมัยก่อนนั้นตัดสินผู้หญิงสวยที่รูปร่างหน้าตาเท่านั้น แต่ปัจจุบันไม่ได้ตัดสินสาวงามที่ความสวยของรูปร่างหน้าตาอย่างเดียว จะดูความสามารถด้านอื่นประกอบด้วย เพราะปัจจุบันนี้ผู้หญิงไทยมีโอกาสในการศึกษาและประกอบอาชีพต่าง ๆ มากขึ้นกว่าสมัยก่อน
5. ซากุระขอร้องให้มะลิไปประกวดนางนพมาสเป็นเพื่อน แต่มะลิไม่ยอมทำตามคำขอร้องของซากุระ

練習 II

2
1. (j) ท่าทางจะ...
2. (e) ....มั่ง
3. (k) ....เป็นเพื่อน
4. (d) ที่ไหน....สักแห่ง
5. (b) ไม่กี่....
6. (f) ....ซี
7. (o) ....หรือเปล่า
8. (h) ว่าจะ....
9. (i) ....เล่น ๆ
10. (a) ราวกับ(ยังกะ)....
11. (c) ไม่ว่า(จะ)....แค่ไหน
12. (r) ......ก็แล้วกัน
13. (q) ....เฉย ๆ
14. (g) ....สิ / (n) ....ซิ
15. (g) ....สิ
16. (p) ให้....
17. (m) ....ใหม่
18. (l) ....หน่อยสิ

練習 III

1. ขาวยังกะหิมะ / ขาวราวกับหิมะ
2. อ่านหนังสือได้ไม่กี่บรรทัดก็หลับแล้ว
3. ไม่ว่าปัญหาจะยากแค่ไหนเขาก็แก้ไขได้
4. มาอยู่ที่นี่ว่างทุกวัน อยากเรียนอะไรสักอย่าง

5. เพื่อนไปเรียนที่เมืองไทยกันทุกคน ฉัน(ผม)ก็อยากไปเรียนที่เมืองไทยมั่ง
6. A: พรุ่งนี้ฉันไปด้วยได้ไหม
   B: ได้ซี
7. ชุดนี้เหมาะกับคุณนะ ลองใส่ดูสิ
8. ฉันว่าจะเมล์ถึงเขาหลายหนแล้ว แต่ยุ่งเลยลืมไปทุกที
9. ตอนแรกลองวาดรูปดูเล่น ๆ แต่ตอนนี้มีห้องรูปของตัวเองแล้ว
10. หิมะตกหนัก ท่าทางจะหนาวมาก
11. พรุ่งนี้ฉันจะไปซื้อของลดราคา ไปเป็นเพื่อนฉันหน่อยได้ไหม
12. เขาพูดอะไร บอกฉันหน่อยสิ
13. คืนนี้จะโทรมาใหม่
14. เปิดไฟหน่อยสิ
15. คอมพิวเตอร์เครื่องนี้ใช้ทุกวันหรือเปล่า
16. ค่าเข้า ให้ฉัน(ผม)ออกนะ
17. เวลาไปคาราโอเกะ เธอจะฟังเฉย ๆ ไม่เคยร้อง
18. วันนี้ดึกแล้ว พรุ่งนี้ค่อยคุยกันใหม่ก็แล้วกัน

第22課

練習 I

1. ห้ามปลูกบ้านวันเสาร์ ห้ามเผาศพวันศุกร์ ห้ามแต่งงานวันพุธ
2. กำหนดให้สีประจำวันอาทิตย์คือสีแดง วันจันทร์สีเหลือง วันอังคารสีชมพู วันพุธสีเขียว วันพฤหัสบดีสีแสด วันศุกร์สีฟ้า และวันเสาร์สีม่วง
3. สีดำเป็นสีของความเศร้าโศก ไม่เป็นมงคล จึงใส่สีดำไปงานศพเท่านั้น
4. ไม่เตรียม เพราะถือกันว่าจะเป็นลางไม่ดี

練習 II

2

1. (h) 動詞（句）＋Bๆ
2. (e) ทั้ง....
3. (k) เท่าที่....
4. (g) พากัน....
5. (b) ....ไว้
6. (f) เมื่อไร ๆ....ก็....
7. (d) ไม่จำกัดว่า(จะ)ต้อง....เท่านั้น

8. (a) ....ง่าย   9. (i) ก็....   10. (j) ค่อย....หน่อย
11. (c) ....หน่อย   12. (l) เขา....กัน

練習Ⅲ

1. ผ้าอย่างนี้ซักง่าย
2. ต้มน้ำไว้ให้หน่อยได้ไหม
3. ตอนนั้น คนที่ผมยาวหน่อยจะโดนครูดุ
4. เดี๋ยวนี้ คนที่ขับรถเบนซ์ไม่จำกัดว่าจะต้องเป็นคนรวยเท่านั้น
5. ทั้งบริษัทมีพนักงานทำงานแค่ 2 คนเท่านั้น
6. ไปที่ไหน ๆ ก็เห็นแต่ร้านอาหารจานด่วน
7. ทำไมพวกนกจึงพากันบินไปทางทิศใต้นะ
8. หิมะตกหนัก อันตราย ขับช้า ๆ นะ
9. A: รายการนั้นสนุกไหม
   B: ก็สนุก
10. แอปเปิ้ลในกล่องนี้ช้ำทุกลูก สองลูกนี้ค่อยดีหน่อย
11. เท่าที่ฉันดูมา หนังเรื่องนี้สนุกที่สุด
12. เวลาไปงานศพ ปกติ เขาไม่ใส่สีแดงกัน

第23課

練習Ⅰ

1. มวยไทยไม่ได้ใช้หมัดชกอย่างมวยสากลเท่านั้น ยังใช้ศอก และเข่าตี และใช้เท้าเตะอีกด้วย
2. เพื่อแสดงความเคารพและระลึกถึงบุญคุณครู รวมถึงขอพรให้ได้ชัยชนะด้วย
3. จะมีเจ้าสัวหรือนายห้างต่าง ๆ ขึ้นเวทีมอบของที่ระลึกให้นักมวย
4. เพื่อโฆษณาสินค้าของบริษัทตัวเอง
5. ไม่บ่อย เพิ่งเคยไปเป็นครั้งแรก
6. มีผู้หญิงคนหนึ่งขึ้นไปมอบสร้อยคอให้นักมวย ทำให้พี่เลี้ยงนักมวย และผู้จัดการนักมวยไม่พอใจ

7. เพราะคนไทยเชื่อเรื่องโชคลาง ถือว่าเวทีมวยเป็นสถานที่ศักดิ์สิทธิ์ ถ้าผู้หญิงขึ้นจะทำให้คาถาอาคมของนักมวยเสื่อม

練習 II

2

1. (g) ....ได้ยังไงล่ะ
2. (l) กลัว(ว่าจะ)....
3. (k) ขึ้น....
4. (f) ปล่อยให้....
5. (e) ....เดี๋ยวนี้
6. (d) เพิ่งจะเคย....
7. (a) เป็นที่....
8. (h) ห้าม....เด็ดขาด
9. (i) สงสัย(จะ)....
10. (j) ....จะไม่ยอมให้....อย่างเด็ดขาด
11. (c) ....ไปด้วย
12. (b) ลงมือ....

練習 III

1. เป็นที่ทราบกันดีในหมู่คนญี่ปุ่นว่าประเทศไทยเป็นประเทศพุทธศาสนา
2. บทความฉบับเดือนเมษายน พรุ่งนี้จะลงมือเขียน
3. เขาซักผ้า และทำการบ้านไปด้วย
4. ฉันมาญี่ปุ่นได้ 5 ปีแล้ว วันนี้เพิ่งจะเคยทานปลาดิบ
5. " อันตราย ออกไปจากที่นี่เดี๋ยวนี้ "
6. เธอปล่อยให้ผ้าที่ตากไว้เปียกฝน
7. ถ้าไม่มีพาสปอร์ตกับตั๋วเครื่องบินจะไปต่างประเทศได้ยังไงล่ะ
8. ห้ามเด็กอายุไม่ถึง 18 ปีเข้าเด็ดขาด
9. ไม่มีใครรับโทรศัพท์ สงสัยวันนี้เป็นวันหยุด
10. เจ้าของบอกว่าจะไม่ยอมให้พ่อครัวใส่ผงชูรสในอาหารอย่างเด็ดขาด
11. งานนั้นต้องแต่งตัวเรียบร้อย ขืนใส่กางเกงยีนส์ไป เขาไม่ให้เข้าหรอก
12. ฉัน(ผม)กลัวว่าเขาอาจจะไม่ให้เข้าในงาน เลยแต่งตัวเรียบร้อยไป

第24課

練習 I

1. การสูบบุหรี่ทำให้นิ้วเหลือง ฟันเป็นคราบ ปากเหม็นบุหรี่ เสี่ยงต่อการเป็นโรคต้อกระจก ผิวหนังเหี่ยวย่น และอาจเป็นสาเหตุทำให้เกิดมะเร็ง

2. เพราะจะเป็นอันตรายต่อลูกในท้องทั้งก่อนและหลังเกิด ทำให้อ่าน เขียน และเรียนรู้ได้ช้า เติบโตช้า
3. คนไทยคิดว่าผู้หญิงที่ดีไม่ควรสูบบุหรี่หรือกินเหล้า

練習 II

2

1. (c) ....ลง
2. (a) ยิ่ง....ยิ่ง....
3. (d) นอกจาก....แล้ว....ยัง....อีกด้วย
4. (f) ....เป็นประจำ
5. (b) ยัง....อีกด้วย
6. (e) ย่อม....
7. (g) มักจะ....

練習 III

1. ยิ่งนอนมากยิ่งง่วง
2. ผมไม่เคยเจอผี และยังไม่เชื่อเรื่องผีอีกด้วย
3. ถ้าฉันผอมลงอีก 2 กิโล คงจะใส่กระโปรงตัวนี้ได้
4. ที่เมืองไทย นอกจากคนเชื้อชาติไทยแล้ว ยังมีชาวจีนและแขกมากอีกด้วย
5. ถ้ามีเรื่องขัดแย้งระหว่างเจ้าของ(ทีม)และผู้เล่น แฟนย่อมเข้าข้างผู้เล่น
6. พิพิธภัณฑ์แบบนี้ วันหยุดมักจะเป็นวันพุธ
7. คนไทยทั่วไปจะสวดมนต์ก่อนนอนเป็นประจำ
8. หลังงานเลิกแล้ว เรามาฟังเพลงที่ร้านนี้กันเป็นประจำ

宮本マラシー（みやもと　まらしー）
1977 年　　タイ国立チュラーロンコーン大学卒業
1977 年　　日本国費留学生として来日、大阪大学留学
1985 年　　大阪大学大学院修了
1986 年　　大阪外国語大学タイ・ベトナム語科助手
2003 年　　大阪外国語大学外国語学部地域文化学科アジアⅡ講座タイ語専攻教授
2007 年 10 月　大阪大学世界言語研究センターアジア言語文化圏研究Ⅱ教授
2012 年 4 月　大阪大学大学院言語文化研究科 / 外国語学部・教授
著書　『タイ語』世界の言語シリーズ 9，（共著、大阪大学出版会、2014 年）、『タイ語読解力養成講座』（共著、めこん、1999 年）等。論文「タイ語における視覚動詞"duu 見る"と聴覚動詞"fang 聞く"の意味的拡張」『言語文化研究』第 43 号（大阪大学大学院言語文化研究科、2017 年）、「タイ語における味覚語の比喩的転用」『LANGUAGE AND LINGUISTICS IN OCEANIA』Vol.9（The Japanese Association of Linguistics in Oceania, 2017）、「タイ語の触覚を表す表現における共感覚的比喩」『言語文化研究』第 42 号（大阪大学大学院言語文化研究科、2016 年）、「タイ語の嗅覚と聴覚を表す表現における比喩的転用」『EXORIENTE』第 22 号（大阪大学言語社会学会、2015 年）、「禁じられた着衣：国家そしてタイ人の着衣と身体に対する考え」『着衣する身体と女性の周縁化』（思文閣、2012 年）、「言語表現におけるタイ人のジェンダー観：比喩、賞賛、非難、悪口の表現を中心に」『地球のおんなたち 2』（嵯峨野書院、2002 年）等。

タイ語上級講座　読解と作文

初版第 1 刷発行　2007 年 3 月 31 日
初版第 4 刷発行　2024 年 4 月 5 日

定価 2500 円＋税

著者　宮本マラシー
装丁　水戸部功
発行者　桑原晨
発行　株式会社　めこん

〒 113-0033 東京都文京区本郷 3-7-1　電話 03-3815-1688　FAX03-3815-1810
ホームページ　http://www.mekong-publishing.com
印刷・製本　モリモト印刷株式会社
ISBN978-4-8396-0206-2 C0387 Y2500E
0387-0704206-8347

JPCA　日本出版著作権協会
http://www.e-jpca.com/

本書は日本出版著作権協会（JPCA）が委託管理する著作物です。本書の無断複写などは著作権法上での例外を除き禁じられています。複写（コピー）・複製、その他著作物の利用については事前に日本出版著作権協会（電話 03-3812-9424　e-mail:info@e-jpca.com）の許諾を得てください。

タイ語で出そう!グリーティングカード 中島マリン 2500円+税　B5判・144ページ	タイ語のグリーティングカード文例集。この本のとおりに写すだけで素敵なカードの出来上がり。カードを出したいけれどタイ文字はよくわからないし、タイのしきたりやお約束事もぜんぜん知らないという人にぴったりです。
挫折しないタイ文字レッスン 中島マリン著・赤木攻監修 定価2500円+税　B5判・208ページ	なんと日本語の五十音でタイ文字が学習できてしまう画期的な独習書。初めてタイ文字を学ぶ人にはもちろんですが、いままでに何度もタイ語学習を挫折した人にもおすすめです。
間違いだらけのタイ語 中島マリン・吉川由佳著・赤木攻監修 定価2500円+税　A5判・336ページ	日本人のタイ語学習者が共通しておかす間違いを整理し、正しい表現がマスターできるように工夫した画期的なタイ語の独習書。タイ語の実力が確実にアップします。
タイ語読解力養成講座 赤木攻 監修 野津幸治・佐藤博史・宮本マラシー著 定価2800円+税　A5判・274ページ	タイ文字による「読み書き」を習得することを目的に作成された本格的な中級者向けテキスト。短い文章の音読から始め、次第に文字と韻と声調のルールが身につくようになっています。
プリヤーのタイ語会話 インカピロム・プリヤー/水野潔 定価2500円+税　A5判・408ページ <別売CD> 定価2500円+税　3枚組	タイ人の言語学者と日本人のベテランタイ語教師のコンビによる本格的な独習書。実際に役に立つ「会話」をマスターすることを目的にし、文法等の説明はほとんどありません。豊富な練習問題で、考えるより慣れることです。
タイ事典 日本タイ学界編 定価5000円+税　A5判・560ページ	タイのことを学ぼうとする人には必須。執筆者140名。地理、歴史、民族、言語、政治、行政、経済、産業、社会、宗教、文化、美術、文学、教育、観光、交通、国際関係、日タイ関係など、830項目。
タイ語実力テスト　タイ語検定過去問題集 <初級、中級、上級> 日タイ言語交流センター編 各定価3200円+税　各A4判・166〜200ページ リスニング・テストCD付	日タイ交流センター主催の「タイ語検定試験」第25・26・27回の問題と解答に詳しい解説を付けました。タイ語の実力を図り、さらにステップアップするために最適の問題集です。